உணவு யுத்தம்

எஸ். ராமகிருஷ்ணன்

தேசாந்திரி பதிப்பகம்

தேசாந்திரி பதிப்பக வெளியீடு: 57

உணவு யுத்தம் கட்டுரைகள்
எஸ்.ராமகிருஷ்ணன்

முதல் பதிப்பு: மே 2019

தேசாந்திரி பதிப்பகம்,
டி-1, கங்கை அப்பார்ட்மெண்ட்,
110, 80 அடி ரோடு, சத்யா கார்டன்,
சாலிக்கிராமம், சென்னை 600 093,
தொலைபேசி: 044 23644947.
விலை: ரூ275

Unavu Yudham - Essays
S.Ramakrishnan ©

First Edition: May 2019, Pages: 252
Size: Demy 1x8, Paper: 18.6 kg maplitho

Published by :
Desanthiri Pathippagam
D-1, Gangai Apartments,
110, 80-Feet Road, Satya Garden, Saligramam,
Chennai - 600 093, Ph: 044 2364 4947
Email : desanthiripathippagam@gmail.com
www.desanthiri.com

ISBN: 978-93-87484-73-3
Book and Wrapper Design: Manikandan
Printed by: Ramani Print Solution, Chennai.

Price: Rs. 275

முன்னுரை

இன்று உணவு வெறும் சாப்பாட்டு விஷயமில்லை, அது கோடி கோடியாகப் பணம் புரளும் பன்னாட்டு விற்பனைக்களம்,

நாம் என்ன சாப்பிட வேண்டும் என்பதைப் பன்னாட்டு நிறுவனங்கள் தீர்மானிக்கின்றன, உணவு குறித்து விதவிதமான பொய்களை ஊடகங்கள் உருவாக்கி வருகின்றன, ஜங்புட் எனப்படும் சக்கை உணவுகள் நகரம், கிராமம் எனப் பேதமில்லாமல் ஆக்ரமித்துவிட்டன,

உணவின் பெயரால் ஒவ்வொரு நாளும் நாம் ஏமாற்றப்படுகிறோம், நமது ஆரோக்கியகேட்டின் முதற்காரணம் உணவுமுறைகள் மாறிப்போனதே,

உணவை பற்றி ஏன் இவ்வளவு அலட்சியமாக நினைக்கிறோம், உணவுக்காக எதற்காக இவ்வளவு பணம் செலவழிக்கிறோம், நமது உணவுச்சந்தையை யார் தீர்மானிக்கிறார்கள், பன்னாட்டு நிறுவனங்களின் உணவுக் கடைகள் நமது வீதிகளை ஆக்ரமிப்பதை எதற்கு அனுமதிக்கிறோம். விடையில்லாத கேள்விகளுக்கான விடை தேடுகிறது உணவு யுத்தம்

ஆம் நண்பர்களே, இன்று இந்தியாவெங்கும் நடப்பது உணவு அரசியல், பன்னாட்டு உணவுநிறுவனங்கள் இந்தியாவைச் சூறையாட முயற்சிக்கின்றன, போலியான விளம்பரங்களின் மூலம் மக்களை ஏமாற்றிக் கோடி கோடியாகப் பணம் கொள்ளையடிக்கபடுகிறது, ஒரு பக்கம்

விவசாயி வஞ்சிக்கபடுகிறான், மறுபக்கம் சாமானிய மனிதன் நோயாளியாக்கபடுகிறான்

உணவு குறித்த விழிப்புணர்வை மக்களிடம் உருவாக்க வேண்டும். அது குறித்து எழுதுங்கள் என இந்தத் தொடருக்கான விதையை எனக்குள் ஊன்றியவர் திருப்புகழ் மிகிஷி. , அவருக்கு என் மனம் நிரம்பிய நன்றியைத் தெரிவித்துக் கொள்கிறேன்

இந்தத் தொடர் எழுதுவதற்குப் பலவிதங்களிலும் உத்வேகம் தந்தவர்கள் அண்ணன் டாக்டர் ச.வெங்கடாசலம், டாக்டர் கு.சிவராமன், தோழர் எஸ்.ஏ.பெருமாள், கவிஞர் தேவதச்சன், துளசிதாசன் ஆகியோருக்கு மனம் நிறைந்த நன்றி,

எப்போதும் எனக்கு உறுதுணையாக நிற்கும் மனைவி சந்திரபிரபா, பிள்ளைகள் ஹரி மற்றும் ஆகாசிற்கு அன்பும் நன்றிகளும் உணவுயுத்தம் நூலின் புதிய பதிப்பை வெளியிடும் தேசாந்திரி பதிப்பகத்திற்கு நன்றிகள்

மிக்க அன்புடன்

எஸ் ராமகிருஷ்ணன்

உள்ளே...

1. 'இட்லி சாப்பிடத்தான் லாயக்கு!' — 07
2. மரண விலாஸ்! — 14
3. நூடுல்ஸ் ராஜ்யம் — 20
4. உயிர் குடிக்கும் டீ! — 27
5. உணவு விதிகள் — 33
6. இது ஓட்ஸ் அரசியல்! — 40
7. 'பகீர்' பானங்கள்! — 46
8. சர்பத்... பழம்... மோர்! — 52
9. தியேட்டரும் பாப்கார்னும்! — 59
10. பாப்கார்னும் பாதிப்புகளும்! — 65
11. 'கரகாட்டக்காரன்' வாழைப்பழம்! — 71
12. வாழைப்பழ யுத்தம்! — 78
13. ருசியில்லாத காய்கறிகள்! — 85
14. விவசாயத்தில் பன்னாட்டு நிறுவனங்கள்! — 92
15. பிறந்த நாள் கேக்குகள்! — 98
16. இந்தியாவின் முதல் பேக்கரி! — 105
17. பாயசம் கசக்கிறதா? — 111
18. டூப்ளிகேட் ஜவ்வரிசி! — 118
19. கெட்சப் தொட்டுக்கொள்ளலாமா? — 123
20. யாருக்குக் காப்புரிமை? — 129
21. ஏமாற்றும் எண்ணெய்! — 135

22. வேர்க்கடலை பெருகிய கதை!	141
23. கடவுளும் காபி கடைகளும்	146
24. காபி எதற்காக நெஞ்சே?	153
25. பாலும் பவுடரும்	158
26. பவுடர் பாலின் கதை	164
27. பிஸ்கட் பிடிக்கிறதா?	169
28. டீயும் பிஸ்கட்டும்	175
29. இது கோழிதானா?	181
30. ஆம்லெட் திருவிழா!	186
31. உருளைக்கிழங்கு உலகை இணைக்கிறது	191
32. சிப்ஸ்... சிப்ஸ்... சிப்ஸ்...	197
33. பீட்சாவும் பர்கரும்	202
34. பீட்சா உருவானது எப்படி?	207
35. பயணியின் உணவு	212
36. பரோட்டாவும் சமோசாவும்	217
37. மொகஞ்சதாரோவில் என்ன சாப்பிட்டார்கள்?	223
38. தமிழர்கள் என்ன சாப்பிட்டார்கள்?	229
39. உணவுப் பொய்கள்	235
40. டால்ஸ்டாய் சொன்ன கதை	242

1

'இட்லி சாப்பிடத்தான் லாயக்கு!'

இரண்டு சம்பவங்களை உங்களுக்கு நினைவுபடுத்த விரும்புகிறேன்..!

எனது மகனின் பிறந்தநாளைக் கொண்டாடுவதற்காக சென்னையில் உள்ள பன்னாட்டு உணவகம் ஒன்றுக்குப் போயிருந்தேன். விடுமுறை நாள் என்பதால் காத்திருந்து இடம்பிடித்துச் சாப்பிட உட்கார்ந்தோம். மெனு கார்டு கைக்கு வந்தது. புரட்டிப் புரட்டிப் பார்த்தேன்.

எனக்குத் தெரிந்த ஓர் உணவின் பெயர்கூட அதில் இல்லை. ஸ்பெகட்டி, மக்ரோனி, அல் பஸ்தோ, க்ரோகுயிட், பேகன் என மாத்திரைப் பெயர்களைப்போல் உணவின் பெயர்கள் பயமுறுத்தின. இதில் எந்த உணவைச் சாப்பிடுவது எனத் தெரியாமல் விழித்துக் கொண்டிருந்த போது பிள்ளைகள் அவர்களாக சில உணவுகளைத் தேர்வு செய்தனர்.

அதில் ஒன்று, இத்தாலிய உணவு. மற்றொன்று, சீன உணவு. கூடவே பெயர் உச்சரிக்க முடியாத நான்கு ஐந்து உணவு வகைகள். இதை எல்லாம் எங்கே சாப்பிடப் பழகினார்கள்? யார் இவர்களுக்கு அறிமுகம் செய்தனர்? என்னைப் போலவே அன்றாடம்

எஸ். ராமகிருஷ்ணன்

வீட்டில் இட்லியும் பொங்கலும் சோறும் சாம்பாரும்தானே சாப்பிடுகிறார்கள், அவர்களுக்கு இதையெல்லாம் யார் அறிமுகப்படுத்தியது என்று வியப்போடு அவர்களைப் பார்த்தபடி, எப்படித் தேர்வு செய்தார்கள் என்று கேட்டேன். 'டி.வி. விளம்பரத்தில் காட்டுவார்கள்' என்றனர். நாம் என்ன சாப்பிட வேண்டும் என்பதை டி.வி. முடிவு செய்கிறது. இதுதான் காலக்கொடுமை.

உணவு வரும்வரை மெனு கார்டு எப்படி அறிமுகமானது என்பதைப் பற்றிப் பிள்ளைகளிடம் சொல்லிக் கொண்டிருந்தேன். 'மெனு' எனும் உணவுப் பட்டியலை அறிமுகம் செய்து வைத்தவர்கள் சீனர்கள். அந்தக் காலத்தில் சீன வணிகர்கள் பயண வழியில் உணவகங்களுக்கு வரும்போது அவர்கள் எந்தப் பகுதியைச் சேர்ந்தவர்கள் என்பதைப் பொறுத்து தங்களின் விருப்ப உணவைத் தேர்வு செய்வார்கள். அதற்காக நீண்ட உணவுப் பட்டியல் தரப்பட்டது.

மெனு என்ற சொல் பிரெஞ்சுகாரர்களால் அறிமுகம் செய்யப் பட்டது. இதன் மூலச்சொல் லத்தீன் மொழியில் உள்ள minutes. இதன் பொருள், 'சிறிய பட்டியல்' என்பதாகும். 18–ம் நூற்றாண்டின் பிற்பகுதியில்தான் உணவுப் பட்டியல் ஃபிரான்ஸில் அறிமுகமானது.

உணவுப் பட்டியல் அறிமுகம் ஆவதற்கு முன்பாக உணவின் பெயர்களை ஒரு கரும்பலகையில் எழுதிப் போட்டிருப்பார்கள். இன்றும்கூட சிறிய உணவகங்களில் கரும் பலகைகளில்தானே உணவுப் பட்டியல் எழுதிப் போட்டிருக்கிறார்கள். அது ஃபிரெஞ்சு நாட்டு மரபு. விரும்பிய சுவைக்கேற்ப பட்டியலில் உள்ள உணவைத் தேர்வு செய்தவன் பெயர் la carte.

ரெஸ்டாரென்ட் என்பதும் ஃபிரெஞ்சு சொல்லே. ஃபிரெஞ்சு புரட்சியின் பிறகே ஃபிரான்ஸில் நிறைய உணவகங்கள் உருவாக ஆரம்பித்தன. சமையல்காரரை செஃப் என அழைக்கிறோம், இல்லையா? chef de cuisine என்ற ஃபிரெஞ்சு சொல்லில் இருந்தே அது உருவாகியது. அதன் பொருள் சமையலறையின் தலைவர் என்பதாகும்.

சூப், பிரதான உணவு, ஐஸ்கிரீம் அல்லது ஜூஸ், இனிப்பு வகைகள் கொண்ட மூன்றடுக்கு உணவு வகைகள் ரோமானியர்கள் அறிமுகம் செய்தவை. அது இன்று உலகெங்கும் பரவி 'திரீ கோர்ஸ் மீல்' எனப்படுகிறது, மூன்றடுக்கு மட்டும் இல்லை. 21 அடுக்கு உணவு சாப்பிடுகிற பழக்கமும் விருந்தில் இருக்கிறது. ஒருவர் இதைச் சாப்பிட்டு முடிக்க குறைந்தபட்சம் மூன்றரை மணி நேரமாகும்.

பசி தூண்டக் கூடிய சூப்பை, உணவின் தொடக்க மாகக் கொள்வதை வழக்கமாக்கியவர்கள் ரோமானியர்கள். அதிலும் முட்டை ஊற்றிய சூப், பச்சைக் காய்கறிகள், அனைவரும் பகிர்ந்து குடிக்கும் மதுபானம் என அவர்கள் உணவு ஆரம்பிக்கும். இறுதியில் பழங்கள் சாப்பிடுவதோடு முடியும். ஃபிரெஞ்சு மற்றும் ரோமானியர்களின் உணவுப் பழக்கம்தான் இன்று உலகெங்கும் அதிகம் பரவியிருக்கிறது. இப்படியாக நமது சாப்பாட்டுக்குப் பின்னும் கூட அறியப் படாத வரலாறு இருக்கிறது" என்று நான் சொன்னேன்.

நாங்கள் கேட்ட உணவு வந்தது. அதில் பலவும் வெண்ணெய் சேர்க்கப்பட்டவை. சோயா சாற்றின் மணம் வேறு. இனிப்பும் புளிப்புமான சுவை. எனக்கு அதில் கையளவுகூடச் சாப்பிட முடியவில்லை.

'தோசை கிடைக்குமா' எனக் கேட்டேன். 'இட்லி, தோசை போன்ற எந்த உணவும் கிடையாது' என்றார்கள். 'பன்னாட்டு உணவில் தமிழ்நாட்டு உணவுகளுக்கு இடம் கிடையாதா?' என்று கேட்டபோது, 'இங்கே யாரும் அதைச் சாப்பிட வருவதில்லை' என்ற பதில் கிடைத்தது.

பிள்ளைகளிடம் உணவு எப்படி இருக்கிறது என்று கேட்டேன். 'இப்போதுதான் நாங்களும் முதன்முறையாக சாப்பிடுகிறோம். என்னவோ போல இருக்கிறது' என்றார்கள். அதற்கு அர்த்தம், பிடித்திருக்கவும் இல்லை; பிடிக்காமல் போகவும் இல்லை .

பசி பொறுக்க முடியாமல் என்ன சாப்பிடுவது என்று தெரியாமல் மெனு கார்டை 10 முறை புரட்டிப் பார்த்து விட்டேன். எதையும் கேட்க எனக்குப் பிடிக்கவில்லை. இங்கே சாப்பிடுகிறவர்களில் பெரும்பகுதி தமிழ் மக்கள், மத்தியதர

வர்க்கத்து மனிதர்கள். இதை எப்படிச் சாப்பிடுகிறார்கள் என்றும் எனக்குப் புரியவில்லை. ஒருவேளை மாறுபட்ட சுவைக்காக வந்து சாப்பிடுகிறார்களோ என்று சமாதானம் செய்துகொண்டேன்.

சென்னைக்கு நான் வந்து 25 ஆண்டுகள் ஆகிவிட்டன. பாதி உலகைச் சுற்றிவந்துவிட்டேன். ஆனால், மனதுக்குள் உள்ள கிராமவாசி அப்படியேதான் இருக்கிறான். வீட்டில் அறிமுகமான சுவை, எந்த வயதானாலும் எவ்வளவு ஊர் சுற்றினாலும் மாறிவிடாதுதானே என நினைத்தபடியே பசித்த வயிறுடன் பில்லுக்குக் காத்திருந்தேன்.

நான்கு பேர் சாப்பிட்ட இரவு உணவுக்கு 6,500 ரூபாய். அந்த பில்லை உற்றுப் பார்த்தபடி இருந்தேன். கணக்குப் பார்க்காதே என்பது போல பிள்ளைகள் திரும்பிப் பார்த்தார்கள். உணவகத்தில் பில்லை சரிபார்ப்பது அநாகரிகமான செயல் என இந்தத் தலைமுறையினர் ஏன் நினைக்கிறார்கள்? உரிய பணத்தைத்தான் தருகிறோமோ எனத் தெரிந்துகொள்வதில் என்ன தவறு இருக்க முடியும்? பில்லை நான் பார்த்தேன். 5,700 ரூபாய் உணவுக்கு பில். அவர்கள் உணவு பரிமாறியதற்கு, உணவகத்துக்கு வந்து சாப்பிட்டதற்கான சேவை வரி 600 ரூபாய். இந்த பில்லுக்கு டிப்ஸ் 200 ரூபாய் வைக்க வேண்டும். 6,500 ரூபாய்க்கு ஒரு வேளை உணவு. அடித்தட்டுக் குடும்பம் ஒன்று ஒரு மாதம் சாப்பிடுவதற்கான தொகை இது. உணவின் பெயரால் நடக்கும் கொள்ளையை ஏன் அனுமதிக்கிறேன் என்று மனச்சாட்சி கேட்டுக் கொண்டேயிருந்தது.

மகிழ்ச்சியைக் கொண்டாட சாப்பிடுவதைத் தவிர வேறு எதையும் அறிந்திராதவர்கள் நாம். இப்படித்தானே செலவு செய்தாக வேண்டும்?

வீட்டுக்குப் போய் பழைய சோறும் தயிரும் ஊறுகாயும் சாப்பிட வேண்டும் என்று பசி இழுத்துக்கொண்டிருந்தது. வீட்டுக்கு வந்து சோறும் தயிரும் சாப்பிட்டபோது பிள்ளைகள், 'உங்களை எல்லாம் பன்னாட்டு உணவகத்துக்கு அழைத்துப் போனது வீண். நீங்கள் இட்லி சாப்பிடத்தான் லாயக்கு' என்று கேலிசெய்து சிரித்தார்கள்.

இட்லி சாப்பிடுகிற மனிதன் ஏன் இளக்காரமாகப் பார்க்கப் படுகிறான். இட்லி, சோறு, களி, கம்பங்கூழ், குதிரைவாலிச் சோறு என்று அவரவர் வாழ்விடத்தில் கிடைத்த உணவுகள் ஏன் இன்று பரிகசிக்கப்படும் உணவாக மாறிப்போய் விட்டன?

சோறு என்ற சொல்லை சென்னையில் பெரும்பாலும் பயன்படுத்துவதே இல்லை. ரைஸ் என்றுதான் கேட்கிறார்கள். சாப்பிடுகிற சோறை சொல்வதற்கு கூசுகிற மனிதனை எப்படிப் புரிந்துகொள்வது? சோறு என்பதற்கு அடிசில், கூழ், அழினி, அவிழ், கொன்றி, நிமிரல், புழுங்கல், பொம்மன், மிதவை எனப் பல சொற்கள் தமிழில் உள்ளன.

நீர் கலந்த சோற்றுப் பருக்கையைக் கஞ்சி என்கிறோம். கஞ்சிக்கு காடி, மோழை, சுவாகு என்னும் மூன்று வேறு சொற்களைக் கூறுகிறது பிங்கல நிகண்டு. ஊன் சோறு, கொழுஞ்சோறு, செஞ்சோறு, நெய்ச்சோறு, மெல்லடை, கும்மாயம், ஊன்துவை அடிசில், புளியங்கூழ் என பழந்தமிழ் மக்கள் சாப்பிட்ட உணவுகள் என்னவென்றுகூட இன்றைய தமிழருக்குத் தெரியாது.

இட்லி சாப்பிடுவதால் உள்ள நன்மை இளந்தலைமுறைக்குத் தெரியாது. அது ஆவியில் வேகும் எளிமையான உணவு. அரிசியையும் உளுத்தம் பருப்பையும் ஊற வைத்து அரைத்து, மறுநாள் காலையில் இட்லி, தோசையாகச் சாப்பிடுகிறோம். இதனால் உடலுக்குத் தேவையான தாது உப்புக்களும் அமினோ அமிலங்களும் கிடைக்கின்றன.

திசுக்களைப் புதுப்பிக்கும் லைசின் என்ற அமினோ அமிலம் மூன்று மடங்கும், சிறுநீரக செயல்பாட்டுக்கு உதவும் காமா அமினோபட்ரிக் 10 மடங்கும் அதிகரிக்கின்றன. உலகின் மிகச் சிறந்த காலை உணவில் இட்லி சிறந்த ஒன்றாகப் பட்டியலிடப்பட்டிருக்கிறது.

இட்லி எங்கிருந்து வந்தது? இந்தோனேஷியாவில் இருந்து என்கிறார் உணவு ஆராய்ச்சியாளர் கே.டி. ஆச்சா. பழந்தமிழ் இலக்கியங்களில் இட்லி பற்றிய குறிப்பைக் காணமுடிவது இல்லை. கன்னடத்தில்தான் இட்லி செய்யும் முறை பற்றிய குறிப்பு முதலில் கிடைத்துள்ளது. கன்னடத்தில் 10-ஆம்

நூற்றாண்டில் எழுதப்பட்ட லோகபகரா என்ற நூலில் இட்லி பற்றிய செய்தி காணப்படுகிறது. 12-ஆம் நூற்றாண்டுக்குப் பிறகே தமிழ்நாட்டுக்கு இட்லி அறிமுகமாகியிருக்கக் கூடும் என்பது யூகம். அந்த நாட்களில் மோரில் உளுந்தை ஊறவைத்து அரைத்திருக்கிறார்கள்.

இட்லி சாப்பிடுகிற போட்டி ஒருகாலத்தில் திருவிழாக்களில் மிகவும் பிரபலம். இன்று கடைகளில் உடனடி இட்லி, தோசை மாவு விற்பனைக்குக் கிடைக்கிறது. இதில் சில நிறுவனங்கள் மாவு புளித்துப் போகாமல் இருக்க போரிக் ஆசிட் மற்றும் ஆரூட் மாவு கலக்கிறார்கள். அது உடல்நலத்துக்குக் கெடுதி. காஞ்சிபுரம் இட்லி, ராமசேரி இட்லி... என 30-க்கும் மேற்பட்ட இட்லி விதங்கள் இருக்கின்றன. ஆனாலும், இட்லி என்றால் இளக்காரமாகதான் இருக்கிறது.

நகர வாழ்க்கையில் நாம் கற்றுக்கொள்ள வேண்டியது... எல்லா மாற்றங்களுக்கும் உடனடியாகப் பழகிக்கொள்ள வேண்டும் என்பதே. அதில் முக்கியமானது உணவு!

கிராமத்தில் என் 10 வயதில் சாப்பிட்ட ஓர் உணவுகூட இன்று இல்லை. மாநகரில் அதே பெயரில் அதேபோல உணவு கிடைக்கிறது. ஆனால், அது பார்க்க வெண்பொங்கல், போல இருக்கிறது. வாயில் வைத்தால் குமட்டுகிறது. தண்ணீர் மாறிவிட்டது. நிலம் சீர்கெட்டுவிட்டது. செயற்கை உரமிட்ட தானியங்கள், காய்கறிகள், மோசமான எண்ணெய், அவசரமான உணவு தயாரிப்பு என எல்லாமும் தலைகீழாகி விட்டது. சமைப்பது என்பது வேலையில்லை, அக்கறை. அதை பெண் மட்டும் செய்ய வேண்டும் என்பது கட்டாயம் இல்லை. இணைந்து சாப்பிடுவது போல் இருவருமே சமைக்கலாம்தானே?

உணவுப் பழக்கம் தானாக மாறவில்லை. அதைத் திட்டமிட்டு மாற்றுகிறார்கள். உணவுச் சந்தையைப் பயன்படுத்திக் கொள்ளை அடிப்பதற்காக புதிய உணவு ரகங்களை அதன் நன்மை தீமை பற்றி எவ்விதமான கவலையும் இன்றி விற்றுத் தள்ளுகிறார்கள். காலனி ஆதிக்கம் தொடங்கிவைத்த இந்த மோசடி இன்று விருட்சமாக வளர்ந்து நிற்கிறது.

இன்று உணவு வெறும் சாப்பாட்டு விஷயம் இல்லை. அது ஒரு பெரிய சந்தை, கோடி கோடியாகப் பணம் புரளும் பன்னாட்டு விற்பனைக் களம். நாம் என்ன சாப்பிட வேண்டும் என்பதை அமெரிக்காவில் உட்கார்ந்து தீர்மானிக்கிறான். உணவு குறித்து விதவிதமான பொய்களைப் பரப்புகிறார்கள். நகரம், கிராமம் என, பேதமில்லாமல் ஜங்க் ஃபுட் எனப்படும் சக்கை உணவுகள் ஆக்கிரமித்து விட்டன.

உணவின் பெயரால் ஒவ்வொரு நாளும் நாம் ஏமாற்றப்படுகிறோம்.

2

மரண விலாஸ்!

உணவுப் பொருளை உற்பத்தி செய்யும் விவசாயிகளின் வாழ்க்கை ஆரோக்கியமாக இல்லை. சாப்பிடும்போதே இதை உணர முடிகிறது!

விவசாயிகள் ரசாயன உரம், கடன் சுமை, தண்ணீர் பிரச்சனை என ஒடுக்கப்படுகிறார்கள். இந்தியாவில் 2002 முதல் 2006-ஆம் ஆண்டுக்குள் தற்கொலை செய்துகொண்ட விவசாயிகளின் எண்ணிக்கை 17,500 என்கிறது ஒரு புள்ளி விவரம். இது ஒரு பக்கம் என்றால் மறுபக்கம், பன்னாட்டு நிறுவனங்களின் துரித உணவு வகைகள் பட்டிதொட்டி வரை அறிமுகமாகி நம் உடலைச் சீர் கெடுத்து நோயாளியாக மாற்றிவருகின்றன. இந்தியர்கள் ஆண்டுக்கு 35 ஆயிரம் கோடி ரூபாய்களை உண்பதற்குச் செலவிடுகிறார்கள். ஆனால், மருந்துக்கு எவ்வளவு செலவு செய்கிறார்கள் என்று கணக்கெடுக்க முடியுமா?

நண்பர்களே... இன்று இந்தியாவெங்கும் நடப்பது உணவு அரசியல். அதன் ஓர் அங்கம்தான் நமது உணவு முறைகளின் மாற்றம். இது திட்டமிட்டு நடக்கும் ஒரு வணிகத் தந்திரம். இந்த மோசடி வலையில்

கோடானுகோடி மக்கள் மாட்டிக் கொண்டிருக்கிறார்கள் என்பதே உண்மை.

இத்தாலியர்களின் உணவான ஸ்பெகட்டி சென்னையில் சாப்பிடக் கிடைக்கிறது. ஆனால், உளுந்தங்களி சாப்பிட வேண்டும் என்றால், ஒரு கடையும் கிடையாது. இதே ரீதியில் போனால், நாளை தமிழ் உணவுகள் பெயரளவில் வெறும் சொற்களாக மட்டுமே மிஞ்சிப்போகவும் கூடும்.

எழுத்தாளர் ஜெயகாந்தன் ஒரு நேர்ப் பேச்சில் சொன்னது நினைவுக்கு வருகிறது. சாப்பாட்டைப் பொறுத்தமட்டில் கீழே போகப்போகத்தான் ருசி. அவர் கீழே என்று சொன்னது, அடித்தட்டு வாழ்க்கையை. அதன் பொருள் 6,000 ரூபாய் கொடுத்துச் சாப்பிடும் உணவைவிட கையேந்தி பவன்களில் கிடைக்கும் உணவுக்கு ருசி அதிகம். இதை நான் பலமுறை உணர்ந்திருக்கிறேன்.

ஏழை எளிய மனிதர்கள், இருப்பதைக் கொண்டு சமைப்பதில் உருவாகும் ருசி நிகரற்றது. இன்று நாம் பசிக்கு சாப்பிடுவதற்குப் பதிலாக, ருசிக்கு சாப்பிடப் பழகிவிட்டோம். அதிலும் தினம் ஒரு மாறுபட்ட ருசி தேவைப்படுகிறது. பசி, ருசி அறியாது என்பார்கள். இன்று ருசி பணத்தையோ, உடல்நலக் கேட்டையோ அறிவதே இல்லை. உடலைக் கெடுக்கும் என்று அறிந்தே சக்கை உணவுகளைத் தேடிச் சென்று சாப்பிடுவது முட்டாள்தனமா இல்லை திமிரா? இளந்தலைமுறைதான் பதில் சொல்ல வேண்டும்.

பன்னாட்டு உணவகம் தந்த அனுபவம் ஒருவிதம் என்றால், மறுபக்கம் ஹைவே மோட்டல்ஸ் எனப்படும் சாலையோர உணவகம் தந்த கசப்பான அனுபவம் மறக்கவே முடியாதது.

சாலையோர மோட்டல்களில் சிக்கி, பணத்தைப் பறிகொடுக்காத ஒருவர்கூட தமிழகத்தில் இருக்க முடியாது. நிச்சயம் ஏதாவது ஒரு பயணத்தில் தனது பாக்கெட்டில் இருந்து நூறோ, இருநூறோ இழந்திருப்பார். குடும்பத்துடன் பயணம் போகிறவர்கள் பயப்படுவது சாலை விபத்துகளை நினைத்து இல்லை... ஹைவே உணவகங்களின் கொள்ளையை நினைத்துதான்.

25 ஆண்டுகள் முன்பு வரை லாரிகளில் வருபவர்கள்தான் இரவில் இது போன்ற சாலையோர உணவகங்களில் சாப்பிடுவார்கள். நெடுந்தூர பேருந்து நள்ளிரவில் தேநீர் கடைகளில்தான் நிற்கும்.

மோட்டார் ஹோட்டல் என்பதே மோட்டலாக மாறியது. 1925–ஆம் ஆண்டு ஆர்தர் ஹெய்ன்மென் அமெரிக்காவில் முதல் மோட்டலைத் தொடங்கினார். இரண்டாம் உலகப் போரின் பிறகே அமெரிக்காவில் சாலையோர மோட்டல்கள் அதிகமாக துவங்கின.

ஒடிசாவிலும் கொல்கத்தாவிலும் அரசே சாலையோரங்களில் மோட்டல்களை நடத்துகின்றன. சுகாதாரமான கழிப்பறை, நியாய விலை உணவகம், குழந்தைகளுக்கான விளையாட்டுத் திடல்... என இவை நீண்ட தூரப் பயணிகளுக்குப் பெரிதும் உதவிகரமாக இருப்பதைக் கண்டிருக்கிறேன்.

மதுரையில் இருந்து சென்னைக்கு காரில் வந்து கொண்டிருந்தேன். இரவு உணவகம் ஒன்றில் நிறுத்தினோம். திறந்தவெளி கழிப்பறை, அருகிலே கொசு மொய்க்கும் சமையல் கூடம், அழுக்கான சாம்பார் வாளி, கழுவப்படாத டம்ளர்கள், காது கிழியும் குத்துப் பாடல்... சாப்பிட உட்காரவே தயக்கமாக இருந்தது.

பரோட்டா, சப்பாத்தி, தோசை மூன்று மட்டுமே இருப்பதாகச் சொன்னார்கள். தோசைக்கு சட்னி, சாம்பார் கிடையாது. குருமா வாங்கிக்கொள்ள வேண்டும். அது 75 ரூபாய். தோசை 100 ரூபாய். ‘தோசைக்கு யார் குருமா வைத்து சாப்பிடுவார்கள்?’ என்றேன். 'இஷ்டம் இருந்தா சாப்பிடுங்கள்' என்றார்கள்.

பசிக்கு ஏதாவது பழம் வாங்கி சாப்பிடலாம் என நினைத்து வெளியே வந்தால், பழக்கடையில் ஒரு வாழைப்பழம் 15 ரூபாய். பெயர் தெரியாத ஒரு பிஸ்கட் பாக்கெட்டின் விலை 50 ரூபாய். ஸ்டிக்கர் ஒட்டப்பட்ட ஆப்பிள் 80 ரூபாய்.

ஹோட்டல் வாசலில் ஒரு கிராமத்துப் பெண் கோபமாகக் கத்திக்கொண்டிருந்தார். ‘ஒத்தை தோசை 100 ரூபாயா? பகல் கொள்ளையா இருக்கு. ஒரு கிலோ இட்லி அரிசி

25 ரூபாய். ஒரு கிலோ உளுந்து 61 ரூபாய். மாவு ஆட்டுற செலவு, எண்ணெய் எல்லாம் சேர்த்தாகூட ஒரு தோசை விலை 20 ரூபாய்க்கு மேல் வராது. வியாபாரம் பண்ணுறவன் 30 ரூவான்னு வித்துட்டு போ. 100 ரூபாய்னு அநியாயம் பண்ணாதப்பா. இந்த துட்டு உடம்புல ஒட்டாது' என்று சாபமிட்டார்.

அந்த அம்மாவின் கோபத்தை ஒருவரும் கண்டு கொள்ளவில்லை. ஹோட்டலில் இருந்து வெளியே வந்த ஒருவர், 'தோசை ஒரே புளிப்பு. ரப்பர் மாதிரி இருக்கு. கிழங்கு மாவு கலந்து இருக்காங்க' என்றார். 'ஹெல்த் இன்ஸ்பெக்டரிடம் புகார் செய்ய வேண்டியதுதானே?' என்றதும், 'இது கட்சிக்காரங்க கடை' என சுவரில் மாட்டப்பட்ட புகைப்படத்தைக் காட்டினார். இதிலுமா கட்சி?

'சாப்பாட்டு விஷயத்துலகூட கட்சி வெச்சிருக்கிறது தமிழர்கள்தான்' என்று ஒரு சொற்பொழிவில் எம்.ஆர்.ராதா கேலி செய்வார். தோசை வரை கட்சி ஆக்ரமித்திருக்கிறது.

ஃபிரான்ஸ் நாட்டில் வேகவைத்த இறைச்சியை விற்பது 1765-ஆம் ஆண்டு வரை தடைசெய்யப்பட்டிருந்தது. மீறி விற்பவர்கள் கடுமையாகத் தண்டிக்கப்படுவார்கள். பொலிஞ்சர் என்பவர் பொறித்த இறைச்சியை விற்பனை செய்கிறார் எனக் கைதுசெய்யப்பட்டு அவர் மீது நீதிமன்ற விசாரணை நடைபெற்றது. அதில் அவர் வெற்றிபெற்ற பிறகே ஃபிரான்ஸில் இறைச்சி உணவுகள் விற்கப்பட்டன.

அந்தக் காலங்களில் நீண்ட தூரம் பயணம் செய்பவர்கள் களைப்பாறிச் செல்வதற்காகவே வழியில் சத்திரங்கள் உருவாக்கப்பட்டன. அதில் இலவசமாகச் சாப்பாடு போட்டார்கள். விஜயநகரப் பேரரசின் காலத்தில்தான் வழிப் போக்கர்களுக்குச் சோறு விற்கப்படும் கடைகள் தொடங்கப் பட்டன என்கிறார் தமிழ் அறிஞர் தொ.பரமசிவன். அவரது, 'அறியப்படாத தமிழகம்' என்ற நூலில் தமிழ் மக்களின் உணவு முறைகளைப் பற்றி தெளிவாக எடுத்துக்காட்டுகிறார். ஒரு குறிப்பிட்ட மக்கள் சமூகத்தின் அசைவியக்கங்களை உணர அவர் தம் உணவுப் பழக்கவழக்கங்களைக் கூர்ந்து நோக்க வேண்டும். உணவுப் பழக்கவழக்கங்கள் ஒரு சமூகம்

வாழும் பருவச் சூழ்நிலை, வாழ்நிலத்தின் விளைபொருள்கள், சமூகப் படிநிலைகள், உற்பத்தி முறை, பொருளாதார நிலை ஆகியவற்றைப் பொறுத்து அமையும்.

‘சமைத்தல்’ என்ற சொல்லுக்குப் பக்குவப்படுத்துதல் என்பது பொருள். அடுப்பில் ஏற்றிச் சமைப்பது ‘அடுதல்’ எனப்படும். சமையல் செய்யப்படும் இடம் அட்டில் அல்லது அடுக்களை. நீரிலிட்டு அவித்தல், அவித்து வேகவைத்தல், வறுத்து அவித்தல், சுடுதல், வற்றலாக்குதல், எண்ணெயில் இட்டுப் பொரித்தல், வேகவைத்து ஊறவைத்தல் ஆகியன சமையலின் முறைகள்.

நகர்ப்புறமயமாதல், தொடர்புச் சாதனங்களின் விளம்பரத் தன்மை, பொருளியல் வளர்ச்சி, பயண அனுபவங்கள் ஆகியவை காரணமாகக் கடந்த ஒரு நூற்றாண்டுக் காலத்துக்குள் தமிழர்களின் உணவு முறை மிகப்பெரிய அளவில் மாறுதல் அடைந்திருக்கிறது என்பது தொ. பரமசிவன் அவர்களின் ஆதங்கம்.

ஒரு நாளைக்கு நெடுஞ்சாலையில் ஆயிரமாயிரம் கார்கள் போய்வருகின்றன. எங்கும் முறையான கழிப்பறை கிடையாது. குடிநீர் கிடையாது. உணவகம் கிடையாது. முதலுதவி மருத்துவமனைகள் கிடையாது. ஆனால், டோல்கேட் வசூல் மட்டும் முறையாக நடக்கிறது. அடிப்படை வசதிகள் பற்றி யாரும் எந்தப் புகாரும் தெரிவிப்பது இல்லை ... தெரிவித்தால் கண்டுகொள்வதும் இல்லை.

சாலையோர கடைகளில் மாமிசம் சுவையாக இருப்பதற்காகவும் உடனடியாக வேக வேண்டும் என்பதற்காகவும் பாரசிடமால் மாத்திரைகளைக் கலக்குகிறார்கள் என்கிறார்கள். சாலையோர உணவகங்களில் தொடர்ந்து சாப்பிட்டால், இரைப்பை மற்றும் சிறுகுடலில் ரத்தக் கசிவு ஏற்படக்கூடிய அபாயமும் உள்ளது.

இந்தக் கொடுமை போதாது என்று சமீப காலமாக நெடுஞ் சாலை எங்கும் கும்பகோணம் காபி கடைகள் பத்து அடிக்கு ஒன்றாக முளைத்திருக்கின்றன. இந்தக் கடைகளுக்கும் கும்பகோணத்தின் ஃபில்டர் காபிக்கும் ஒரு ஸ்நானப் பிராப்தியும் கிடையாது. ஏமாற்றுவதற்கு ஒரு பெயர்தானே வேண்டும். எல்லா கடைகளிலும் சொல்லிவைத்தாற்போல்

செம்பு டபரா, டம்ளர் செட், அதில் பாயசத்தில் காபி தூளைப் போட்டுக் கலக்கியதுபோல ஒரு காபி. பாவம் மக்கள்... இந்தக் கண்றாவியைக் குடித்துவிட்டு வாயை மூடிக்கொண்டு பயணம் செய்கிறார்கள்.

நெடுஞ்சாலை உணவுக் கொள்ளையைப் போல ஊர் அறிந்த மோசடி எதுவுமே இல்லை. ஸ்குவாட் அமைத்து எதை எதையோ அதிரடியாக சோதனை செய்கிறார்களே... அப்படி ஒரு பறக்கும் படை அமைத்து உணவகங்களை சோதனை செய்து தரமற்ற கடைகளை மூடலாம்.

ஒரு பக்கம் பன்னாட்டு உணவங்கள் நம் மக்களை கொள்ளையடிக்கின்றன. மறுபக்கம் உள்ளூர்வாசிகள் தரமற்ற உணவைத் தந்து மக்களைத் துரத்தியடிக்கிறார்கள். காசு இல்லாமல் உணவுக்குக் கஷ்டப்பட்ட நிலை ஒரு காலத்தில் இருந்தது. ஆனால், இன்று மக்களிடம் ஓரளவுக்குக் காசு இருக்கிறது. ஆனால், தரமான உணவு கிடைக்காமல் அல்லாடும் நிலை உருவாகியிருக்கிறது.

சமீபத்தில் சீன ஜனாதிபதி சி ஜின்பிங் எவ்விதமான முன்னறிவிப்பும் இன்றி சாலையோர உணவு விடுதி ஒன்றில் எதிர்பாராமல் நுழைந்து, வரிசையில் நின்று தனக்குத் தேவையான உணவை வாங்கிக்கொண்டு மக்களோடு மக்களாக அமர்ந்து சாப்பிட்டார். உணவுக்கு அவர் தந்த கட்டணம் வெறும் 21 யுவான். அந்தப் பணத்தில் பெரிய ஹோட்டலில் ஒரு பாட்டில் தண்ணீர்கூட வாங்க முடியாது. நாட்டின் ஜனாதிபதி உணவகத்துக்கு வந்தபோதும், கடையில் ஒரு பரபரப்பும் இல்லை. மக்கள் இயல்பாக அவரோடு இணைந்து சாப்பிட்டுப் போனார்கள்.

நமது அரசியல் தலைவர்கள், ஆட்சியாளர்களை ஒருமுறை ஹைவே மோட்டலுக்குச் சென்று மக்களோடு ஒன்றாக அமர்ந்து சாப்பிடச் சொல்ல வேண்டும். அப்போது தெரியும்... அது எவ்வளவு பெரிய கொடுமை என்று.

சாலையோர மோட்டல்களை மரண விலாஸ் என்பார் எனது நண்பர். அதைவிட சிறந்த பெயர் இருக்க முடியாதுதானே?

3

நூடுல்ஸ் ராஜ்யம்

இரண்டு ஆண்டுகளுக்கு முன்பாக ஹாங்காங் சென்றிருந்தேன். அங்குள்ள உணவு வளாகம் ஒன்றுக்கு நண்பர் அழைத்துக்கொண்டு போயிருந்தார். ஒரே இடத்தில் நூற்றுக்கும் மேற்பட்ட உணவு அங்காடிகள். ஒவ்வொன்றிலும் கூட்டம் கூட்டமாக உட்கார்ந்து சாப்பிடும் மனிதர்கள். விதவிதமான உணவு வகைகள். உயிருள்ள மீன்களைத் தொட்டியில் விட்டிருக்கிறார்கள். கண்முன்னே பிடித்து சமைத்துத் தருகிறார்கள்.

பொறித்த முழுப்பன்றி அப்படியே ஒரு மேஜையில் வைக்கப்பட்டிருக்கிறது. கம்பியில் குத்தப்பட்ட கோழி இறைச்சி, அவித்த வாத்து முட்டைகள், நண்டு, இறால், மாட்டிறைச்சி எனக் கலவையான மணம். நிதானமாக அரட்டை அடித்தபடியே சாப்பிடுகிற முகங்களைப் பார்த்தபடியே நடந்தேன்.

ஒருவர் மேஜையில்கூட குடிப்பதற்குத் தண்ணீர் கிடையாது. சாப்பிடும்போது தண்ணீர் குடிக்கும் பழக்கம் வெளிநாட்டவர்களுக்குக் கிடையாது. ஒயினோ, பழச்சாறோ, குளிர்பானங்களோதான் குடிக்கிறார்கள். நமக்குத்தான் தண்ணீர் அருகில் இல்லாமல் சாப்பிட முடியாது.

இரண்டு மூன்று உணவுகள் ஒன்று சேர்ந்த காம்போ முறைகள்தான் அங்கு பிரபலம். தனியாக உணவை ஆர்டர் செய்து சாப்பிடுவது விலை அதிகம் என்றார்கள். என்ன சாப்பிடுவது எனப் புரியாமல் தேடியபோது நண்பர் கேட்டார். 'சீன உணவுகள் சாப்பிடுவீர்கள்தானே' என்று!

'சாப்பிட்டிருக்கிறேன்' என்றேன்.

இருவரும் ஒரு சீன உணவகத்தில் அமர்ந்து சாப்பாடு ஆர்டர் செய்தோம். நமது ஊரில் கிடைக்கும் சீன உணவுகள் தானே என நினைத்தேன். ஆனால், அதே பெயர்கள் கொண்ட வேறு உணவு வந்தது. எப்படி எனக் கேட்டபோது, 'இந்தியாவில் கிடைக்கும் சீன உணவுகள் இந்தியர்களுக்கு என்றே தயாரிக்கபடுவது, அது நிஜமான சீன உணவு இல்லை' என்றார்.

பரிமாறப்பட்ட சீன உணவை என்னால் சாப்பிட முடிய வில்லை . குமட்டிக் கொண்டு வந்தது . நமது கொழுக்கட்டை போலவே ஜியாவ்ஜி என்று சீனர்கள் தயாரிக்கிறார்கள். அது வேகவைத்த உணவு.

உள்ளே மீனோ, கறியோ, இனிப்போ இருக்கும். 'குடும்ப விருந்தில் இந்தக் கொழுக்கட்டை ஒன்றில் நாணயம் வைத்து விடுவார்கள். யாருக்கு இந்தக் கொழுக்கட்டை கிடைக்கிறதோ அவர் அதிர்ஷ்ட சாலியாகக் கருதப்படுவார்' என்றார். நான் இனிப்பு ஜியாவ்ஜி, பச்சைக் காய்கறிகளும் பழங்களும் மட்டும் சாப்பிட்டேன்.

நண்பர் சிரித்தபடியே சொன்னார். 'எங்கள் கிராமத்தில் நூடுல்ஸ் சாப்பிடாத குழந்தைகளே கிடையாது. வெள்ளைக் காரனால்கூட எங்கள் கிராமத்து மக்களை பிரெட் ஜாம் சாப்பிட வைக்க முடியவில்லை. ஆனால், சீன உணவுகள் எளிதாக மக்களால் ஏற்றுக்கொள்ளப்பட்டுவிட்டன. இன்று ஒட்டுமொத்த இந்தியாவின் உணவுப் பழக்கத்தை சீன உணவு வகைகள் புரட்டிப்போட்டுள்ளன. சில்லி சிக்கன், ஃப்ரைடு ரைஸ், நூடுல்ஸ், கோபி மஞ்சூரியன் மட்டுமே விற்கும் தள்ளுவண்டி கடைகள் இல்லாத ஊர்களே இல்லை. வீட்டிலேயே நூடுல்ஸ், ஃப்ரைடு ரைஸ் என தயார் செய்ய ஆரம்பித்துவிட்டார்கள். சீனச் சுவைதான்

இன்று சிறுவர்களுக்கு அதிகம் பிடித்திருக்கிறது. கடவுளுக்கு மட்டும்தான் நூடுல்ஸ் படைக்கவில்லை. மற்ற எல்லோருக்கும் நூடுல்ஸ் பிடித்திருக்கிறது' என்று சிரித்தபடி சொன்னார்.

அவர் சொன்னது உண்மை. தமிழகத்தின் கடைக்கோடி வரை நூடுல்ஸ், ஃப்ரைடு ரைஸ் பரவிட்டது. துரித உணவு என்பதாலும், விலை மலிவு என்பதாலும், சுவை புதிதாக இருப்பதாலும் அதை பெருவாரியான மக்கள் சாப்பிடுகிறார்கள்.

சீன உணவு வகைகள் இந்தியாவில் மட்டுல்ல; உலகெங்கும் பெரும் சந்தையை உருவாக்கி உள்ளன. இங்கிலாந்திலும் அமெரிக்காவிலும் கனடாவிலும் கூட சீன உணவு வகைகளுக்குப் பெரும் கிராக்கி உருவாகி உள்ளது.

சீனர்கள் எந்த நாட்டுக்குப் புலம் பெயர்ந்து போனாலும் அங்கே சைனா டவுன் ஒன்றை உருவாக்கிவிடுவார்கள். அங்கே ஒரு பௌத்த கோயில், சீன அங்காடிகள், சீன உணவுக் கடைகள் உருவாகிவிடும். தங்களின் விழாக்களைக் கொண்டாடுவார்கள். இசை, ஓவியம், கலை, உணவு, மொழி ஆகியவற்றை எந்த நாட்டுக்குச் சென்றாலும் சீனர்கள் மறப்பதே இல்லை .

ஆனால், தமிழ் மக்கள் எந்த நாட்டுக்குப் போனாலும் உடனடியாக தங்களின் சுய அடையாளங்களை மறைத்துக் கொண்டுவிடுகிறார்கள். அல்லது மறந்துவிடுகிறார்கள். இன்று நூற்றுக்கும் மேற்பட்ட நாடுகளில் சைனா டவுன் இருக்கிறது. ஆனால், தமிழர்கள் வாழும் எத்தனை நாடுகளில் தமிழ் டவுன் இருக்கிறது? இந்த விஷயத்தில் ஈழத் தமிழ் மக்கள் பாராட்டுக்குரியவர்கள். தாங்கள் புலம்பெயர்ந்த நாடுகளில் எல்லாம் தமிழ் அடையாளங்களைக் காப்பாற்றிக் கொள்ளவும் வளர்த்து எடுக்கவும் பெருமுயற்சி எடுத்து வருகிறார்கள்.

சீன உணவு எப்படி உலகெங்கும் பரவியது? ஒன்று ரயில் பாதை அமைப்பதற்கும், கட்டுமானப் பணிகளுக்கும், கூலித்தொழிலாளர்களாகப் பல்லாயிரம் சீனர்கள் கனடா, அமெரிக்கா, ஜப்பான், இங்கிலாந்து, ஆஸ்திரேலியாவுக்குச் சென்றார்கள். இன்னொரு பக்கம் சீன வணிகர்கள்

வியாபாரம் செய்வதற்காக உலகெங்கும் பயணம் செய்து இக்கிறார்கள். சோழ அரசுடன் சீனா வணிகத் தொடர்பு கொண்டிருக்கிறது.

சீனாவில் இருந்து யுவான்சுவாங், பாஹியான் போன்ற யாத்ரீகர்கள் இந்தியாவுக்கு வந்து போயிருக்கிறார்கள். இவர்களைப் போன்ற யாத்ரீகர் வழியாக சீன உணவு அறிமுகமாகியிருக்கக் கூடும். இவை தவிர கடலோடிகள், பட்டு வணிகர்கள், சீனாவுக்கு அபின் விற்பனைக்காக பிரிட்டிஷ் அரசு மேற்கொண்ட பரிவர்த்தனைகள் வழியாக சீன உணவுகள் உலகுக்கு அறிமுகமாகி இருக்கலாம்.

தமிழகத்தில் நாம் உண்ணுகிற நூடுல்ஸ், ஃப்ரைடு ரைஸ் போன்றவை அசலான சீன உணவு கிடையாது. இது சீன உணவின் செய்முறையில் அமைந்த இந்திய உணவு. மரபான சீன உணவுகளின் சுவை பெரிதும் மாறுபட்டது. இந்தியாவுக்கு என்றே பிரத்யேகமாக உருவாக்கப்பட்ட சீன உணவுகளைத் தான் நாம் சாப்பிட்டுக் கொண்டிருக்கிறோம். இவைதான் இங்குள்ள சீன உணவகங்களில் விற்கப்படவும் செய்கிறது. ஒருவேளை யாராவது சீனர்கள் தமிழ்நாட்டுக்கு வந்து சீன உணவுகளை சாப்பிட்டால் அவர்களுக்கு இந்த சுவை புதியதாக இருக்கும். இவை சந்தை உருவாக்கிய சீன உணவுகள். இந்தியாவில் ஆண்டுதோறும் 4,500 கோடி ரூபாய்களுக்கு நூடுல்ஸ் விற்கப்படுகின்றன.

அசலான சீன உணவு என்பது எது? சீனா மிகப் பெரிய நாடு. அதன் ஒவ்வொரு பிராந்தியத்திலும் ஒரு வகை உணவு பிரபலம். உணவை கடைகளில் வைத்து விற்பனை செய்கிற பழக்கம் சீனாவில் இரண்டு மூன்றாம் நூற்றாண்டுகளிலேயே இருந்திருக்கிறது. சந்தைகளில் விதவிதமான உணவு வகைகள் எப்படி விற்கப்பட்டன என்பதைப் பற்றி சீன இலக்கியத்தில் குறிப்புகள் காணப்படுகின்றன.

சீனாவின் முக்கிய உணவு அரிசி. வட சீனாவில் அதிகம் கோதுமை விளைகிறது. ஆனாலும், அவர்கள் அரிசியைத்தான் தங்களின் முக்கிய உணவாகக் கொண்டிருக்கிறார்கள். கோதுமையில் இருந்து நூடுல்ஸ் தயாரித்து உண்கிறார்கள். அரிசியில் இருந்து தயாரிக்கப்படும் நூடுல்ஸ்களும் உண்ணப்படுகின்றன. சீனாவில் ஹான் அரசு காலத்தில்தான்

முதன்முறையாக நூடுல்ஸ் சமைக்கப்பட்டது என்கிறார்கள். இல்லை ஏழாம் நூற்றாண்டில் பாஸ்தாவை ரோமாபுரிக்குக் கொண்டுவந்துவிட்டார்கள் என்று நிறைய ஆதாரங்களைத் தருகிறார்கள் இத்தாலியர்கள். இந்த சண்டை இன்றும் ஓயவில்லை.

உணவை மருந்தாகக் கருதுவது சீனர்களின் பழக்கம். அதுதான் அவர்களின் நீண்ட ஆயுளுக்கு ஆதாரம். ஆகவே மூலிகைகளை உணவில் சேர்த்துக்கொள்வது அவர்களின் பண்பாடு. காய்கறிகள், பழங்கள், அவித்த உணவு வகைகள், மீன், பன்றி, வேட்டையாடப்பட்ட விலங்குகளின் இறைச்சி – இவையே சீனர்களின் ஆரம்பகால உணவு வகைகள். தெற்கு சீனாவில் நாய்க்கறி உண்பதும், வட சீனாவில் பாம்பும் பூனையும் சாப்பிடுகிற பழக்கமும் இருந்திருக்கிறது.

ஒன்றாகக் கூடி உண்பதில் சீனர்கள் விருப்பம் கொண்டவர்கள். சாப்ஸ்டிக் மூலம் சாப்பிடும்போது கிண்ணத்தில் குச்சி மோதி ஓசை உண்டாகக் கூடாது. அது சமையல் சரியில்லை என்பதன் அடையாளம். அத்துடன் பிச்சைக்காரன் மட்டும் தான் உணவு கிண்ணத்தில் சப்தமிடுவான். ஆகவே, சாப்பிடும்போது குச்சிகளால் கிண்ணத்தைத் தட்டுதல் கூடாது. இதற்கு மாறாக சூப்பை சப்தமாக உறிஞ்சிக் குடிப்பதோ, உஷ் உஷ் என நூடுல்ஸை சூடாக இழுத்துச் சாப்பிடுவதோ சந்தோஷத்தின் அடையாளமாகக் கொள்கிறார்கள்.

மார்கோ போலோவின் மூலமே ஐரோப்பாவுககு சீன உணவுகள் அறிமுகமாகியிருக்கின்றன. அதன் பிறகு 16–ஆம் நூற்றாண்டு வணிகர்கள், கிறிஸ்துவ மிஷனரிகள் மூலம் சீன உணவு பல்வேறு நாடுகளுக்கும் பரவியது. சர்க்கரையைக் குறிக்கும் சீனி என்ற சொல் சீனர்கள் வழி அறிமுகமானதே.

ஆதிகாலத்தில் சீனர்கள் சோளமும், அரிசியும், சோயாவில் செய்த சாற்றையும் சாப்பிடுவதை விருப்பமாகக் கொண்டு இருந்தார்கள். சீன முட்டைக்கோஸ், மூங்கில் குருத்து, தாமரை தண்டுகள், வெங்காயம் இவற்றை ஆசையாக சீனர்கள் சாப்பிடுவார்கள். அவர்களின் சாப்பாட்டு மேஜை வட்ட வடிவமானது. ஆங்கிலேயர்களைப்போல் செவ்வக மேஜையோ, நடுநாயகமாக விருந்து தருபவர் அமர்வதோ

அங்கே கிடையாது.

தாமரை இலைகளில்தான் உணவைப் பரிமாறுவார்கள். சூப் மற்றும் உணவைப் பரிமாற மரக்கலன்களை அதிகம் பயன்படுத்துகிறார்கள். சீனர்கள் முட்டை சாப்பிடுவதை அதிகம் விருப்பக் கூடியவர்கள். ஒருவர் குறைந்தபட்சம் ஒரு நாளில் 8–ல் இருந்து 10 முட்டைகளை சாப்பிட்டுவிடுவார். குழந்தை பிறந்தால் முட்டையில் செய்யப்படும் விசேஷ உணவுதான் விருந்தினர்களுக்குப் பரிமாறப்படும். முட்டை என்பது இனவிருத்தியின் அடையாளம் என்பது அவர்களின் எண்ணம்.

இதுபோலவே மகிழ்ச்சியின் அடையாளம் என்பதற்காக வாத்து, செல்வ வளம் பெருக வேண்டும் என்பதன் அடையாளமாக பொறித்த முழு மீன், நீண்ட ஆயுளின் அடையாளமாக நூடுல்ஸ், குழந்தைகள் பெற்று பெருகி வாழுங்கள் என்பதன் அடையாளமாக ரொட்டியில் எள், சீரகம் போன்றவற்றைக் கலந்து சாப்பிடுவதையும் மரபாகக் கொண்டிருக்கிறார்கள்.

பன்றி மாமிசம்தான் அவர்களின் முக்கிய உணவு. பொறித்த பன்றியை விருந்தில் பரிமாறுவது சந்தோஷத்தின் அடையாளம். தேநீரில் முட்டையை வேகவைத்து சாப்பிடுகிற பழக்கம் அவர்களுக்கு உண்டு. சோயா, புரோட்டீன் நிரம்பியது என்பதால் சோயா சாற்றை உணவில் அதிகம் சேர்த்துக் கொள்கிறார்கள்.

இந்தியாவின் முதல் சீன உணவகம் கொல்கத்தாவில்தான் ஆரம்பிக்கப்பட்டது. இந்த உணவகம் ஆரம்பிக்கக் காரணமாக இருந்தவர்கள் கொல்கத்தாவில் வசித்த சீனர்கள். 18–ஆம் நூற்றாண்டில் தாங் ஆசிங் என்ற வணிகர் கொல்கத்தா அருகில் ஒரு சர்க்கரை ஆலையை உருவாக்கினார். இதில் பணியாற்றுவதற்காக ஆயிரக்கணக்கான சீனர்களை தன்னோடு அழைத்துக்கொண்டு வந்திருந்தார். அவர்கள் ஒரு முகாம் போல ஒன்றாகத் தங்கினார்கள். ஆசிங் மறைந்த பிறகு சீனர்கள் தாங்களே கரும் பாலையை ஏற்று நடத்தினார்கள். அவர்கள் மூலம்தான் கொல்கத்தாவில் சீன உணவகம் ஆரம்பிக்கப்பட்டது.

சிக்கன் மஞ்சூரியன் எனும் சீன உணவு மும்பையில் சமையற்காரராகப் பணியாற்றிய நெல்சன் வாங் என்ற சீன சமையற்காரர் வழியாகத்தான் அறிமுகமானது. அது பின்னாளில் உலக நாடுகளுக்குப் பரவியிருக்கிறது.

18–ஆம் நூற்றாண்டின் இறுதியில் சென்னை சிறையில் அடைக்கப்பட்டிருந்த சீனக் கைதிகள் சிலர் தப்பியோடி விட்டார்கள் என்ற தகவலை மெட்ராஸ் கெஜட்டியர் கூறுகிறது. ஊட்டியில் உள்ள தேயிலைத் தோட்டங்களை அமைப்பதற்காக சீனக் கைதிகளை அழைத்துக்கொண்டு போனார்கள். அவர்கள் அங்குள்ள தமிழ்ப் பெண்களைத் திருமணம் செய்து வாழ்ந்திருக்கிறார்கள் என்கிறார் எட்கர் தர்ஸ்டன்.

இந்தியாவின் பெருநகரங்களில் 50 ஆண்டுகளுக்கு முன்பாக சீன உணவகங்கள் ஆரம்பிக்கப்பட்டன. ஆனால், கடந்த 20 ஆண்டுகளில் அது பட்டி தொட்டி வரை பரவி விட்டதற்கு முக்கியக் காரணம் ஊடகங்கள். தொலைக்காட்சியும், பத்திரிகைகளும் விளம்பரத்தின் மூலம் சீன உணவு சந்தையைப் பரவலாக்கின.

உடனடி நூடுல்ஸை அறிமுகம் செய்தது ஜப்பான். மோமோபுகுகா அந்தோ என்பவர் 1958–ல் உடனடி நூடுல்ஸ் அறிமுகம் செய்தார். 1971–இல் கப் நூடுல்ஸ் நிசான் உணவகத்தால் அறிமுகம் செய்யப்பட்டது. ஒவ்வோர் ஆண்டும் 95 பில்லியன் உடனடி நூடுல்ஸ் உண்ணப்படுகிறது. இதில் 42 பில்லியன் நூடுல்ஸ் சீனாவில மட்டுமே விற்பனையாகிறது. ஆனால், நம்மவர்கள் இன்னும் நூடுல்ஸை எப்படிச் சாப்பிடுவது என்பதைப் பழகிக்கொள்ளவில்லை!

4

உயிர் குடிக்கும் டீ!

நூடுல்ஸ் மற்றும் சீன உணவுகளைத் தொடர்ந்து சாப்பிடுவதன் மூலம் ரத்த அழுத்தம், நுரையீரல் ஒவ்வாமை, சரும நோய்கள், கிட்னி பாதிப்பு உள்ளிட்ட உடல்நலக் கோளாறுகள் உருவாகின்றன. அதற்கு முக்கியக் காரணம் மோனோசோடியம் குளுட்டாமேட் எனப்படும் சுவையூட்டி. இதன் காரணமாக நமது சுவை அரும்புகள் பாதிக்கப்படுகின்றன. சீன உணவுகளைத் திரும்பத் திரும்ப சாப்பிடச் செய்வதற்கே இந்தச் சுவையூட்டி பயன்படுத்தபடுகிறது.

சீன உணவில் அதிகம் உப்பும் கொழுப்பும் இருக்கின்றன. அது நமது அன்றாட தேவையைப்போல் மூன்று மடங்கு அதிகமானது. நூடுல்ஸில் உலரவைத்த கோழிக்கறி, காய்கறிகள் உள்ளன. அவற்றைப் பதப்படுத்துவதற்காக செயற்கை ரசாயனப் பொடிகள் பயன்படுத்தப்படுகின்றன. இவை உடலுக்குக் கெடுதல் செய்யக் கூடியவை.

நூடுல்ஸ் ஒன்றோடு ஒன்று ஒட்டிக்கொள்ளாமல் இருக்க வாக்ஸ் தடவப்படுகிறது. சுவையூட்ட அதிக அளவு சோடியம் கலக்கப்படுகிறது. செயற்கை நிறமூட்டி,

சுவையூட்டியான propylene glycol போன்ற வேதிப்பொருட்கள் உடலுக்குத் தீங்கு செய்கின்றன.

மலேசியாவில் ஆண்டுக்கு 1,210 மில்லியன் நூடுல்ஸ் பாக்கெட்கள் உணவாக உட்கொள்ளப்படுகின்றன. இதன் மோசமான பின்விளைவுகள் காரணமாக சிறுநீரகப் பாதிப்புக்கு உள்ளானவர்கள் எண்ணிக்கை 13,000. அங்கே துரித உணவுப் பழக்கம் காரணமாக ஒவ்வொரு மணி நேரத்திலும் ஆறு பேர் உடல் நலம் பாதிக்கப்படுகிறார்கள். ஆகவே உடனடி நூடுல்ஸை தவிருங்கள் என்கிறது மலேசிய உணவு தர நிறுவனத்தின் அறிக்கை .

சீனாவில் இருந்து உலகுக்கு அறிமுகமான முதல் உணவு தேநீர். தேநீரைக் கண்டுபிடித்தவர்கள் சீனர்களே. ஆரம்ப காலங்களில் தேநீரில் உப்பு சேர்த்து குடித்து வந்தனர். சீனாவில் தேயிலைகளை அரைத்து மூட்டுவலிக்கு பத்து போடுவார்களாம்.

சீனச் சக்கரவர்த்தி ஷென் நுங் குடிப்பதற்காக வைத்திருந்த சுடுநீரில் தேயிலைச் செடியின் இலைகள் பறந்துவந்து விழவும், அதைக் குடித்த மன்னர் புதிய பானமாக இருக்கிறதே என டீயை சிறப்பு பானமாக அறிமுகம் செய்தார் என ஒரு கதை சொல்கிறார்கள்.

இங்கிலாந்துக்குத் தேநீர் 1650–களில்தான் அறிமுகமானது. விலையுயர்ந்த, பிரபுக்களின் பானம் என்று அறிமுகமாகி, பிறகு அடித்தட்டு மக்களும் குடிக்கும் பானமாக உருமாறியது. ஆரம்ப காலத்தில் பிரிட்டிஷ் அரசு தேயிலையை சீனாவில் இருந்துதான் இறக்குமதி செய்தது.

பண்டமாற்று செய்ய சீனாவுக்குத் தேவையான பொருள் ஆங்கிலேயரிடம் எதுவும் இல்லாததால், அபின் எனும் போதை மருந்தை இந்தியாவின் கங்கை சமவெளியில் விளைவித்து, அதைக் கப்பலில் ஏற்றி சீனாவுக்கு விற்றது கிழக்கிந்திய கம்பெனி. அபினுக்கு ஈடான தேயிலை விற்கப்பட்டது.

இந்தியாவில் தேநீர் அறிமுகமான நாட்களில் அது இலவசமாகத் தரப்பட்டு டீ குடிக்கும் பழக்கம் உருவான பிறகு, தேநீருக்கு காசு வசூலிக்கப்பட்டது. இதைப்பற்றி

கி.ராஜநாராயணன் கரிசல்காட்டு கடுதாசியில் சிறப்பாக எழுதியிருக்கிறார்.

சீனர்கள் மருத்துவ மூலிகையாகவே தேயிலையை முதலில் அறிந்திருந்தனர். பௌத்த துறவிகள் மூலமாக கி.மு 800–களில் ஜப்பானுக்குத் தேயிலை பரவியது. அங்கிருந்து டச்சுக்காரர்கள் வழியாக இங்கிலாந்து, ஃபிரான்ஸ் நாடுகளில் பரவியது. 18–ஆம் நூற்றாண்டில் தென்கிழக்கு ஆசியா, ஆப்பிரிக்கா போன்ற நாடுகளுக்குத் தேயிலை பரவியது. இன்று உலகளவில் தேயிலை உற்பத்தியில் இந்தியா இரண்டாம் இடத்தில் இருக்கிறது. ஒயிட் டீ, பிளாக் டீ, ஜாஸ்மின் டீ, ஓலங் டீ, ஹெர்பல் டீ என 1,000–க்கும் மேற்பட்ட ரகங்கள் இருக்கின்றன.

தேயிலையில் உள்ள ஆன்ட்டி ஆக்சிடன்ட் புத்துணர்வு தரக்கூடியது என்கிறார்கள். குறிப்பாக கெமோமில் தேநீர், க்ரீன் டீ குடிப்பது உடல் நலத்துக்கு ஏற்றது. இதை ஜப்பானியர்கள் விரும்பி அருந்துகிறார்கள். தேநீரில் எலுமிச்சையைச் சேர்த்து பருகும் லெமன் டீ பழக்கத்தை அறிமுகம் செய்தவர்கள் ரஷ்யர்கள்.

கேத்ரின் என்பவர்தான் தேநீர் குடித்த இங்கிலாந்தின் முதல் மகாராணி. 18–ஆம் நூற்றாண்டில் லண்டனில் புகழ்பெற்றிருந்த காபி கிளப்களில் பெண்களுக்கு இடம் கிடையாது. ஆகவே வீட்டில் மாலை நேரங்களில் டீ பார்ட்டி தரும் வழக்கம் உருவானது. இதற்காக அழகான தோட்டங்கள் உருவாக்கப்பட்டன. 1750–களில்தான் சாசருடன் கூடிய டீ கோப்பைகள் தயாரிக்கப்பட்டன.

தொழில் புரட்சிக்குப் பிறகு இங்கிலாந்தில் மாலையில் வீடு திரும்பும் தொழிலாளர்கள் தேநீர், பிஸ்கட், ரொட்டித் துண்டு உண்ணும் வழக்கத்தைக் கைக்கொண்டனர். இந்த டீ சாப்பிடும் மேஜை உயரமாக இருந்த காரணத்தால் இது ஹை டீ என அழைக்கப்பட்டது.

ஒக்கூரா எழுதிய ‘தேநீர் கலை’ என்ற நூல் தேநீரின் வரலாற்றையும் பருகும் விதத்தைப் பற்றியும் அழகாக எடுத்துச் சொல்கிறது. தேநீர் கலை என்பது ஒரு தத்துவம். அழகுணர்ச்சியும் உடல்நலமும் புத்துணர்வும் ஒன்று சேர்ந்த கலை அது. சரியான தேயிலையைத் தேர்வு செய்வதில்தான்

நல்ல தேநீர் தயாரிப்பு துவங்குகிறது. ஆகவே தேயிலையைத் தேர்வு செய்வதில் கவனம் வேண்டும். டீ தயாரிப்பதில் 300-க்கும் மேற்பட்ட முறைகள் உண்டு. தயாரிக்கப்பட்ட தேநீரை எந்தக் கோப்பையில் ஊற்றுவது என்பது முக்கியமானது. சீனர்களின் பீங்கான் பாத்திரங்கள் டீ குடிப்பதற்கு என்றே தனித்து உருவாக்கபடுகின்றன. இதில் நீலநிறமான குவளைகளே டீ குடிப்பதற்குச் சிறந்தவை என்கிறார் ஒக்கூரா.

ஜப்பானில் தேநீர் தயாரிக்க 24 வகையான பொருட்கள் தேவைப்படுகின்றன. இதில் தேநீர் தயாரிக்கப்படும் தண்ணீர் மலை ஊற்றுகளில் அல்லது சுனைகளில் கிடைத்த தூய்மையான தண்ணீராக இருக்க வேண்டியது அவசியம்

தண்ணீரைக் கொதிக்க விடும்போது மீன்களின் கண்கள் விழிப்பதைப்போல சிறிய கொப்பளங்கள் தோன்றும். அது முதல் நிலை, அதே தண்ணீர் மேலும் கொதித்து கோன உருண்டைகளை தரையில் உருட்டிவிட்டது போல் பெரியதாக மாறும். அது இரண்டாம் நிலை. நீராவியுடன் அது கொதிக்கத் துவங்கும். அதுவே மூன்றாம் நிலை. அந்த நிலைக்கு தண்ணீர் வந்த பிறகே அதை தேநீர் தயாரிக்கப் பயன்படுத்த வேண்டும்.

தேயிலையை மிருதுவாகப் பொடி செய்து வைத்துக்கொள்ள வேண்டும். கொதிக்கும் தண்ணீரில் தேயிலையைப் போட்டு கொதிக்கவிட்டு நன்கு கொதித்த பிறகு அதன் மீது குளிர்ந்த தண்ணீரைத் தெளித்து அதைத் தணிக்க வேண்டும். அப்படி தயாரிக்கப்பட்ட தேநீரை அழகிய குவளைகளில் பரிமாற வேண்டும். சூடான தேநீரைக் குடித்தவுடன் தனிமை பறந்துபோய்விடும். சிறகு முளைத்துப் பறப்பது போன்ற அனுபவம் உண்டாகும். மனதைத் தூய்மைப்படுத்தும்' என்கிறார் ஒக்கூரா.

தேநீர் கலையை உலகம் முழுவதும் பிரபலம் ஆக்கியது ஜென் பௌத்தம்.

இன்று இந்தியாவில் 83 சதவிகிதம் பேர் டீ குடிக்கிறார்கள். ஆகவே, அதை தேசிய பானமாக அறிவிக்க வேண்டும் என்கிறார்கள். இத்தனை பேரும் நல்ல டீயைத்தான்

குடிக்கிறார்களா எனக் கேட்டால், 'இல்லை' என்றுதான் சொல்வேன். 90 சதவிகிதம் பேர் மோசமான, கலப்படத் தேயிலையால் உருவாக்கப்பட்ட டீயைத்தான் குடிக்கிறார்கள். தலைவலிக்கு டீ குடிக்கப் போய் வயிற்று வலியை உண்டாக்கிக்கொள்கிறார்கள்.

தேயிலைத்தூளில் இலவம் பஞ்சு காயை அரைத்துக் கலப்பது, முந்திரிக்கொட்டை தோலைப் பொடியாக்கிச் சேர்ப்பது, மஞ்சனத்தி இலை, குதிரைச் சாணம், மரத்தூள், தேங்காய் நார் ஆகியவற்றை அரைத்துக் கலப்பது என... விதவிதமாகக் கலப்படம் செய்கிறார்கள், இந்தத் தேநீரை தினமும் மூன்றோ நான்கோ குடிப்பதால் குடல், கல்லீரல் பாதிப்படையும். குடல் புண் உண்டாகும். அல்சர், மூட்டு வலி, கிட்னி பாதிப்பு ஏற்பட்டு நாளடைவில் புற்றுநோய்கூட உண்டாகலாம்.

உணவுப்பொருளில் கலப்படம் செய்து விற்றால், ஆயுள் தண்டனை வழங்கலாம் என்கிறது சட்டம். ஆனால், நடைபாதை சீன உணவகங்களிலும் கலப்பட தேயிலை தயாரிப்பதிலும் கட்டுப்பாடோ கண்காணிப்போ இல்லை. கள்ளச்சந்தை டீத்தூள் ஒருபுறம் ஆக்கிரமிக்கிறது என்றால், நூடுல்ஸ் சந்தை மறுபக்கம் குழந்தைகளைத் தனது பிடிக்குள் இழுத்துக் கொண்டிருக்கிறது.

100 கிராம் நூடுல்ஸில் 130 முதல் 600 மில்லி கிராம் வரை அனுமதிக்கப்பட்ட சோடியம் அளவாகும். ஆனால், இந்தியாவில் விற்கப்படும் பல்வேறு நூடுல்ஸ் நிறுவனங்களின் தயாரிப்புகளில் 821 மில்லி கிராம் முதல் 1,943 மில்லி கிராம் வரை சோடியம் இருக்கிறது. இதனால் உயர் ரத்த அழுத்தம், உடல் பருமன், கிட்னி பாதிப்பு எனப் பல்வேறு ஆபத்துகளுக்கும் குழந்தைகள் ஆளாக நேரிடும்.

வயிற்றுக்கு எந்தக் கெடுதலும் செய்யாத ஆவியில் வேகும் அருமையான உணவு இடியாப்பம். அதை சாப்பிடுவதற்கு நமக்கு விருப்பமே இல்லை. ஆனால், இரண்டு நிமிஷம் நூடுல்ஸ் சாப்பிடத் துடிக்கிறோம். தொலைக்காட்சி வழியாக ஒரு நாளில் குறைந்தபட்சம் 230 உணவு விளம்பரங்களைக் குழந்தைகள் பார்க்கிறார்கள் என்கிறது ஒரு புள்ளிவிவரம். உணவு நிறுவனங்கள் சந்தைப் போட்டிக்காகப் புதுப் புது ரக நூடுல்ஸ்களை அறிமுகப்படுத்துகிறார்கள். அந்த உணவில்

இருப்பதாக அவர்கள் கூறும் வைட்டமின், உப்பு, கொழுப்பு எல்லாவற்றின் அளவும் பொய்யானவை. இந்தப் பொய்களை நாம் ஆராய்ந்து பார்ப்பது இல்லை.

உங்கள் குழந்தைகளின் நலனில் உங்களுக்கு உண்மையான அக்கறை இருந்தால் இரண்டு நிமிட துரித உணவுகளை விலக்கி சரியான, சத்தான, உணவை அவர்களுக்கு அளியுங்கள். இரண்டு நிமிட உணவை சாப்பிடுகிறவர்கள் ஐந்து நிமிடத்தில் நோயாளி ஆகிவிடுவார்கள் என்பதே நிஜம்.

5
உணவு விதிகள்

என்ன சாப்பிடுவது என்ற கேள்வி ஒவ்வொரு நாளும் ஒவ்வொரு வேளையும் எதிர்நின்று பயமுறுத்துகிறது.

லோ கொலஸ்ட்ரால், ஹை புரோட்டீன், ஒமேகா 3 ஃபேட்டி ஆசிட், பாலிபினைல், ஃபோலிக் ஆசிட், குட் கொலஸ்ட்ரால் என்று ஏதேதோ சொல்லி நம்மைப் பயமுறுத்துகிறார்கள்.

போனவாரம் வரை நல்லெண்ணெய் சாப்பிட வேண்டாம் என்று சொன்ன டாக்டர், இந்த வாரம் சூரியகாந்தி எண்ணெய் வேண்டாம்; நல்லெண்ணெய் சாப்பிடுங்கள் என்கிறார். ஒரு டாக்டர் வேர்க்கடலையை விரும்பி சாப்பிடுங்கள் என்கிறார். மற்றவரோ, வேர்க் கடலையைக் கண்ணால்கூடப் பார்க்கக் கூடாது என்கிறார்.

ஊடகங்கள் ஒரு பக்கம் விதவிதமாக சமைத்துச் சாப்பிடுங்கள் என்கிறது. மறுபக்கம் எதைச் சாப்பிடுவதாக இருந்தாலும் இதய நோய், நீரிழிவு, ரத்த அழுத்தம் என்று சொல்லிப் பயமுறுத்துகிறது.

என் வீட்டில் காகங்களுக்குச் சாப்பாடு வைப்பது வழக்கம். அதனால் காகங்களின் இயல்பை நெருக்கமாக

எஸ். ராமகிருஷ்ணன் ❋ 33

அறிந்து கொள்ள முடிந்திருக்கிறது. சென்னை காகங்கள் விநோதமானவை. இவை இட்லி, தோசை, சோறு போன்ற எதையும் சாப்பிடுவது இல்லை. நூடுல்ஸ், சிப்ஸ், வடை, பஜ்ஜி, போண்டா போன்றவற்றை மட்டுமே சாப்பிடுகின்றன. பலமுறை தட்டில் சோற்றை வைத்து கா... கா... என அழைத்தாலும் நெருங்கி வந்து நுகர்ந்துகூட பார்ப்பது இல்லை. இதற்கு மாறாக எண்ணெய் பலகாரங்கள் எதை வைத்தாலும் உடனே பறந்துவந்து சாப்பிடுகின்றன. காகங்கள் கூடவா சென்னையில் துரித உணவுகளுக்குப் பழகிவிட்டன என்று ஆதங்கமாகவே இருக்கிறது.

ஒரு நாளைக்கு இரண்டு வேளை உணவே போதுமானது என்கிறது தேரையர் எழுதிய பதார்த்த குண சிந்தாமணி. இது 15–ஆம் நூற்றாண்டில் எழுதப்பட்ட மருத்துவ நூல். மூன்று வேளை உணவு தேவை என்றால், முதல் உணவை சூரிய உதயத்தில் இருந்து ஒன்றரை மணி நேரத்துக்குள் சாப்பிட வேண்டும். இரண்டாவது உணவைச் சூரிய உதயத்தில் இருந்து ஆறு மணி நேரத்துக்குள்ளும் மூன்றாவது வேளை உணவைச் சூரியன் மறைந்து மூன்று மணி நேரத்துக்குள்ளும் எடுத்துக்கொள்ளலாம் என்கிறது இந்த நூல்.

பதார்த்த குண சிந்தாமணி, ஓர் அரிய மருத்துவ நூல். வாழ்வியலுக்கு வழிகாட்டும் இந்தப் புத்தகத்தில் தண்ணீரின் வகை, காய்கறிகளில் என்ன சாப்பிடலாம், ஏன் சாப்பிட வேண்டும், எப்போது எப்படி உறங்க வேண்டும் என்பதைப் பற்றி விரிவாக எடுத்துச் சொல்லப்பட்டுள்ளது. இதோடு உணவின் வகைகள், பழங்களின் வகைகள், உலோக வகைகள், உடலுறவு கொள்வதற்கான நேரம், மனநிலை என சகலமும் ஆராயப்பட்டுள்ளது. உணவு முறைகளைப் பற்றிய நமது பராம்பரிய அறிவு இதுவரை தனித்து தொகுக்கப்படவில்லை. உணவு குறித்து ஆங்கிலத்தில் வெளியாகும் புத்தகங்களுக்குத் தரும் முக்கியத்துவத்தை மரபான தமிழ் நூல்களுக்கு நாம் தருவது இல்லை .

25 ஆண்டுகளுக்கு முன்பு வரை நோய் வந்தால்.... தேவைப்படும் பத்தியமோ, விலக்க வேண்டிய உணவுகளைத் தவிர்த்தோ சாப்பிடுவார்கள். இன்று நோய் வந்துவிடப் போகிறதே எனப் பயந்து பயந்து சாப்பிடுகிறோம். ஒன்றாம்

வகுப்பில் படிக்கும் மாணவன்கூட கண்ணாடி அணிந்து இருக்கிறான். சரிவிகித உணவு கிடைக்கவில்லை என்று காரணம் சொல்கிறார்கள்.

மறுபக்கம் 10–ல் ஐந்து பள்ளிச் சிறுவர்கள் அதிக உடல் பருமன் கொண்டிருக்கிறார்கள். நாலு வயது பையனை டயட்டில் இருக்கச் சொல்லி வீட்டில் மிரட்டுகிறார்கள் என்றால் பார்த்துக்கொள்ளுங்கள்.

இன்னொரு பக்கம் என்ன சாப்பிட்டால் ஞாபக சக்தி வளரும், எது சாப்பிட்டால் மெல்லிடை உருவாகும், எந்த உணவு உயரமாக வளரவைக்கும் என மருத்துவரை நாடிப் போய் கேட்கும் அவலம். மறுபக்கம் சக்கை உணவுகளை வாங்கிச் சாப்பிட்டு, வீட்டு உணவு என்றாலே ஓடி ஒளியும் பிராயத்துப் பிள்ளைகள். சாப்பாட்டுப் பிரச்னை எல்லோரையும் பாடாய்படுத்துகிறது. நின்று நிதானமாக யோசிக்க ஆரம்பித்தால் அன்றைய வேலை கெட்டுவிடும் என்று, ஏதாவது ஒன்றைச் சாப்பிட்டுவிட்டு ஓட ஆரம்பிக்கிறார்கள்.

சாப்பிடுகிறவருக்கு இவ்வளவு சிக்கல் என்றால், சமைப்பவருக்கு இதைவிட சிக்கல். சமைத்த உணவில் பாதி வீணாகிறது அல்லது ஃபிரிஜ்ஜில் வைத்து ஒரு வாரம் சாப்பிட வேண்டியிருக்கிறது. பசிக்கு சாப்பிடுகிறவர்களைவிடவும், சாப்பிடுகிற நேரம் வந்துவிட்டது என்பதற்காகச் சாப்பிடுகிறவர்கள், இன்று அதிகமாகியிருக்கிறார்கள். ஆகவே அவர்கள் உணவைப் பெரிதாக நினைப்பது இல்லை.

தனியாகச் சாப்பிடுவதுதான் உடல்நலக் கேட்டில் முதல் பிரச்சனை. தனியாகச் சாப்பிடும்போது அதிகம் சாப்பிடுகிறோம்” என்கிறது உணவு அறிக்கை. ஆகவே, கூடி ஒன்றாகச் சாப்பிடுவதே நல்லது. உணவு வீணாகிறதே என்று நினைத்தால், வயிறு வீணாகிவிடும். இல்லத்தரசிகளில் பலர் மிச்சம் இருக்கிற உணவை எல்லாம் சாப்பிட்டு உடலைப் பருமனாக்கிக் கொள்கிறார்கள். இது தவிர்க்கப்பட வேண்டிய ஒன்று.

இரண்டுவிதமான உணவு வகைகள் நம் முன்னே இருக்கின்றன. ஒன்று மேற்கத்திய நவீன உணவு. அதில் அதிகம் துரிதவகை

உணவுகள், செயற்கை சுவையூட்டிகளால் தயாரிக்கப்பட்டது. நார்ச்சத்து வைட்டமின் குறைவு, அதிக சர்க்கரை – உப்பு சேர்க்கப்பட்டது. இதனால் உடல்பருமன், சர்க்கரை நோய், இதய நோய்கள் வர வாய்ப்பு இருக்கிறது.

மற்றொன்று நமது மூதாதையர் காலம் தொட்டு உண்ணப்பட்டு வரும் பாரம்பரிய உணவு. இது ஊருக்கு ஊர், சூழலுக்கு ஏற்ப மாறுபடக்கூடியது. இதில் விதவிதமான சுவைகள், ருசிகள் கிடையாது. ஆனால், உடல்நலத்தை மேம்படுத்தக்கூடியது. இந்த உணவு வகைகள் பருவகால மாறுதல்களுக்கு ஏற்ப உடலைச் சீர்செய்யக் கூடியது.

உள்ளூர் காய்கறிகள், இறைச்சி கொண்டு தயாரிக்கப்படுவது. புரோட்டீன் அதிகம் உள்ள உணவுகள், சிறு தானியங்கள், காய்கறிகள் பழங்கள் அதிகம் சேர்க்கப்படுபவை. இவை தலைமுறையாகச் சாப்பிடப்படுவதால் கெடுதல் செய்யாது என்பதை உறுதியாகச் சொல்ல முடியும்.

இந்த இரண்டில் எதை நாம் தேர்வுசெய்வது என்பதை நாம் முடிவு செய்வதற்கு பதிலாக சந்தை முடிவு செய்கிறது. பகட்டான விளம்பரங்களும் போலி வாக்குறுதிகளும் கவர்ச்சியான பாக்கெட்டுகளும் மேற்கத்திய உணவே சிறந்தது என்று நம்மிடம் திணிக்கின்றன. இதுதான் இன்றுள்ள முக்கியப் பிரச்னை.

பச்சைக் காய்கறிகளையும் பழங்களையும் மட்டுமே சாப்பிட்டு உயிர் வாழும் மனிதர்கள் பலர் இந்தியாவில் இருக்கிறார்கள், சமண மதத்தில் உள்ள தீவிர சைவ உணவுப் பழக்கம் கொண்டவர்கள், மரத்தில் இருந்து தானே உதிரும் பழங்களை மட்டுமே உண்பார்கள். பூமிக்கு அடியில் விளையும் கிழங்குகளை சாப்பிட மாட்டார்கள்.

பச்சைக் காய்கறிகள் கொண்ட சாலட் உண்பது உலகம் எங்கும் நடைமுறையில் உள்ளது, சாலட் என்பது பிரெஞ்சு சொல்லில் இருந்து உருவானது, இதன் லத்தீன் மூலம் சாலடா, அதாவது உப்பிடப்பட்டது, 14–ம் நூற்றாண்டில் இந்த சொல் உருவாக்கப்பட்டது. காய்கறிகளை நறுக்கி அதில் உப்பும் வினிகரும் சேர்த்து தருவதால் அது சாலட் என அழைக்கப்படுகிறது.

கிரேக்கர்களும் ரோமானியர்களும் பச்சைக் காய் கறிகளையும் பழங்களையும் சாலடுகளாகத் தயாரித்து சாப்பிடுவதில் அதிக ஆர்வம் கொண்டிருந்தார்கள். 19-ஆம் நூற்றாண்டில்தான் அமெரிக்காவில் க்ரீன் சாலட் சாப்பிடுவது புகழ்பெறத் தொடங்கியது. தேவையான காய்கறிகளை உடனடியாகத் துண்டுகளாக்கி சாலட் தயாரிப்பது போய், முன்னதாகவே துண்டிக்கப்பட்டு சுவையூட்டப்பட்ட ரெடிமேட் சாலடுகள் இப்போது கடைகளில் விற்பனை செய்யப்படுகின்றன.

உணவியல் அறிஞர் மைக்கேல் போலன் உணவு விதிகள் என்ற புத்தகம் எழுதியிருக்கிறார். நாம் எதைச் சாப்பிட வேண்டும், எதைத் தவிர்க்க வேண்டும் என்பதற்கான விதிகளை அவர் எளிமையாக வரையறை செய்திருக்கிறார். போலனின் வரையறைகளில் பல நாமும் பின்பற்ற வேண்டியதே.

போலன் 64 விதிகளை வரையறை செய்கிறார், அதில் 10 கட்டளைகளை நாம் அப்படியே ஏற்றுக்கொள்ளலாம்.

ஒன்று... உணவுப் பொருட்கள் வாங்க கடைக்குப் போகும் போது, உங்கள் தாத்தா அல்லது பாட்டியை கடைக்கு அழைத்துக்கொண்டு போங்கள். அவர்கள் எதையெல்லாட சாப்பிட அருகதை அற்றது என்று ஒதுக்குகிறார்களோ அவற்றை வாங்காதீர்கள். டப்பாவில் அடைத்த தயிரை அவர்கள் ஏற்றுக்கொள்ள மாட்டார்கள். ரசாயனப் பொருள் கலந்த ரெடிமேட் உணவை ஒதுக்கிவிடுவார்கள். பிளாஸ்டிக் பாக்கெட்டில் தயார் நிலையில் உள்ள சப்பாத்தியை ஒருபோதும் அவர்கள் சாப்பிட மாட்டார்கள். ஏன் அவர்கள் இந்த துரித உணவுகளை ஒதுக்குகிறார்கள் என்றால் அனுபவத்தில் சரியான உணவு எது என்பதை கண்டறிந்திருக்கிறார் என்பதால்தான். ஆகவே உங்கள் பாட்டியோ, தாத்தாவோ உங்களுக்கு சிபாரிசு செய்யாத எல்லா உணவுகளையும் தவிர்த்து விடுங்கள், இதுவே உணவைத் தேர்வுசெய்வதில் முதல் படி.

இரண்டாவது விதி.... உங்கள் ஆரோக்கியத்தை மேம்படுத்துவதற்காகவே உருவாக்கப்பட்ட உணவு என்று பெரிதாக விளம்பரம் செய்யப்படும் உணவுகளை

தேர்ந்தெடுக்க வேண்டாம். பெரும்பாலும் அவர்கள் இதை வெறும் விளம்பர உத்தியாகவே பயன்படுத்துகிறார்கள் போட்டி நிறுவனங்களைவிட தாங்கள் சிறந்தவர்கள் என்று காட்டுவதற்காகவே, அதிக விட்டமின், கார்போஹைட்ரேட் புரோட்டீன், ஃபைபர் உள்ளது என பொய்யாக விளம்பரம் செய்கிறார்கள். ஆகவே, இயந்திரங்கள் உருவாக்கும் உணவு வகைகளை ஒதுக்குங்கள்.

ஐந்தாவது விதி. அந்தந்தப் பருவ காலங்களில் விளைகின்ற பழங்கள், காய்கறிகள், கீரைகளை உண்ணுங்கள். எல்லாக் காலத்திலும் மாம்பழம் கிடைக்கிறது என்பது ஏமாற்று. அது உடல்நலத்துக்கு கெடுதல் செய்யும்.

ஆறாவது விதி... நான்கு கால் விலங்கின் இறைச்சியை உண்பது செரிமானம் செய்ய நேரமாகும். ஆகவே, குறைவாக உண்ண வேண்டும். பறவைகளின் இறைச்சி சாப்பிடக் கூடியது. ஆனால், அளவோடு அறிந்து சாப்பிட வேண்டும். ஒற்றைக் கால் கொண்ட தாவரங்களில் இருந்து வரும் காய்கறிகளை எவ்வளவு வேண்டுமானாலும் சாப்பிடலாம் என்கிறது சீனப் பழமொழி. இது எல்லோருக்கும் பொருந்தக்கூடிய ஒன்று.

ஏழாவது விதி... இயற்கையாக விளையக்கூடிய தானியங்கள், காய்கறிகள், அரிசியைத் தேர்வு செய்து சாப்பிடுங்கள். ரசாயன உரமிடப்பட்ட காய்கறிகளில் அதன் பாதிப்பு இருக்கவே செய்யும்..

எட்டாவது விதி... உப்பும் சர்க்கரையும் அதிகம் சேர்க்காத உணவாக தேர்வு செய்யுங்கள். இரண்டையும் கட்டுப்பாட்டில் வைத்துக்கொள்ள வேண்டியது அவசியம்.

ஒன்பதாவது விதி... செயற்கை குளிர்பானங்களை தவிர்த்து இயற்கையாக கிடைக்கும் பழச்சாறு, மோர், இளநீர் போன்றவற்றை குடியுங்கள்.

பத்தாவது விதி... மருத்துவருக்குப் பணம் கொடுப்பதைவிட பலசரக்குக் கடைக்காரருக்கு கொடுக்கலாம் என்றொரு ஆங்கிலப் பழமொழி உள்ளது. ஆகவே, தேவையான உணவுப்பொருட்களை தரம் அறிந்து தேடிப்பார்த்து

வாங்க வேண்டும். அதற்கு சோம்பேறித்தனம் கொண்டால், மருத்துவரைத் தேட வேண்டிய அவசியம் வந்துவிடும். விவசாயியிடம் இருந்து நேரடியாக உணவுப் பொருட்களை பெற முடிந்தால் மிகவும் நல்லது.

போலனின் இந்த விதிகள் அவரது கண்டுபிடிப்பு இல்லை. இது பல்வேறு உணவுப் பண்பாட்டில் முன்பு பின்பற்றப் பட்டவைதான்.

6
இது ஓட்ஸ் அரசியல்!

உணவு உற்பத்தியைப் பெருக்குவதும், முறையாக உணவைப் பகிர்ந்து தருவதும் அரசின் தலையாய கடமை. இதற்கு உற்பத்தி மற்றும் விநியோக முறைகளில் அதிக கவனம் செலுத்தப்பட வேண்டும். ஆனால், இன்று நடப்பது என்ன?

உணவு உற்பத்தியை எடுத்துக்கொண்டால், தன்னிறைவு பெறுவதே தங்களின் நோக்கம் என்று ஒரு காலத்தில் அரசாங்கம் முழக்கமிட்டது. இன்று விவசாயிகளைப் பார்த்து, 'ஏன் விவசாயம் பார்க்கிறீர்கள்... விட்டுவிட வேண்டியதுதானே?' என்று கேட்கும் நிலையை அரசே உருவாக்கி உள்ளது.

விவசாய உற்பத்தியில் ஏற்பட்ட மாற்றங்களும் உர நிறுவனங்களின் கொள்ளைக்காக உருவாக்கப்பட்ட கொள்கைகளும் ஒன்று சேர்ந்துதான் இன்று உணவுப் பிரச்னையாக வெடித்திருக்கிறது.

உணவுப் பொருளை உற்பத்தி செய்கிற விவசாயியை, பணப் பயிர்களை மட்டுமே உற்பத்தி செய்பவனாக மாற்றியது இன்றைய வேளாண்மை. அத்துடன் விவசாயி உற்பத்தி செய்த பொருளுக்கு உரிய விலை கிடைக்காமல்

போவதுடன், தரகு வணிகர்களின் ஆதாயத்துக்காக சந்தையை சூதாட்டக் களமாக்கியது. கடுமையான விலைவாசி உயர்வு, நில மோசடி, விவசாயக் கடன் சுமை என்று உணவுப் பிரச்னையின் வேர்கள் ஆழமாகப் புதைந்திருக்கின்றன.

மரபான காலை உணவுக்கு மாற்றாக ஓட்ஸ் சாப்பிடுங்கள். செரல் சாப்பிடுங்கள் என்று விளம்பரங்கள் கூறுகின்றன. செரல் சாப்பிட்டால் அழகான பொலிவான உடல் கிடைக்கும் என்று இளம் பெண்கள் பொய்யாக நம்புகின்றனர்.

காலை உணவுச் சந்தையைக் கைப்பற்ற இன்று வணிக நிறுவனங்களுக்குள் பெரும் போட்டி நடைபெற வருகிறது. காரணம்... காலை உணவு என்பது பெரும்பாலும் வீட்டில் சமைத்துச் சாப்பிடுவது; அவசரமாகத் தயாரிக்கப்படுவது. அந்தச் சந்தையைக் கையகப்படுத்திவிட்டால் கோடி கோடியாக அள்ளலாம் என்பது கணக்கு. இதற்காகப் புதிது புதிதாகக் காலை உணவுகள் முளைக்கின்றன.

இந்தியாவில் பல்வேறு ஊடகங்களில் வெளியிடப்படும் விளம்பரங்களுக்காகச் செலவிடப்படும் தொகை ரூ. 16,300 கோடி. இதில் உணவு விளம்பரங்கள் மட்டும் ரூ. 4,500 கோடி. உணவு நிறுவனங்கள் தங்களின் உணவு ஆராய்ச்சிக் காக செலவிடுவது வெறும் இரண்டு சதவிகிதம் மட்டுமே. 48 சதவிகிதத் தொகை, விளம்பரத்துக்காக செலவிடப் படுகிறது.

ஒரு ஓட்ஸ் தயாரிப்பு நிறுவனம் சென்ற ஆண்டு இந்தியா முழுவதுமான அதன் விளம்பரத்துக்காகச் செலவிட்ட தொகை ரூ. 416 கோடி. இவ்வளவு விளம்பரம் செய்து ஏன் ஓட்ஸை சாப்பிடச் சொல்லிக் கட்டாயப்படுத்துகிறார்கள். நம் உடல் நலத்தின் மீதான அக்கறையால் இல்லை. இந்தச் சந்தையை உருவாக்கிவிட்டால் கொள்ளை லாபம் அடிக்கலாம் என்பதுதான் நோக்கம்.

2000 வருஷங்களுக்கு மேலாகவே ஓட்ஸ் பயிரிடப்பட்டு வந்தாலும், அது பெருமளவு கால் நடைகளுக்கான உண வாகவே அறியப்பட்டது. 90 சதவிகிதம் குதிரைகளுக்கான உணவாக விநியோகம் செய்யப்பட்டது. ஓட்ஸின் தமிழ் பெயர் 'காடைக்கண்ணி' ஆகும்.

குளிர்ப் பிரதேசங்களில்தான் ஓட்ஸ் விளைகிறது. குறிப்பாக ரஷ்யா, கனடா, இங்கிலாந்து, ஸ்காட்லாந்து, அமெரிக்கா, பின்லாந்து, போலந்து போன்ற நாடுகளில் ஓட்ஸ் அதிகம் விளைகிறது.

1513–இல் அமெரிக்காவுக்கு வந்த ஸ்பானியர்கள் வழியாக ஓட்ஸ் அங்கு அறிமுகமானது. அதுவும் ஸ்பானியர்களுடன் வந்த ஆப்பிரிக்க மூர்களே இதை அறிமுகம் செய்திருக்கிறார்கள். அப்போது குறைவான அளவிலே ஓட்ஸ் பயிரிடப்பட்டது. அதுவும் குதிரைக்கான உணவாகவே பயிரிடப்பட்டது.

கடலோடியான கேப்டன் பார்த்தலோமியோ மூலம் 1602–இல் அறிமுகமான ஓட்ஸ், அமெரிக்காவின் எலிசபெத் தீவில் பயிரிடப்பட்டது. 1786–இல் ஜார்ஜ் வாஷிங்டன் 580 ஏக்கரில் ஓட்ஸ் பயிரிட்டிருக்கிறார். கடந்த 200 வருடங்களில் அது அமெரிக்காவில் பிரபலமான தானியமாகிவிட்டது. இன்று 1,80,000 ஏக்கர் பரப்பளவுக்குப் பயிரிடப்படுகிறது. இந்தியாவில் இமயமலைப் பகுதியிலும் உத்தரப்பிரதேசம், பஞ்சாப், பீகார் பகுதிகளிலும் விளைவிக்கப்படுகிறது.

கால்நடை உணவாக இருந்த ஓட்ஸ் எப்படி மனிதர்கள் சாப்பிடும் உணவாக மாறியது? குளிர்ப் பிரதேசங்களில் வசிப்பவர்களுக்கு உடல் உஷ்ணம் அதிகம் தேவை. அதே நேரம் குறைவான உணவால் அதிக சத்தைப் பெற வேண்டிய நிலை அடித்தட்டு மக்களிடம் இருந்தது. அப்படித்தான் அது உணவாக மாறியது. அத்துடன் அதன் வைக்கோல் குதிரை, மாடுகளுக்கு உணவாகிறது. ஓட்ஸில் இருந்து மதுபானங்கள் தயாரிப்பதும் தொழிலாக மாறியிருக்கிறது.

18–ஆம் நூற்றாண்டு வரை இங்கிலாந்தில் ஓட்ஸ் சாப்பிடுவதைக் கேவலமாகக் கருதினர். அத்துடன், அது ஸ்காட்லாந்துகாரர்கள் சாப்பிடும் உணவு; இங்கிலாந்தில் குதிரைகள் மட்டுமே ஓட்ஸ் சாப்பிடும் என்று பரிகாசம் செய்தனர். இதற்குப் பதிலடி தரும்விதமாக, 'ஓட்ஸ் சாப்பிடுவதால்தான் இங்கிலாந்தில் நல்ல குதிரைகளும், ஸ்காட்லாந்தில் நல்ல மனிதர்களும் வசிக்கிறார்கள்' என்று ஸ்காட்லாந்து மக்கள் மறுமொழி தந்தனர்.

ஓட்ஸை பிரதான உணவுப் பொருளாக விற்பனை செய்வதற்கு ஒரு அமெரிக்க நிறுவனம் 1870–இல் மிகப்

பெரிய விளம்பர வேலையைத் தொடங்கியது. அவர்களின் ஓட்ஸ் பாக்கெட்டுகளை வாங்குபவர்களுக்கு இலவசப் பரிசுப் பொருட்களைக் கொடுத்தனர். முதன்முதலாக தொலைக் காட்சியில் இடம்பெற்ற பகட்டான உணவு விளம்பரம் ஓட்ஸ் விளம்பரமே.

அத்தோடு ஓட்ஸ் சாப்பிடுவர்களுக்கான போட்டி, இலவச ஓட்ஸ் விநியோகம், இலவச சுற்றுலா என மாறி மாறி சலுகைகளை அறிவித்து அந்த நிறுவனம் கடந்த 140 வருடங்களில் அமெரிக்காவின் முக்கிய சந்தையைக் கைப்பற்றியது.

இந்தியாவிலும் ஆதிகாலத்தில் குதிரைகளுக்கு உணவாகவே ஓட்ஸ் தரப்பட்டது. ஆனால், ஓட்ஸ் கஞ்சி குடிப்பது வட இந்தியாவின் சில பகுதிகளில் இருக்கிறது. 1994-இல் ஒரு பன்னாட்டு நிறுவனம் காலை உணவாக ஓட்ஸை இந்தியாவில் அறிமுகம் செய்தது. அன்று அவர்கள் முன்பிருந்த சவால்... சூடான காலை உணவை சாப்பிட ஆசைப்படுகிற இந்தியர்களை எப்படி குளிர்ந்த பாலில் ஊறவைத்த ஓட்ஸ் சாப்பிட வைப்பது என்பதே. இதற்காக நிறைய விளம்பரங்களை உருவாக்கினார்கள். முழு பக்க விளம்பரம் கொடுத்தார்கள். விளையாட்டு போட்டிகளை ஸ்பான்சர் செய்தார்கள். ஆனால், மக்கள் அதைப் பெரிதாகக் கண்டுகொள்ளவில்லை.

இதன் அடுத்த கட்டமான ஓட்ஸ் உணவுப் பொருட்கள் தயாரிக்கும் நிறுவனங்கள் பெரிய மருத்துவமனைகளைத் தங்களின் நுழைவு வாயிலாக பிடித்துக்கொண்டார்கள். மருத்துவர்களுக்குப் பரிசுகளை அள்ளிக்கொடுத்தார்கள். அத்துடன் ஓட்ஸில் உள்ள எளிதாகக் கரையும் நார்ச்சத்தான பீட்டா குளுகோன் இதயத்தைப் பாதுகாக்கக் கூடியது; புரோட்டின், வைட்டமின் ஈ உள்ளது; ஆகவே ஆரோக்கியத் துக்கு நல்லது எனக் கூறி டாக்டர்களைப் பரிந்துரை செய்யச் சொல்லி தங்களின் விற்பனையைத் தொடங்கினார்கள்.

இதற்காக இந்தியா முழுவதும் இலவச மருத்துவ முகாம்கள் நடத்தப்பட்டன. தொலைக்காட்சி விளம்பரங்களும் இவற்றை முதன்மைப்படுத்தின. விளைவு... ஓட்ஸ் சாப்பிடுவது நல்லது என்ற முழக்கம் நாடெங்கும் உரத்துக் கேட்க

ஆரம்பித்தது.

ஆரோக்கியத்தை விற்பனைப் பொருளாக்கி இந்திய சந்தையைக் கைப்பற்றியது ஓட்ஸ். 2006–ல் 2,22.4 கோடியாக இருந்த ஓட்ஸ் விற்பனை 2011–ல் 7,515 கோடியாக உயர்ந்துள்ளது. இந்த விற்பனை மேலும் அதிகரித்தபடியே உள்ளது. இது 2016–ம் ஆண்டில் 1,565 கோடியை எட்டும் என்று கூறுகிறார்கள்.

இன்றும் கிராமப்புற மக்கள் ஓட்ஸ் சாப்பிடுவதை விரும்ப வில்லை. அதற்கு முக்கியக் காரணம் பாலில் இதை கலந்து சாப்பிடச் சொல்வதால்தான். இதனால் சூடாக ஓட்ஸ் சாப்பிடுங்கள் என்று புதிய விளம்பர உத்தியை உருவாக்கி உள்ளன. அந்த நிறுவனங்கள்.

காலை உணவாக இதைப் பிரபலப்படுத்துவதற்காக தேன், பழச்சுவை, புதினா, ரெடிமேட் என்று 20 மாறுபட்ட ஓட்ஸ் ரகங்களை அறிமுகம் செய்திருக்கிறார்கள். இத்துடன் ஷாப்பிங் மால்களில் இலவச பாக்கெட்டுகளைக் கொடுத்துச் சமைத்துப் பாருங்கள் என்று அள்ளி அள்ளித் தருகிறார்கள்.

ஓட்ஸில் உள்ள பி – குளுக்கான் என்பது கரையக் கூடிய நார்ச்சத்து. இதனால் ஓட்ஸ் ஜீரணமாவதற்கு அதிக நேரம் ஆகிறது. சாதாரண ஓட்ஸ், அரிசியைப் போல 45 நிமிடங்கள் வேக வைக்கப்பட வேண்டியது. ஆனால், துரித சமையலுக்காக இன்ஸ்டன்ட் ஓட்ஸ் மூன்று நிமிடங்களில் வேகும்படி உருவாக்கப்படுகிறது. ஸ்டீல் கட் ஓட்ஸ், ஐரிஷ் ஓட்ஸ், ரோல்ட் ஓட்ஸ் என பலவிதங்களில் வெட்டப்பட்டு ஓட்ஸ் விநியோகம் செய்யப்படுகிறது. இவை செயற்கை முறையில் இயந்திரங்களின் அதிக சூட்டில் அவல் ஆக்கப்படுவதால் பக்க விளைவுகள் ஏற்படக்கூடும் என்கிறார்கள்.

இதைச் சந்தைப்படுத்துவதில் பெரும் துணை செய்பவர்கள்... சூப்பர் மார்க்கெட் எனும் பல்பொருள் அங்காடிகள் வைத்திருப்பவர்கள்தான். அவர்கள் முன்வரிசையில் இந்தப் பொருட்களை வைத்து விற்பனை செய்வதன் வழியே அதிக சலுகைகளைப் பெறுகிறார்கள். இதைச் சாப்பிட்டால் இடை மெலியும் என இளம் பெண்களை தன் பக்கம் இழுக்கின்றன

இதைத் தயாரிக்கும் கம்பெனிகள். இது வடிகட்டிய பொய்.

இந்திய அளவில் சென்னை, கொச்சி, பெங்களூரு ஆகிய மூன்று பெருநகரத்தினர் இதை விரும்பிச் சாப்பிடுவதில் முன்னணியில் இருக்கிறார்கள். குறிப்பாக, கேரளாவில் 39 சதவிகிதத்தினர் காலை உணவாக ஓட்ஸை சாப்பிடுகிறார்கள் என்கிறது நீல்சன் புள்ளிவிவரம்.

இந்தியாவின் காலை உணவாகப் பரவிவரும் ஓட்ஸ் சந்தையை யார் கைப்பற்றுவது என்று ஐந்து முக்கிய நிறுவனங்களுக்கு இடையே பலத்த போட்டி. ஐந்தில் மூன்று அமெரிக்க நிறுவனங்கள். அமெரிக்காவிலும் ஐரோப்பாவிலும் உற்பத்தியாகும் ஓட்ஸை இந்தியாவின் பிரதான காலை உணவாக மாற்றுவதன் வழியே அவர்கள் கோடானுகோடி லாபம் அடைய முடியும். இதற்காக இந்திய சந்தையை கபளீகரம் செய்ய முனைகிறார்கள்.

பாரம்பரியமாக நமது விளைநிலங்களில் விளைந்த கம்பும் கேப்பையும் உளுந்தும் விலையில்லாமல் முடங்குகின்றன. இந்த விளைச்சலை அதிகரிக்க எந்த முயற்சியும் எடுப்பது இல்லை. ஆனால், ஓட்ஸ் சந்தையை உருவாக்கி நமது தானியங்களை நாமே குழி தோண்டி புதைக்க தயார் ஆகி வருகிறோம்.

சிறு தானியம், பயறு வகைகளில் தயாரிக்கப்படும் கஞ்சி, ஓட்ஸ் கஞ்சிக்கு சற்றும் குறைவில்லாதது. ஆனால், இதை விளம்பரப்படுத்த யாரும் கோடியாகப் பணம் செலவிடுவது இல்லை என்பதால் எளிதில் புறக்கணித்துப் போகிறோம் என்பதே கண்முன்னுள்ள நிஜம்.

7

'பகீர்' பானங்கள்!

கொளுத்தும் வெயிலை தாங்க முடியாமல் ஏதாவது குடிக்கலாம் என்று தேடினால் பாட்டிலில் அடைக்கப்பட்ட குளிர்பானங்கள் மட்டுமே கிடைக்கின்றன. உணவுச் சந்தையில் கேள்வியே இல்லாமல் கொள்ளையடிக்கப்படுகிற பொருள் குளிர்பானங்கள்தான். முன்பு வீட்டுக்கு யாராவது முக்கிய விருந்தினர் வந்துவிட்டால் சோடா, கலர் வாங்கிவந்து தருவார்கள். விருந்தினர் குடித்தது போக மிச்சம் வைத்த கலரைக் குடிக்க போட்டா போட்டி நடக்கும்.

திருமண வீடுகள், திருவிழாக்களில் கலர் குடிப்பது என்பது சந்தோஷத்தின் அடையாளம். சாக்ரீன் பவுடரைத் தண்ணீரில் கரைத்து ஒரு பாட்டில் கலர் ஐந்து பைசா என பள்ளியில் விற்பார்கள். வாங்கிக் குடித்திருக்கிறேன்.

இன்று வீட்டுக் குளிர்சாதனப்பெட்டியில் வெயில் காலமோ, மழைக்காலமோ எப்போதும் இரண்டு லிட்டர் கலர் பாட்டில் இருக்கிறது. உப்புமா சாப்பிடுவதாக இருந்தால்கூட ஒரு டம்ளர் கலர் ஊற்றி குடிக்கிறார்கள். 'நான் சோடா கலர் குடிப்பது இல்லை. பாட்டிலில்

அடைக்கப்பட்ட பழச்சாறுகளைத்தான் குடிக்கிறேன்' என்று ஒரு பிரிவினர் பெருமையடித்துக்கொள்கிறார்கள். 'கழுதை விட்டையில் முன் விட்டை என்ன... பின் விட்டை என்ன?' என்று கிராமத்தில் சொல்வார்கள். அதுபோல உடலைக் கெடுப்பதில் கார்பனேட்டட் குளிர்பானங்களும் பாக்கெட் பழச்சாறுகளும் ஒன்றுபோலதான். ரெடிமேட் பழச்சாறில், 10 சதவிகிதம் மட்டுமே பழச்சாறு உள்ளது. மீதமெல்லாம், சர்க்கரை, நீர், செயற்கை நிறங்கள், சுவையூட்டிகள் மட்டுமே.

ஒரு குளிர்பான நிறுவனம் ஆண்டுக்கு 300 கோடி விளம்பரத்துக்கு செலவு செய்கிறது. 50 ரூபாய்க்கு விற்கப்படும் ஒரு லிட்டர் குளிர்பானம் தயாரிப்பதற்கு விநியோகச் செலவு உள்பட சேர்ந்து 5 முதல் 7 ரூபாய் ஆகக் கூடும் என்கிறார்கள். ஒரு லிட்டருக்கு 43 ரூபாய் லாபம் என்றால், ஆண்டுக்கு விற்பனையாகும் 430 கோடி பாட்டில்களுக்கு எவ்வளவு பணம் என்று நீங்களே கணக்குப் போட்டு பார்த்துக் கொள்ளுங்கள்.

குளிர்பானச் சந்தை வெறும் தாகம் தணிக்கும் விவகாரம் இல்லை. அது உடலைக் கெடுப்பதில் பன்னாட்டு நிறுவனங்களின் யுத்த களம். இரண்டு முக்கிய அமெரிக்க நிறுவனங்களே இந்தியக் குளிர்பானச் சந்தையின் 70 சதவிகிதத்தை தனது கையில் வைத்திருக்கின்றன. பிரபல நடிகர்கள், கிரிக்கெட் வீரர்கள், பாடகர்கள் என அத்தனை பேரும் அவர்கள் பாக்கெட்டில்!

இந்தக் குளிர்பான நிறுவனங்கள் 'நோ டு H,0' அதாவது தண்ணீரை வேண்டாம் என்று ஒதுக்குங்கள் என்று ஒரு புதிய முழக்கத்தை உலகெங்கும் எழுப்பிவருகின்றன. தாகம் எடுத்தால் யாரும் தண்ணீர் குடித்து விடக் கூடாது. மென்பானங்களில் ஒன்றைத்தான் குடிக்க வேண்டும். இதுதான் சந்தையின் இலக்கு. இந்தச் சந்தைக்கு நம்மை அறியாமலே நாம் பலியாகி வருவதோடு அடுத்த தலைமுறையை இதற்கு காவு கொடுக்கவும் தயார் ஆகிவிட்டோம் என்பதே நிஜம்.

பள்ளியில் படிக்கும் மாணவர் எவருக்கும் பன்னாட்டு குளிர் பானங்களின் பெயர்களைத் தவிர வேறு எந்த பானமும் தெரிவது இல்லை. ஒரு மாணவனிடம் 'பானாகாரம்

குடித்திருக்கிறாயா?' எனக் கேட்டபோது 'அது என்ன பானாகாரம்?' என்று கேலியாகக் கேட்டான்.

'புளியும் வெல்லமும் சேர்த்துச் செய்வார்களே... பானகம்' என்றதும் அப்படி ஒரு பெயரைக்கூட நான் கேள்விப்பட்டதே இல்லை' என்றான். அங்கிருந்த ஆசிரியர்கள் பலரும்கூட தங்களுக்கும் அப்படியான பானம் எதையும் தெரியாது என்றார்கள்

'நீர்மோரும் பானாகாரமும் பதநீரும் பழச்சாறுகளும்தானே வெயில் காலத்தில் சூடு தணிப்பவை. ருசியான நுங்கு சாப்பிடுவது, வெள்ளரிப் பிஞ்சு, வெள்ளரிப் பழம் என எத்தனையோ இருக்கிறதே! அதை விட்டு ஏன் இந்த கார்பனேட்டட் குளிர்பானங்கள்?' என்று கேட்டால் 'இதற்கு இணை கிடையாது. மலையில் இருந்து தலைகீழாக குதித்ததுபோல இருக்கும்' என்கிறார்கள்.

ஒருமுறை கோடைக்காலத்தில் மேற்குத்தொடர்ச்சி மலையில் நண்பர்களுடன் டிரக்கிங் போயிருந்தபோது வெக்கை தாள முடியாமல் தண்ணீர் குடித்துக்கொண்டே இருந்தேன். காட்டில் எங்களுக்கு வழிகாட்டியாக வந்த ஆதிவாசி இளைஞன் ஒருவன் காட்டுச்செடி போன்ற ஒன்றை பறித்துவந்து 'இதன் வேரை சவைத்து சாற்றை உறிஞ்சிக் கொள்ளுங்கள்' என்றான்.

இதை சாப்பிட்டு எப்படி தாகம் தணியும் என்று புரியாமல் அதை வாயிலிட்டு சவைக்க ஆரம்பித்தேன். ஆச்சர்யம்... அந்தச் சாறு தொண்டையில் குளிர்ச்சி ஏற்படுத்தியதோடு உடலுக்குள் போன சில நிமிஷங்களில் கண்ணில் இருந்த வெக்கை தணிந்து கண் குளிர்ச்சியானதை உணர முடிந்தது. நா வறட்சியும் அடங்கிவிட்டது. அது என்ன வேர் என்று இளைஞனிடம் கேட்ட போது அது மூலிகை என்று சொல்லிவிட்டு அதைப் பற்றி நான் சொல்லக் கூடாது என்றான். ஒரு வேரை ஐந்து நிமிடம் வாயிலிட்டு சவைப்பதன் வழியே உடல் வெக்கையை போக்கிவிட முடியும் என்ற மருத்துவம் நம்மிடம் இருக்கிறது. ஆனால், அதை நாம் முறையாகப் பகிர்ந்துகொள்ளவில்லை. பெருவாரியான மக்கள் பயன்படுத்தும்படியாக அறிமுகப்படுத்தவும் இல்லை.

இன்று குடிக்கிற காபியைக்கூட குளிர்ச்சியான கோல்டு காபியாக வேண்டும் எனக் கேட்கும் தலைமுறை வந்து விட்டது. ஒருகாலத்தில் காபி டம்ளரை தொட்டால் கையில் சூடு தெரிய வேண்டும் என்று காபி குடிப்பவர்கள் நினைத்தார்கள். ஆறிப்போன காபியை மனுஷன் குடிப்பானா என சண்டையிடும் வீடுகளை எனக்கே தெரியும். இன்று கோல்டு காபி, ஐஸ் டீ என சூடான பானங்களை குளிர்ச்சியாக்கிக் குடிக்கிறார்கள். சூட்டில் இருந்து குளிர்ச்சியை நோக்கி மாறியிருக்கிறது நமது உணவுப் பழக்கம். குளிர்ச்சிக்கு என தனி விலை வைத்து விற்பதுதான் இன்றைய தந்திரம்.

முன்பெல்லாம் கோடை துவங்கியதும் இலவச தண்ணீர் பந்தல், மோர் பந்தல், பானாகாரம் தருவது என்று நிறைய சேவைகள் நடக்கும். இலவசமாக தென்னை ஓலையில் செய்யப்பட்ட விசிறிகள் கூட வீசிக்கொள்வதற்காக தருவார்கள். இன்று அப்படி எதுவும் கண்ணில் படுவது இல்லை. வணிகச் சந்தையின் பெருக்கம் சேவையை முடக்கிவிட்டிருக்கிறது.

சங்க காலத்தில் இப்படியான பானங்களுக்கு சுவை நீர் என்று பெயர். கருப்பஞ்சாறும், இளநீரும், மோரும், பலவகையான பழச்சாறுகளும் குடித்திருக்கிறார்கள். பதிற்றுப்பத்தில் தீம்பிழி எந்திரம் என்ற சொல் காணப்படுகிறது. அது கருவியைக் கொண்டு பழத்தைச் சாறு பிழிந்து எடுத்திருக்கிறார்கள் என்பதையே சுட்டுகிறது.

The Five Soft Drink Monsters என்று மைக் ஆடம்ஸ் ஒரு புத்தகம் எழுதியிருக்கிறார். குளிர்பானங்கள் எந்த அளவு கெடுதல் செய்யக் கூடியவை என்பதைப் புட்டுப்புட்டு வைக்கிறார். அதாவது டின்னில் அடைக்கப்படும் குளிர்பானங்களில் அது நீண்ட நாட்கள் கெட்டுப் போகாமல் இருக்க பென்ஸாயிக் அமிலம் பயன்படுத்தப்படுகிறது. சுவைக்காக காபின் கலக்கப்படுகிறது. குளிர்பானங்கள் வரும் பெட் பாட்டில்களில், பிஸ்பினால் ஏ என்ற ரசாயனப் பூச்சு உள்ளது. சர்க்கரைக்குப் பதிலான இனிப்புச் சுவை தருவதற்காகச் ஆஸ்பர்டேம் (Aspartame) என்ற வேதிப்பொருள் சேர்க்கப்படுகிறது. இப்படியான ரசாயனங்கள் காரணமாக நமக்கு சுவாச ஒவ்வாமை மற்றும் தோல் நோய்கள், இதய நோய்கள் வருவதற்கு அதிக வாய்ப்புகள் உள்ளன.

எஸ். ராமகிருஷ்ணன்

உடலில் உள்ள கால்சியம் சத்து குறையவும், பாஸ்பரஸ் அளவு உயரவும் இந்த குளிர்பானங்கள் காரணமாக இருப்பதனால் குளிர்பானங்களை அதிகம் குடித்தால் உடலில் உள்ள பொட்டாசியத்தின் அளவு குறைந்துபோய் தசைகள் சக்தி இழந்துவிடுகின்றன. குளிர்பானங்களைத் தொடர்ந்து குடிப்பதால் பற்சிதைவும், சிறுநீரகக் கோளாறுகளும் ஏற்படுவதைத் தடுக்கவே முடியாது என்கிறார் மைக் ஆடம்ஸ்.

எப்படி இவ்வளவு வேகமாக நம்மிடையே பரவியது இந்தக் குளிர்பான பழக்கம். பதிலுக்காக காலத்தின் பின்திரும்பிப் பார்க்க வேண்டியுள்ளது.

மேடைப் பேச்சாளர்கள் பேச்சின் ஊடே சோடா குடிப்பது, சண்டையில் சோடா பாட்டில் வீசுவது நமக்குத் தெரியும். சோடா எப்படி எப்போது அறிமுகமானது? அது சுவாரஸ்யமான வரலாறு.

ஐரோப்பாவில் 17–ஆம் நூற்றாண்டில்தான் முதன்முதலாக மென்பானங்கள் விற்பது துவங்கியது. அப்போது தேன் கலந்த எலுமிச்சை சாறு விற்பனை செய்யப்பட்டது. 1676–இல் பாரீஸில் இதன் விற்பனை உரிமையை ஒரு நிறுவனம் பெற்று ஏகபோக உரிமையாக்கியது.

1767–இல் இங்கிலாந்தைச் சேர்ந்த ஜோசப் பிரீஸ்ட்லீ என்பவரே கார்பனேட்டட் பானமான சோடாவை உருவாக்கியவர். இங்கிலாந்தின் லீட்ஸில் வசித்த ஜோசப் பிரீஸ்ட்லீ மது தயாரிப்புக்காகப் புளிக்கச் செய்து காய்ச்சிப் பதப்படுத்திய பார்லி பீப்பாய்களில் இருந்த கரியமில வாயுவை ஒரு காலி குவளைக்குள் பிடித்து அதில் தண்ணீரை ஒரு குறிப்பிட்ட அளவு கலந்தார். அது சுவையான நீராக மாறியது. அப்படித் தான் சோடா தயாரிக்கப்பட்டது.

ஜான் மெர்வின் நூத் என்பவரே இதை வணிக ரீதியாக மாற்றினார். ஆரம்ப காலங்களில் சோடா மருந்து கடைகளில் மட்டுமே விற்கப்பட்டது. இது பின்னாளில் ஸ்வீடன் ரசாயனவாதி டோர்பென் பெர்க்மென் வடிவமைத்த சோடா இயந்திரம் மூலம் பெருமளவு தயாரிக்கப்பட்டது. சோடாவோடு பல்வேறு சுவைகளை ஒன்று சேர்ந்தவர் ஜோசப் பெர்சிலிஸ். 19–ஆம் நூற்றாண்டில் இது போன்ற செயற்கை பானங்களைக் குடிப்பதில் மக்கள் அதிகம் ஆர்வம்

காட்டவில்லை. மருந்துக் கடைகளில் மட்டுமே இவை மூலிகை பானங்கள் என விற்கப்பட்டன.

அப்போது கண்ணாடி பாட்டில்கள் தயாரிக்கும் தொழில் பெரிய வளர்ச்சி அடைந்திருக்கவில்லை. ஆகவே, சோடா பவுண்டன் எனப்படும் சோடா இயந்திரங்களில் இருந்தே மக்கள் இவற்றை வாங்கிக் குடித்தார்கள். சோடியம் பைகார்பனேட் கொண்டு உருவாக்கப்பட்டதால் அது சோடா எனப்பட்டது. வயிறு உபாதைகளுக்கு மருந்தாக டாக்டர் களால் சிபாரிசு செய்யப்பட்ட சோடாவுக்கு 1800 –களில் வரி போடப்பட்டது. பிரிட்டனில் ஒரு பாட்டிலுக்கு 3 பென்ஸ் வரி. பாட்டிலில் அடைக்கப்பட்ட சோடா 1835–இல் சந்தைக்கு வந்தது. 1851–இல் அயர்லாந்தில் ஜிஞ்சர் சோடா அறிமுகமாகி புகழ்பெற்றது. சோடா பாட்டில் மூடியை உருவாக்கியவர் வில்லியம் பெயின்டர்.

நம் ஊரில் விற்கப்படும் கோலி சோடா பாட்டிலை 1873–இல் உருவாக்கியவர் ஹிரம் காட் (Hiram Codd) என்ற ஆங்கிலேயர். இவரது கோப்ஸ் கிளாஸ் ஓர்க் கம்பெனிதான் கோலி சோடா பாட்டில்களைத் தயாரித்து விற்பனை செய்யத் துவங்கியது. 1881–ல்தான் சோடாவோடு வண்ணம் சேர்க்கப்பட்டு ரசாயன சுவையூட்டி மூலம் குளிர்பானம் உருவாக்கபட்டது.

1886 – இல் டாக்டர் ஜான் பெம் பர்ட்ன் கோக்கை உருவாக்கினார். 1898–இல் காலெப் பிராதம் பெப்சி கோலாவை உருவாக்கினார். 1899–இல்தான் கண்ணாடி பாட்டில்கள் தானியங்கி இயந்திரங்களின் மூலம் பெருமளவில் உற்பத்தி யாகின. 1920–களில் தானியங்கி குளிர் பான இயந்திரங்கள் உருவாக்கப்பட்டன. 1957–இல் அலுமினிய டின்களில் அடைக்கப்பட்ட குளிர்பானங்கள் அறிமுகமாகின.

இந்தியாவுக்கு இதுபோன்ற குளிர்பானங்கள் கடந்த 60 ஆண்டுகளுக்குள்தான் அறிமுகமாகின. அதிலும் 1977–இல் வெளிநாட்டு நிறுவனங்கள் இந்திய நிறுவனங்களுடன் கூட்டாகவே தொழில் துவங்க வேண்டும் என்ற ஜனதா அரசின் நிர்பந்தம் காரணமாக கோக் இந்திய சந்தையை விட்டு வெளியேறியது. பின்பு 1990 களில் தாராளமயமான சந்தை காரணமாக பார்லேயுடன் இணைந்து தனது சந்தையை உருவாக்கிக்கொண்டது.

8

சர்பத்... பழம்... மோர்!

பிரமாண்டமான முதலீடு, விரிவான வலைப்பின்னல் போன்ற விநியோகம் அசுரத்தனமான பகட்டு விளம்பரங்கள்... இவை காரணமாக இந்தியாவில் இந்த நிறுவனங்கள் வேரூன்றி விட்டன. இன்று குளிர்பான சந்தையில் 93 சதவிகிதம் அமெரிக்க பானங்களிடம் உள்ளன. சந்தையின் மதிப்பு 5 ஆயிரம் கோடி ரூபாய்.

உலகம் முழுவதும் குளிர்பானங்களை அதிகம் குடிப்பதன் காரணமாக ஆண்டுக்கு 1,80,000 பேர் இறந்து போகிறார்கள் என்கிறது அமெரிக்க மருத்துவக் கழக அறிக்கை. இதில் நீரிழிவு நோயாளிகளின் எண்ணிக்கை 1,33,000. இதய பாதிப்பு காரணமாக இறந்து போகிறவர்கள் 44,000 பேர். ரத்தக்கொதிப்பு உள்ளிட்ட பல்வேறு பாதிப்புகளில் 6,000 பேர் இறந்து போகிறார்கள்.

உலகிலே அதிக குளிர்பானங்களைக் குடிக்கும் நாடு மெக்சிகோ. குறைவாகக் குடிப்பவர்கள் ஜப்பானியர்கள்.

செயற்கை குளிர்பானங்கள் அறிமுகமாவதற்கு முன்பு வரை தமிழகத்தில் புகழ்பெற்றிருந்தது சர்பத். பெட்டிக் கடைகள்தோறும் சர்பத் கிடைக்கும். வீட்டிலும் சர்பத் தயாரிப்பார்கள். சர்பத், எலுமிச்சை சாறில்

தயாரிக்கப்படுவது. அதிலும் குறிப்பாக நன்னாரி சாறு சேர்த்து உருவாக்கப்படும் சர்பத் குளிர்ச்சியானது.

நன்னாரி என்றால் நல்ல மணமுடையது என்று பொருள். இதை பாதாள மூலிகை என்றும் சொல்கிறார்கள். நன்னாரி ஒரு கொடி இனம். இது ஒரு மருத்துவ மூலிகை. நன்னாரியில் சீமை நன்னாரி, பெருநன்னாரி, கருநன்னாரி எனப் பலவகை உண்டு. உடல் உஷ்ணம் தணிய நன்னாரி வேரை மண் பானை நீரில் போட்டு வைத்து குடிநீராகப் பயன்படுத்துவது வழக்கம்.

மொகலாய சக்ரவர்த்தி பாபர் வழியாகத்தான் சர்பத் இந்தியாவுக்கு வந்தது என்கிறார்கள். பாபர் நாமாவில் இதுபற்றிய குறிப்பு காணப்படுகிறது. சர்பத் என்பது அரபுச் சொல்லான சர்பா என்பதில் இருந்தே உருவானது. அதன் பொருள் குடிப்பதற்கானது என்பதாகும்.

இந்தியாவெங்கும் மொகலாயர்களே சர்பத்தை அறிமுகம் செய்திருக்கிறார்கள். சர்பத் பெர்ஷியாவில் புகழ்பெற்ற பானம். குறிப்பாக துருக்கியிலும் ஈரானிலும் உணவுக்கு முன்பாகக் குடிக்கப்படும் பானமாக சர்பத் இன்றும் இருந்து வருகிறது.

மாமன்னர் ஜஹாங்கீர் ஃபலூடா சர்பத் குடிப்பதை விரும்பக்கூடியவர். இந்த சர்பத் பாலில் உருவாக்கப்படுவதாகும். ஆப்பிள், பேரி, பீச், திராட்சை, மாம்பழம் போன்ற பழச்சாறுகள், ரோஜா இதழ்கள், மூலிகைகளைக் கொண்டும் சர்பத் தயாரிக்கப்படுவது வழக்கம். மொகலாயர்கள் காலத்தில் 134 வகை சர்பத், அவர்களது அரண்மனையில் விநியோகம் செய்யப்பட்டிருக்கிறது.

இது போலவே கோடைக்காலத்தில் குடிநீருடன் வெட்டிவேர் சேர்த்துப் போடப்படுவதால் குளிர்ச்சியும் மணமுமான சுவைநீர் கிடைக்கிறது. வெட்டிவேர் என்பது ஒரு வகை புல். இதன் வேர் மணத்துடன் உள்ளது. இந்த வெட்டி வேர் வெப்பத்தை அகற்றி உடலுக்குக் குளிர்ச்சி தரக்கூடியது. மண் அரிப்பைத் தடுக்கவும் நீரின் கடினத் தன்மையைப் போக்கவும் வெட்டி வேர் பயன்படுகிறது.

கரும்புச்சாறு எனும் கருப்பஞ்சாறு பாரம்பரியமாக அருந்தப்

பட்டுவரும் பானம். இது கோடையில் தாகத்தைத் தணித்துச் சூட்டைக் குறைப்பதுடன் சிறுநீரகக் கற்களை வெளியேற்று கிறது.

இளநீர், இயற்கையிலேயே உருவான தாது உப்பு அதிகம் உள்ள பானம். பொட்டாஷியம், சோடியம், கால்சியம், பாஸ்பரஸ், கந்தகம் போன்ற தாதுக்கள் இளநீரில் உள்ளன. இளநீரில் உள்ள புரதச் சத்து, தாய்ப்பாலில் உள்ள புரதச் சத்துக்கு இணையானது என்கிறார்கள்.

வட இந்தியாவில் புகழ்பெற்ற குளிர்பானம் லஸ்ஸி. இது, பஞ்சாபியர்களின் பானம். தயிரில் இனிப்பும் பழங்களும் சேர்த்து அடித்துத் தயாரிக்கப்படும் இந்த பானம் கோடைக்கு ஏற்றதாகும்.

லஸ்ஸி விற்பனை அதிகமான காலத்தில் கையால் லஸ்ஸி தயாரிக்க முடியவில்லை என்று துணி துவைக்கும் வாஷிங் மெஷினைக் கொண்டு லஸ்ஸி தயாரித்து விற்பனை செய்ய ஆரம்பித்தனர். இதனால் பஞ்சாபில் வாஷிங் மெஷின் எண்ணிக்கை பெருகியது என்பார்கள். அந்த அளவு லஸ்ஸி பிரபலமான குளிர்பானமாகும்.

ஜல் ஜீரா எனப்படும் சீரகம் கலந்த தண்ணீரும் கோடையில் உஷ்ணத்தைத் தணிக்கக் கூடியது. ஒடிசாவில் உள்ள ஆதிவாசி மக்கள் ராகியில் செய்த மண்டியபெஜ் என்ற பானத்தைக் குடிக்கின்றனர். இது ஊறவைத்து நொதித்த ராகி கஞ்சியாகும். இதைக் குடிப்பதன் வழியே உடல் சூடு தணிவதுடன் புத்துணர்வு உண்டாகும் என்றும் கூறுகிறார்கள். கோராபுட் பகுதியில் உள்ள ஆதிவாசிகளிடம் இந்தப் பழக்கம் காணப்படுகிறது.

கோடை உஷ்ணத்தைத் தணித்துக் கொள்வதற்காக மதுரையில் கிடைப்பது ஜிகர்தண்டா. இது கடற்பாசியைக் கொண்டு தயாரிக்கப்படுவது. அத்துடன் ஜவ்வரிசி, பால், பாதம்பிசின், நன்னாரி அல்லது ரோஸ் சிரப் சேர்த்து தயாரிக்கின்றனர். ஜிகர் என்றால் இதயம், தண்டா என்றால் குளிர்ச்சி. ஆகவே இதயத்தைக் குளிர்விக்கும் பானம் என்கிறார்கள் மதுரைவாசிகள். 'மொகலாயர்களின் திருமணத்தில் அருந்தப்படும் இந்த பானம் பற்றி அயினி

அக்பரி நூலில் குறிப்பு உள்ளது. தண்டா என்ற சொல் தண்டல் என்ற அரபிச் சொல்லில் இருந்து உருவானது, அதற்கு பெயர் கடலோடி அல்லது படகோட்டி. ஆகவே கடற்பாசியில் இருந்து தயாரிக்கப்படும் பானம் உடல் வலிமை தேவைப்படும் படகோட்டிகளுக்கானது. தண்டா என்றால் கோல் அல்லது கம்பு என்றும் பொருள். குறிப்பாக பீமனின் கையில் உள்ள கோலைக் குறிக்கப் பயன்படுத்துகிறார்கள். அதனால்தான் இன்றும் ஜிகர்தண்டா கடைகளில் பீமன் உருவம் வரையப்பட்டிருக்கிறது' என்கிறார் வரலாற்று ஆய்வாளர் ஆர்.வெங்கட்ராமன்.

குளிர்பானங்களைப்போலவே அதிக விற்பனையாகும் இன்னொரு பொருள் ஐஸ்க்ரீம். இரண்டு வயது குழந்தை முதல் 90 வயது முதியவர் வரை அத்தனை பேரும் ஐஸ்க்ரீம் சாப்பிட ஆசைப்படுகின்றனர். இந்திய ஐஸ்க்ரீம் சந்தையின் மார்க்கெட் 2,000 கோடி. இதில் 40 சதவிகிதம் பன்னாட்டு நிறுவனங்கள் வசமுள்ளது. இத்தாலி, ஃபிரான்ஸ், அமெரிக்கா, கனடாவின் ஐஸ்க்ரீம் கம்பெனிகள் இந்திய ஐஸ்க்ரீம் சந்தையில் வலுவாக கால் ஊன்றியுள்ளன.

ஐஸ்க்ரீம் சாப்பிடுகிற பழக்கம் சீனாவில் இருந்தே தொடங்கியது என்கின்றனர். தாங் வம்ச ஆட்சி காலத்தில் பசு, எருமை மற்றும் ஆட்டுப் பாலில் தயாரிக்கப்பட்ட தயிரை கற்பூரம் சேர்த்து குளிரவைத்து சாப்பிட்டிருக்கிறார்கள். தாங் அரசனிடம் இந்தக் குளிர் தயிரை உருவாக்க 94 பணியாளர்கள் இருந்தனர் என்கிறது சீன வரலாறு. ரெஃப்ரிஜிரேட்டர் எனும் குளிர்சாதனப் பெட்டி அறிமுகமாகாத காலம் என்பதால் உணவைக் குளிர வைப்பதற்கு ஐஸ் கட்டியோடு உப்பு சேர்த்து வைத்திருக்கிறார்கள்.

1660 வரை ஐரோப்பியர்கள் ஐஸ்க்ரீமை அறிந்திருக்கவில்லை. நேபிள் நகரில் குளிர வைத்து உறைந்த பால் 1664-ல் அறிமுகமானது. ஆரம்ப காலத்தில் மன்னர்கள் மட்டுமே உண்ணும் அரிய உணவாக ஐஸ்க்ரீம் கருதப்பட்டது, 1800-களில் ஃபிரான்ஸில் ஐஸ்க்ரீம் தயாரிக்கப்பட்டது.

1843-ல் அமெரிக்கா மற்றும் இங்கிலாந்தில் அறிமுகமாகி பெரும் வரவேற்பைப் பெற்றது. ஐஸ்க்ரீம் தயாரிப்பதற்கு ஐஸ் வேண்டும் அல்லவா? அது கனடா, அமெரிக்கா,

எஸ். ராமகிருஷ்ணன்

நார்வே போன்ற நாடுகளில் இருந்து பாளம் பாளமாக வெட்டி எடுக்கப்பட்டு கப்பல் மூலம் உலக நாடுகளுக்குக் கொண்டு செல்லப்பட்டது. அப்படித்தான் இந்தியாவுக்கும் ஐஸ் விற்பனைக்கு வந்து சேர்ந்தது.

சென்னையில் உள்ள ஐஸ் ஹவுஸ் அப்படி ஐஸ் பாளங்களைப் பாதுகாத்து வைக்கும் சேமிப்பறை. அந்தக் காலத்தில் ஒருவருக்கு ஐஸ் வேண்டும் என்றால் டாக்டரிடம் போய் மருந்து சீட்டு வாங்கி வர வேண்டும். பல் மருத்துவம் போன்ற மருத்துவக் காரணங்களுக்கு மட்டும்தான் ஐஸ் விநியோகம் செய்யப்பட்டது.

1866-இல் பாரீஸில் நடைபெற்ற விருந்து ஒன்றில் சீன அரசு பிரதிநிதிக்கு விசேஷமாக ஐஸ்க்ரீம் வழங்கப்பட்டது. எப்படி தெரியுமா, ஆம்லெட்டின் உள்ளே ஐஸ்க்ரீமை வைத்துப் பொரித்துத் தந்திருக்கிறார்கள். பொரித்த ஐஸ்க்ரீம் ஜெர்மன் சமையல்காரர்களின் கண்டுபிடிப்பாகும்.

ஐஸ்க்ரீம் தயாரிப்பதில் இத்தாலியர்களும் ஃபிரான்ஸ் நாட்டினரும் முன்னோடிகள். கோன் ஐஸ் அறிமுகம் செய்தவர்கள் அமெரிக்கர்கள்.

1919-இல் குச்சியில் செய்த ஐஸ்க்ரீமை அமெரிக்காவில் அறிமுகம் செய்தார்கள். அது பிரபலமாகி உலகெங்கும் குச்சி ஐஸ் சாப்பிடுவது பரவியது. ஐஸ்க்ரீமை பிரபலப்படுத்தியவை தள்ளுவண்டிகள், மற்றும் வேன்கள். ஐஸ்க்ரீமை வீதி வீதியாகக் கொண்டு போய் விற்ற தள்ளுவண்டிகள் காரணமாகவே குழந்தைகளின் விருப்ப உணவாக அது மாறியது.

ரஷ்யாவில் பாலில் இருந்து தயாரிக்கப்படும் ஐஸ்க்ரீம்களை மாமன்னர் பீட்டரும் அரசி கேத்ரீனும் விரும்பி சாப்பிட்டு இருக்கிறார்கள். 19-ஆம் நூற்றாண்டில்தான் ரஷ்யாவுக்கு ஐஸ்க்ரீம் மெஷின் அறிமுகமானது.

தாகத்தைத் தணிப்பதற்கு நமது பாரம்பரிய பானங்களை அருந்தத் துவங்கினால், உடல்நலம் பாதுகாக்கப்படுவதுடன் பன்னாட்டு கொள்ளை தடுத்து நிறுத்தப்படவும் கூடும்.

ஒரு நாளைக்குக் குறைந்தபட்சம் ஐந்து பழங்களைச் சாப்பிடுங்கள் என்கிறது உலக ஆரோக்கிய நிறுவனம். பழக்கடையில் ஆப்பிள், கொய்யா, அன்னாசி, பப்பாளி, சப்போட்டா, அத்தி, செர்ரி, மங்குஸ்தான், கிவி, துரியன், க்ரீன் ஆப்பிள் என்று ஏதேதோ தேசங்களின் பழங்கள் கொட்டிக் கிடக்கின்றன. அநேகமாக வருடத்தின் சில மாதங்களில் மட்டுமே கிடைக்கும் என்றிருந்த பழங்கள் எதுவும் இப்போது இல்லை.

எல்லா பழங்களும் எப்போதும் விற்பனைக்குக் கிடைக்கின்றன. அதில் பெரும் பகுதி வணிக தந்திரங்களுக்கு உள்ளாகி ரசாயனம் கலந்து பழுக்க வைத்தவை, புகை போட்டவை என்கிறார்கள்.

இதில் ஸ்டிக்கர் ஒட்டிய ஆப்பிள்கள் வேறு. பழங்களின் மீது ஸ்டிக்கர் ஒட்டி விற்க வேண்டிய நிலைமை எப்படி வந்தது என்று ஒரு பழக்கடைக்காரரிடம் கேட்டேன். கடைக்காரர் சிரித்தபடியே, 'ஸ்டிக்கர் ஒட்டினால்தான் நிறைய பேர் வாங்குகிறார்கள். ஸ்டிக்கரை நாங்களே அச்சிடுகிறோம்' என்றார்.

பழக்கடையில் உள்ள பழங்களில் எதை நுகர்ந்து பார்த்த போதும் வாசனையே வருவது இல்லை. சிறிய துண்டுகளாக வெட்டிச் சாப்பிட்டுப் பார்த்தாலும் சுவை அறிய முடிவது இல்லை. காகிதத்தைச் சுவைப்பதைப் போலவே இருக்கிறது.

கலப்படம் செய்யவே முடியாது என்று நினைத்திருந்த பழங்களில்தான் இன்று அதிகமான அளவு கலப்படமும் உடற்கேடு விளைவிக்கும் பொருட்களும் கலக்கப்படுகின்றன. அதிலும் காய்களாகப் பறிக்கப்பட்டு ரசாயனம் கலந்து பழங்களாக மாற்றப்படுவதே அதிகம்.

பெட்டிக் கடைகள்தோறும் தொங்கிக்கொண்டிருந்த நாட்டு வாழைப் பழங்களை கடந்த 20 ஆண்டுகளுக்குள் முற்றிலும் ஒழித்துவிட்டார்கள். இது திட்டமிட்ட சதி. ஒட்டு ரகங்கள்தான் விற்பனைக்குக் கிடைக்கின்றன. உடல் ஆரோக்கியத்துக்கான பழங்கள் என்பது போய் எந்தச்

சூழ்நிலையிலும் இந்தப் பழங்களை சாப்பிட்டுவிடாமல், உடலைப் பாதுகாக்க வேண்டிய நிலை உருவாகிவிட்டது.

இயற்கையில் தாகத்தைத் தணிக்கும் ஆற்றல் தண்ணீருக்குத்தான் உள்ளது. ஆகவே, தினமும் மூன்றில் இருந்து ஐந்து லிட்டர் தண்ணீர் குடிப்பது அவசியம். எத்தனை வண்ணங்களில் சுவைகளில் குளிர்பானங்கள் சந்தையில் வந்தாலும் எதுவும் சுவையான மோருக்கு இணையாகாது என்பதே காலம் காட்டும் நிஜம்!

9

தியேட்டரும் பாப்கார்னும்!

திருவிளையாடல் பார்த்திருக்கிறீர்கள்தானே! அதில் தருமி சிவனிடம் நிறைய கேள்விகள் கேட்பார். தருமி கேட்கத் தவறிய கேள்விகள் எப்போதும் இருக்கின்றன. அப்படியான சில கேள்விகளாக இதைச் சொல்லலாம்.

பிரிக்க முடியாதது என்னவோ?

தியேட்டரும் பாப்கார்னும்!

சேர்ந்தே இருப்பது?

பாப்கார்னும் கூல்டிரிங்ஸும்!

சேராமல் இருப்பது?

வயிறும் ஃபாஸ்ட் ஃபுட்டும்!

சொல்லக் கூடாதது?

பாப்கார்ன் விலை!

சொல்லக் கூடியது?

காசு கொடுத்து வயிற்றுவலியை வாங்கிய கதை!

எஸ். ராமகிருஷ்ணன் ✹ 59

பாப்கார்ன் என்பது?

பகல் கொள்ளை!

சினிமா தியேட்டரில் பாப்கார்ன் விற்பது எதனால்?

படம் நல்லா இல்லை என்பதை மறக்கடிக்க!

தருமியைப்போல நாம் எப்போதும் கேள்விகளை மட்டுமே வைத்திருக்கிறோம். யாரிடம் பதில் கேட்பது எனத் தெரிய வில்லை. இன்று உணவின் பெயரால் பகிரங்கக் கொள்ளை நடைபெறும் முக்கிய இடம் திரையரங்கம்.

சென்னை ஷாப்பிங் மாலில் உள்ள மல்டிஃப்ளெக்ஸ் திரையரங்கு ஒன்றுக்குப் படம் பார்க்கப் போயிருந்தேன். டிக்கெட் கட்டணம் 120, உள்ளே போய் உட்கார்ந்தவுடன் என்ன சாப்பிடுகிறீர்கள் என்று கேட்டு ஊதா நிற சட்டை அணிந்த ஓர் இளைஞன் இரண்டு மெனு கார்டுகளை நீட்டினார்.

பீட்சா, வெஜ் ரோல், பர்கர், ஃபிரெஞ்ச் ஃபிரைஸ், பேல்பூரி, பானிபூரி, நக்கட்ஸ் என முப்பது, நாற்பது உணவு வகைகள். தவறிப்போய் ஏதாவது ஹோட்டலுக்குள் நுழைந்துவிட்டேனோ என நினைத்தபடியே திரும்பிப் பார்த்தேன்.

அருகில் உட்கார்ந்திருந்த ஒரு குடும்பம் கடகடவென ஆர்டர் கொடுக்க ஆரம்பித்தனர். படம் துவங்கிய அரை மணி நேரத்தில் பெரிய தட்டு நிறைய சான்ட்விச், பீட்சா வெஜ் ரோல் என வந்து சேர்ந்தது. கூடவே, இரண்டு அரை லிட்டர் கூல்டிரிங்ஸ் பாட்டில், டைனிங் டேபிள் இல்லாத குறை மட்டுமே. அவர்கள் இடைவேளை வரை சாப்பிட்டுக்கொண்டே படம் பார்த்தார்கள். பக்கத்தில் உட்கார்ந்திருந்த இன்னொருவர் அவர்கள் சாப்பிடுவதை எச்சில் ஒழுகப் பார்த்துக்கொண்டே இருந்தார்.

சினிமா தியேட்டரா அல்லது ரெஸ்டாரன்ட் உள்ளே சினிமா போடுகிறார்களா எனத் தெரியாமல் தடுமாறிப் போனேன். இடைவேளை விடப்பட்டது. வெளியே பாப்கார்ன் வாங்க நீண்ட வரிசை. ஒரு பாப்கார்ன் விலை ரூ. 80–ல் துவங்கி 240 வரை லார்ஜ் சைஸ், எக்செல், டபுள் எக்செல் என விரிந்து கொண்டே போனது.

அரை கிலோ அளவு பாப்கார்ன் பாக்கெட் ஒன்றை சுமந்து கொண்டு போனது அந்தக் குடும்பம். கூடவே நான்கு குளிர் பானங்கள், சமோசா, பப்ஸ், சாஷ் பாக்கெட்கள், சாக்லேட் மபின், இத்யாதிகள்.

ஒரு காபி குடிக்கலாம் என்று கவுன்ட்டரில் இருந்த பெண்ணிடம் கேட்டேன். 75 ரூபாய் என்றார். என்ன காபி எனக் கேட்டபோது ரெடிமேட் பால் பவுடரைக் கொண்டு தயாரிக்கப்படும் மெஷின் காபி எனச் சொன்னார். குடிக்க முடியாத குமட்டல் காபியின் விலை 75 என்பதால் அது வேண்டாம் எனச் சொல்லிவிட்டு, தண்ணீர் பாட்டில் தாருங்கள் என்றேன். ஒரு பாட்டில் தண்ணீர் 50 ரூபாய் என்றார். வெளியே 10 ரூபாய்தானே என்றபோது, தியேட்டரில் 50 ரூபாய்தான் என்றார். இதைப்பற்றிப் புகார் தெரிவிக்க விரும்புகிறேன் என்றேன். தியேட்டர் மேனேஜரிடம் போய்ச் சொல்லுங்கள். இவை தனியார் கடைகள். எங்களை யாரும் எதுவும் செய்ய முடியாது என்றார் அந்த விற்பனை பெண்.

பொதுக் குடிநீர் எங்கே இருக்கிறது எனக் கேட்டேன். அப்படி ஒன்று கிடையாது. கடையில் விற்பதை மட்டுமே வாங்க வேண்டும் என்றார். தினமும் பல்லாயிரம் பேர் வந்துபோகிற அரங்கில் குடிநீர் கிடையாது. இதில் நாமாக வீட்டில் இருந்து எந்த உணவுப்பொருளையும் கொண்டு போய்விடக் கூடாது என்பதற்காக மெட்டல் டிடெக்டர் சகிதமாக ஒரு கும்பல் நுழைவாயிலில் நம்மை நிறுத்திவைத்துத் தடவி தடவி சோதிக்கின்றனர்.

இந்தச் சோதனையில் ஒரு பெரியவரிடம் திருப்பதி லட்டு சிக்கிவிட்டது. கோயிலுக்குப் போய் விட்டு வந்தவர், அப்படியே சினிமா பார்க்க நுழைந்திருக்கிறார். அதைக் கண்டுபிடித்துவிட்டார்கள். சாமி பிரசாதம் என அவர் எவ்வளவோ சொல்லிப் பார்த்தார். அனுமதிக்கவே இல்லை. லட்டை தனியே எடுத்து அவருக்கு ஒரு ரசீது சீட்டு போட்டுக் கொடுத்து, படம் முடியும்போது பெற்றுக் கொள்ளுங்கள் என்று உள்ளே விட்டார்கள். இந்த விஷயத்தில் பிரதமர் அலுவலகத்தில்கூட இவ்வளவு பாதுகாப்பு கெடுபிடி இருக்குமா எனத் தெரியாது.

சினிமா தியேட்டர் என்பது படம் பார்க்கும் இடம் இல்லை. அது ஒரு சந்தைக் கூடம். அங்கே படமும் பார்க்கலாம் என்பதே இன்றைய நிஜம். இலை போட்டு முழு சாப்பாடு போடவில்லை. அதுவும் விரைவில் நடந்தேறிவிடக் கூடும்.

ஒரு நாடகம் பார்க்கும் போதோ, இசை நிகழ்ச்சி பார்க்கும்போதோ இப்படி வாயில் எதையாவது மென்று கொண்டே ரசிப்பதில்லையே... சினிமா பார்க்கும்போது மட்டும் ஏன் எதையாவது மென்று கொண்டேயிருக்க ஆசைப்படுகிறோம்?

சர்க்கஸ் நிகழ்ச்சியில் ஒரு நிகழ்வுக்கும் மற்றொரு நிகழ்வுக்கும் இடையில் சற்று இடைவெளி இருக்கும். அதை நிரப்புவதற்கே பாப்கார்ன் விற்பனை உதவியது. அந்தப் பழக்கம்தான் சினிமா பார்க்கும்போதும் தொடர்கிறது என்கிறார் உணவியல் அறிஞர் மெக்ரெயன்.

எனக்கென்னவோ நம் ஊரில் எந்த இடத்திலும் எதையும் சாப்பிடுவதற்கு ஒரு காரணமும் தேவை இல்லை என்றே தோன்றுகிறது. கண்டதையும் சாப்பிடத் தயாராக இருப்பது தானே நமது பண்பாடு. இல்லாவிட்டால் ராத்திரி ஒன்றரை மணிக்கு மிட்நைட் ஹோட்டலில் இவ்வளவு கூட்டம் அலைமோதுமா என்ன?

ஒருமுறை சாலையோர உணவகம் ஒன்றுக்குச் சாப்பிடப் போயிருந்தேன். கடையை எடுத்துவைத்துவிட்டார்கள். சூடாக இருந்த கல்லில் தோசை போட்டுத் தருகிறேன்... உட்காருங்கள் என்றார் உரிமையாளர். பரிமாறுகிறவன் எரிச்சலான குரலில் சொன்னான். 'என்னா சார் மனுசங்க... விடிஞ்சு எழுந்ததில் இருந்து தூங்கப் போறவரைக்கும் எதையாவது சாப்பிட்டுக்கிட்டே இருக்காங்க. நல்லவேளை தூக்கத்துல சாப்பிடுறது இல்லை. இப்படியே போனா, உலகம் தாங்காது. ஒருத்தருக்கும் வாயைக் கட்டணும்னு நினைப்பே கிடையாது.'

அவன் சொன்ன விதம் சிரிப்பாக வந்தது. ஆனால், சொன்ன விஷயம் உண்மையானது. சாவு வீட்டுக்குப் போனால் கூட நமக்கு வகை வகையான சாப்பாடு வேண்டியிருக்கிறது. ஏன் இப்படி நாக்கின் அடிமைகளாக மாறியிருக்கிறோம்.

இந்தப் பழக்கத்தின் ஒரு பகுதிதான் தியேட்டருக்குள் அள்ளி அப்பிக்கொள்வது.

எனது பள்ளிவயதில் சினிமா தியேட்டரில் இடைவேளையின் போது முறுக்கு, கடலை மிட்டாய் விற்பவர்களைக் கண்டிருக்கிறேன். அவர்களின் குரலே வசீகரமாக இருக்கும். முறுக்கின் விலை 5 பைசா, கடலை மிட்டாய் 5 பைசா. தவிர தேங்காய் பர்பி, வேர்க்கடலை, பால் ஐஸ், சேமியா ஐஸ் விற்பார்கள். சோடா கலர் விற்பதும் உண்டு. சினிமா பார்க்க வருபவர்களில் பாதி பேர் எதுவும் வாங்கிச் சாப்பிட மாட்டார்கள். அது கௌரவக் குறைச்சல் என நினைப்பார்கள்.

பாப்கார்ன் விற்பது 80–களின் பிற்பகுதியில்தான் திரை அரங்குகளில் துவங்கியது. அப்போதும்கூட சோளப்பொரியை மனுசன் தின்பானா என யாரும் வாங்க மாட்டார்கள். இன்றைக்கு பாப்கார்ன் விற்கப்படாத தியேட்டர்களே இல்லை. ஓர் ஆண்டுக்கு 1,235 கோடி ரூபாய்களுக்கு இந்தியாவில் பாப்கார்ன் விற்பனை ஆகிறது. இதில் 75 சதவிகிதம் சினிமா தியேட்டர்களில் மட்டுமே விற்பனை செய்யப்படுகிறது.

தியேட்டரில் எப்படி பாப்கார்ன் முக்கிய இடம் பிடித்தது... யார் இதை அறிமுகம் செய்து வைத்தவர்கள்? இந்திய சினிமா தியேட்டர்களில் பாப்கார்ன் விற்க துவங்கியது அமெரிக்கப் பாதிப்பில்தான். 1929–இல் மிகப் பெரிய பொருளாதார வீழ்ச்சியில் சிக்கியிருந்த அமெரிக்காவில், உணவின் விலை மிக அதிகமாக இருந்தது. ஆகவே, பசியைத் தாங்கிக்கொள்ள வீதியில் மலிவு விலையில் விற்கப்படும் பாப்கார்னை வாங்கி, தியேட்டருக்குள் கொண்டுபோய் ரகசியமாக சாப்பிட ஆரம்பித்தனர். வீதிகளில் தள்ளு வண்டியில் விற்கப்படும் பாப்கார்ன் விற்பனை அதிகமாகியது.

பொருளாதாரச் சரிவில் இருந்த தியேட்டர்கள் பார்வையாளர்களைத் திருப்திப்படுத்த பாப்கார்ன் விற்பனையை தியேட்டரினுள் அனுமதித்தன. குறைந்த விலையில் நிறைய பாப்கார்ன் கிடைக்கிறது என்பதால், மக்களும் பசியைப் போக்கிய படி சினிமா பார்க்கத் துவங்கினர். ஒருவகையில் இது ஒரு பஞ்ச காலத்து

உணவுபோலத்தான் அறிமுகமானது. 1927–ஆம் வருடம் நியூயார்கின் ரோஸ் தியேட்டரில்தான் பாப்கார்னின் சினிமா பிரவேசம் அறிமுகமானது.

அதற்கு முன்பு வரை சினிமா தியேட்டர் என்பது உயர் குடியினர் வரும் இடம் என்பதால், அங்கே மலிவான உணவுப் பொருட்கள் விற்க அனுமதி வழங்கப்படவில்லை. இந்த மாற்றமே பாப்கார்ன் தியேட்டருக்குள் நுழைந்த கதை.

இது போலவே இரண்டாம் உலகப்போரின் போது சர்க்கரைக்கு ரேஷன் முறை கொண்டுவரப்பட்டது. ஆகவே, இனிப்பு மிட்டாய்கள் தயாரிப்பது குறைந்துபோனது. இந்தச் சந்தையைத் தனதாக்கிக் கொண்டது பாப்கார்ன். யுத்த காலத்தில் அதன் விற்பனை ஆறு மடங்கு அதிகமானது.

பாப்கார்ன் எனப்படுவது ஒரு சோள ரகம். அதன் பூர்வீகம் மெக்சிகோ. அங்கு வாழ்ந்துவந்த அஸ்டெக் பழங்குடி மக்கள் மக்காச்சோளத்தை உணவாகக் கொள்வதை வழக்கமாக வைத்திருந்தார்கள். சோளக் கதிர்களை மாலையாகக் கட்டிக்கொண்டு ஆடுவதும் அவர்களது வழக்கம். ஸ்பானிய காலனிய மயமாக்கம் காரணமாக அஸ்டெக் பழங்குடியினர்கள் அழித்து ஒழிக்கப்பட்டனர். அவர்களிடம் இருந்த உணவு முறைகளில் சில காலனிய நாடுகளுக்குப் பரவத் துவங்கின. அப்படிப் பரவியதுதான் மக்காச்சோளமும்.

10
பாப்கார்னும் பாதிப்புகளும்!

ஏழாயிரம் வருடங்களுக்கு முன்பே பெரு நாட்டு மக்கள் சோள ரகத்தைச் சாப்பிட்டு வந்திருக்கின்றனர். மத்திய மெக்ஸிகோவில் உள்ள 'பெத்கேரே' என்ற இடத்தில் இருந்து 5,600 வருடங்களுக்கு முன் உபயோகிக்கப்பட்ட சோளம் கிடைத்திருக்கிறது. 16 அல்லது 17-ஆம் நூற்றாண்டில் பிரிட்டிஷ் காலனியர் மூலமே இந்தச் சோளம் அமெரிக்காவுக்கு அறிமுகமானது. இன்று அதிகம் மக்காச்சோளம் விளையும் நாடுகளில் அமெரிக்காவும் ஒன்று.

ஆரம்ப காலங்களில் ஆடு மாடுகளுக்கான பிரதான உணவாகக் கருதப்பட்ட மக்காச்சோளம், இன்று உலகின் முக்கிய தானியங்களில் ஒன்றாக, பெரிய சந்தையை உருவாக்கியிருக்கிறது. கோழிப் பண்ணைகளில் தீவனமாக மக்காச்சோளம் இன்றும் அதிகமாகப் பயன்படுத்தபடுகிறது.

பாப்கார்ன் சாப்பிடுவது உடலுக்கு நல்லது. காரணம், அதில் நார்ச்சத்துகள் அதிகம். குறைவான கலோரி உள்ள ஆரோக்கிய உணவு. அத்துடன், வைட்டமின்களும் மினரல்களும் இணைந்தவை என்பதில் சந்தேகம்

இல்லை. ஒரு பாக்கெட் வெண்ணெய் தடவி பொரித்த சோளப் பொரியில் 1,261 கலோரி உள்ளது. இதில் 79 கிராம் கொழுப்பும் 1,300 மில்லி கிராம் சோடியம் உப்பும் உள்ளன.

ஆனால், அதை உப்பும் வெண்ணெய்யும் மசாலாவும் சேர்த்து மெஷினில் பொரித்து ரசாயன சுவையூட்டிகளைச் சேர்த்து சாப்பிடும்போது, அது கெடுதலான உணவாக மாறிவிடுகிறது. குறிப்பாக, சுவையூட்டுவதற்காக அதில் சேர்க்கப்படும் டை-அசிட்டால்தான் பாப்கார்னின் மணத்துக்கு முக்கிய காரணம். இந்த மணம் நுரையீரல் ஒவ்வாமையை உண்டு பண்ணக் கூடியது. தொடர்ந்து பாப்கார்ன் சாப்பிடுகிறவர்களுக்கு, நுரையீரல் நோய்கள் வருவதற்கு அதிக வாய்ப்புகள் உள்ளன என்கிறார்கள்.

பெங்களூருவில் உள்ள மல்டிப்ளெக்ஸ் ஒன்றில் பாப்கார்ன் விற்பனையகம் வைத்திருக்கும் ராஜ்பன் என்பவர், தனது வருமானம் மென்பொருள் துறையில் பணியாற்றுகிறவரின் வருமானத்தைவிட இரு மடங்கு அதிகம் என்கிறார்.

'ஒரு நாளைக்குச் சராசரியாக 1,500 பேர் சினிமா பார்க்க வருகிறார்கள் என்று வைத்துக்கொண்டால், அதில் 1,400 பேர் பாப்கார்ன் மற்றும் குளிர்பானங்கள் வாங்குகின்றனர். ஒரு காம்போ பேக்கின் விலை 250 ரூபாய் என்றால், எங்கள் ஒருநாள் வருமானம் 3.5 லட்சம். எல்லா செலவுகளும் போக ஆண்டுக்கு எப்படியும் 15 லட்சம் முதல் 20 லட்சம் வரை சம்பாதிக்கிறேன்' என்கிறார்.

இந்திய சினிமா தியேட்டர்களில் விற்பனை செய்யப்படும் பாப்கார்ன் விநியோகத்தில் 90 சதவிகிதம் அமெரிக்க கம்பெனிகளுடையது. இரண்டு அமெரிக்க நிறுவனங்கள் தங்களின் இந்திய நிறுவனங்கள் துணையுடன் ஆயிரம் கோடிக்கும் மேல் விற்பனை செய்கின்றன.

பாப்கார்ன் சந்தையின் அபரிமித வளர்ச்சியின் காரணமாக 2015-ல் 2,034 கோடி ரூபாய்க்கு பாப்கார்ன் விற்பனையாகும் எனக் கணக்கிட்டிருக்கின்றனர்.

ரூபாய் 120-க்கு விற்கப்படும் ஒரு பாக்கெட் பாப்கார்ன் தயாரிக்க ஆகும் செலவு, ஒரு ரூபாய் 80 காசு. விற்பனையாளர்

கமிஷன், போக்குவரத்து, விளம்பரம், இத்யாதி என அத்தனையும் சேர்த்துக்கொண்டாலும் ரூ. 10-க்குள்தான் வரும் என்றால், ஒரு பாக்கெட் விற்பனையில் ரூ. 110 லாபம். இவ்வளவு கொள்ளை லாபம் வேறு எந்தத் தொழிலிலும் கிடையாது.

அதே நேரம், மக்காச்சோளம் விவசாயம் செய்யும் விவசாயிக்கு ஒரு கிலோவுக்குக் கிடைக்கும் விலை ரூ. 20 மட்டுமே. அதுவும், அமெரிக்கா மற்றும் அர்ஜென்டினாவில் இருந்து மக்காச்சோளம் இறக்குமதி ஆவதால், உள்ளூர் சந்தையில் விலை சரிந்துவிடுகிறது.

நாம் சாப்பிடும் பாப்கார்னால் உண்மையான லாபம் யாருக்கு என்றால், அமெரிக்க நிறுவனங்களுக்குத்தான். ஆகவே, அவர்கள் பாப்கார்ன் சந்தையைப் பெரிதுபடுத்த எல்லாவிதமான விளம்பர உத்திகளையும் பயன்படுத்துகின்றனர்.

வீடுகளிலும் சாலையோரங்களிலும் மட்டுமே தயாரிக்கப் பட்டு சாப்பிடப்பட்டு வந்த சோளப்பொரி பரவலானது, பாப்கார்ன் இயந்திரத்தின் வருகையால்தான். 1892-ஆம் ஆண்டு, சார்லஸ் கிரேடர் என்ற அமெரிக்கர், பாப்கார்னைத் தயாரிக்க நீராவியால் இயங்கும் இயந்திரத்தைக் கொண்ட தள்ளுவண்டியை வடிவமைத்தார். அதன் தொடர்ச்சியாக, பாப்கார்ன் இயந்திரங்களை விற்க ஆரம்பித்தார். இன்று வரை இவரது குடும்பத்தினரே அதிக அளவில் பாப்கார்ன் மெஷினை விற்றுவருகின்றனர்.

சீனாவில், நாம் அரிசியைப் பொரிப்பதுபோல் மூடிவைத்த பாத்திரத்துக்குள் சோளத்தைப் போட்டு பொரிக்கும் முறையிருக்கிறது. சீனர்களும் பாப்கார்னை விரும்பிச் சாப்பிடுகிறார்கள்.

ஜப்பானில் 15-க்கும் மேற்பட்ட ருசிகளில் பாப்கார்ன் விற்கப்படுகிறது. ஆனால், வீதியில் நடந்து கொண்டே பாப்கார்ன் சாப்பிடுவதை ஜப்பானியர்கள் விரும்புவது இல்லை. தீம்பார்க் போன்றவற்றினுள் செல்லும்போது கழுத்தில் தொங்குமாறு அமைக்கப்பட்ட பாப்கார்ன் டின்களை வாங்கி மாட்டிக்கொள்கிறார்கள். பசிக்கும் போதெல்லாம் சாப்பிடுகிறார்கள்.

1914-இல்தான் பிராண்டட் பாப்கார்ன்கள் அறிமுகமாகின. ஜாலி டைம் எனப்படும் பாப்கார்ன்தான் முதன்முறையாக விற்பனைக்கு வந்த பிராண்டெட் பாப்கார்ன். 1945-இல் மைக்ரோவேவ் மூலம் சோளத்தைப் பொரிக்கலாம் என்ற முறை உருவாக்கப்பட்ட பிறகு, இன்று வரை அதுவே பிரதானமாகக் கையாளப்பட்டு வருகிறது.

1940-களில் அமெரிக்காவில் பாப்கார்ன் சந்தை குறைய ஆரம்பித்தது. விற்பனையை அதிகரிக்க பாப்கார்ன் நிறுவனங்கள் குளிர்பான நிறுவனங்களுடன் கைகோத்துக் கொண்டு விளம்பரம் செய்யத் துவங்கின. அப்படித்தான் குளிர்பானமும் பாப்கார்னும் தியேட்டரில் இணைந்து விற்பனையாவது துவங்கியது. அன்று துவங்கிய சந்தை, இன்று விஸ்வரூபம் எடுத்து வளர்ந்து நிற்கிறது.

பாப்கார்ன் பெற்றுள்ள பெரிய வரவேற்பைத் தொடர்ந்து ஆண்டுதோறும் ஜனவரி 19-ம் தேதியை தேசிய பாப்கார்ன் தினமாக அறிவித்துள்ளது அமெரிக்கப் பாப்கார்ன் போர்டு.

பாப்கார்ன் மட்டுமல்ல... தியேட்டரில் விற்பனையாகும் சமோசா, போண்டா போன்ற பெரும்பான்மை உணவு வகைகள் தரமற்றவையே. அவை எப்போது தயாரிக்கப்பட்டன என்பதற்கு எந்தக் குறிப்பும் கிடையாது. காலையில் செய்து மீதமான உணவுப்பொருட்களை, திரும்பத் திரும்பச் சூடுபடுத்தி விற்றுவருகிறார்கள் என்பதே பெரும்பாலும் நிஜம்.

தியேட்டரை ஓர் உணவு மேஜையாக மாற்றியதில் இருந்து மீள்வதற்கு என்னதான் தீர்வு? இடைவேளை இல்லாமல் சினிமா தொடர்வதே! அமெரிக்காவில் அப்படித்தான் சினிமா திரையிடப்படுகிறது. ஆனால், இடைவேளை இல்லாமல் நம்மால் சினிமா பார்க்க முடியாது. ஆங்கிலப் படங்களுக்குக்கூட நாமாக ஓர் இடத்தில் இடைவேளை விட்டுக்கொள்கிறோம்.

அமீர் கான் தயாரிப்பில் வெளியான ஹிந்தி படமான 'தோபி காட்' படம் இடைவேளை இல்லாமல் திரையிடப் பட்டது. இதை ஏற்க மறுத்து அரங்கில் கூச்சலிட்டனர். சில அரங்குகளில் தாங்களே எழுந்து வெளியே சென்று

பாப்கார்ன் வாங்கிச் சாப்பிடத் துவங்கிவிட்டனர். இந்தப் பிரச்னை காரணமாகவே இன்று வரை இரண்டு மணி நேரம் சினிமா எடுக்க வேண்டிய அவசியம் உள்ளது. சினிமாவை அடுத்த கட்டம் நோக்கி வளரவிடாமல் தடுத்திருப்பதில் பாப்கார்ன் போன்ற இடைவேளை உணவுகளுக்கும் ஒரு முக்கியப் பங்கு இருக்கிறது.

மக்காச்சோள உற்பத்தியில் உலகில் ஐந்தாவது இடத்தில் இந்தியா இருக்கிறது. அமெரிக்காவில் மரபணு மாற்றம் செய்யப்பட்ட சோளம் பயிரிடப்பட்டு வருகிறது. இது சீனா உள்ளிட்ட பல்வேறு நாடுகளில் தடைசெய்யப்பட்டுள்ளது.

இந்தியாவில் வெள்ளை சோளமும் சிவப்பு சோளமும் பாரம்பரியமாகப் பயிரிடப்பட்டு வருகின்றன. சோளத்தில் உடலுக்கு அவசியமான புரதம், இரும்பு, கால்சியம், கொழுப்பு மற்றும் நார்ச்சத்துக்கள் அடங்கியுள்ளன. இவை சர்க்கரை நோயில் இருந்து உடலைக் காப்பாற்றக் கூடியவை.

அமெரிக்காவில் பாப்கார்ன் கலாச்சாரம் எப்படி பரவியது என்பது குறித்து ஆண்ட்ரூ ஸ்மித், 'பாப்டு கல்சர்' என்றொரு புத்தகம் எழுதியிருக்கிறார். இந்த நூலில் பாப்கார்ன் வரலாறும், சம கால உண்மைகளும் மிகத் தெளிவாக எடுத்துக் காட்டப்படுகின்றன.

இன்றுள்ள மல்டிப்ளெக்ஸ் திரையரங்குகள் பற்றி இவ்வளவு கவலைப்படுகிறோம். ஆனால், ஐரோப்பிய நாடுகளில் 'கோல்டு க்ளாஸ் லீட்டிங்' என்ற பெயரில் தலையணை, போர்வை, இலவச பாப்கார்ன் மற்றும் ஒயின்கள் வழங்கப்படும் ஆடம்பர திரையரங்குகள் இப்போது அறிமுகமாகி வருகின்றன.

என்ன வகையான படம் என்பதற்கு ஏற்றார்போல் உணவு வகைகளை வழங்க இருக்கிறோம் என்றும் கூறுகிறார்கள். அடுத்த ஐந்து ஆண்டுகளில் இந்திய சினிமா அரங்குகளில் இதுபோன்ற உணவுடன் கூடிய படுக்கைகள் கொண்ட வசதி உருவாக்கப்பட்டுவிடும்.

முன்பு கிராமங்களில் உள்ள டூரிங் டாக்கீஸ்களில் இரவு காட்சிக்கு வருபவர்கள் பசியோடு இருப்பார்களே என, அருகிலேயே ஓர் எளிய பரோட்டா கடையை

எஸ். ராமகிருஷ்ணன்

வைத்திருப்பார்கள். தியேட்டரின் ஒரு வாசல் வழியாக ஹோட்டலுக்குள் போய்விடலாம். அதை நகரவாசிகள், 'இது எல்லாம் சினிமா தியேட்டரா?' என்று கேலி செய்தார்கள். இன்றைக்கு சிறிய நகரங்களில் படம் முடியும் வரை வாயை மெல்லும் பழக்கம் இன்னமும் வரவில்லை.

சினிமா தியேட்டர்கள், ரயில்வே ஸ்டேஷன், பேருந்து நிலையம், ஷாப்பிங் மால் போன்ற இடங்களில் விற்கப்படும் ஸ்நாக்ஸ், கூல்டிரிங்ஸ், தண்ணீர் பாட்டில், உணவு வகைகள் குறித்த புகார்களைத் தெரிவிக்க நுகர்வோர் அமைப்பு 24 மணி நேரமும் இயங்கும் தொலைபேசி (044-66334346) எண் கொடுத்துள்ளது. இதனைப் பயன்படுத்தி நுகர்வோர் தங்களின் புகார்களைப் பதிவு செய்தல் அவசியம்.

ஜெர்மனியில் இப்போது பாப்கார்ன் கலாசாரத்துக்கு எதிராக, 'தியேட்டரில் பாப்கார்ன் விற்க மாட்டோம்' என்ற ஓர் இயக்கத்தை உருவாக்கியிருக்கின்றனர். குறிப்பாக, கினோ சினிமா என்ற அரங்கில் பாப்கார்ன் விற்கப்படுவது இல்லை என்ற அறிவிப்பு முகப்பிலே வைக்கப்பட்டிருக்கிறது.

வியாபார தந்திரங்களில் மயங்கி... சினிமா மயக்கத்தில் கிரங்கி... பாப்கார்ன் போன்ற விஷயங்களுக்கு அடிமை ஆவது உடல் ரீதியாக பெரிய உபாதையை உருவாக்கிவிடும் என்பதே பெரும்பாலானவர்கள் கருத்து!

11

'கரகாட்டக்காரன்' வாழைப்பழம்!

மதுரை செல்லும் ரயிலில் ஒரு கல்லூரி மாணவனுடன் பயணம் செய்தேன். எதிர் சீட்டில், காதில் ஹெட்போன் மாட்டியபடியே பாட்டுக் கேட்டுக்கொண்டிருந்தான். ரயில் கிளம்பும் நேரத்தில் சிவப்பு நிற உடை அணிந்த பீட்சா விற்பனையாளன் ஒருவன் வேகமாக வந்து அந்தப் பையனுக்கு பீட்சா டெலிவரி செய்தான். அந்த மாணவன் புன்சிரிப்புடன், 'ஆர்டர் கொடுத்தால் ரயிலிலும் வந்து விநியோகம் செய்வார்கள்' என்றபடி பீட்சாவை வாங்கினான்.

'இதுதான் உனது வழக்கமான இரவு உணவா?' என்று கேட்டேன்.

'வீட்டில் இருந்தால் இரவு ஃபிரைடு ரைஸ், சப்பாத்தி சாப்பிடுவேன். வெளியூர் கிளம்பினால் இப்படி பீட்சா ஆர்டர் பண்ணி சாப்பிடுவேன், அல்லது பழங்கள் சாப்பிடுவேன்' என்றான்.

'என்ன பழம்?' என்று கேட்டேன்.

'ஆப்பிள் அல்லது ஆரஞ்சு சாப்பிடுவேன்' என்றான்.

'வாழைப்பழம்?' என்றேன்.

'அது வயதானவர்கள் சாப்பிடும் பழம்' என்று சொல்லிச் சிரித்தான்.

வாழைப்பழம் வயதானவர்கள் சாப்பிடும் பொருள் என்ற எண்ணம் இந்தப் பையன் மனதில் எப்படி வந்தது? பழம் சாப்பிடுவதற்கு வயது ஒரு பொருட்டா என்ன?

அந்தப் பையன் சொன்னது உண்மை. அந்த ரயில் பெட்டியில் இருந்தவர்களில் 16 வயது முதல் 30 வரை இருந்த ஒருவர்கூட வாழைப்பழம் சாப்பிடவில்லை. இதை எல்லாம் எப்படிச் சாப்பிடுகிறார்கள் என்பது போலத்தான் அவர்கள் பார்த்தார்கள்.

வாழைப்பழத்தின் மீது இளம் தலைமுறைக்கு ஏன் இத்தனை வெறுப்பு, அல்லது இளக்காரம்? வாழைப்பழம் சாப்பிடும் பழக்கத்தை இளம்தலைமுறை அறிந்திருக்கவில்லை என்பதுதான் உண்மை. அதை ஊதுவத்தி ஸ்டாண்ட் என்று சிலர் கேலி செய்வதையும் பார்க்கிறோம்.

'கரகாட்டக்காரன் படத்தில் கவுண்டமணி செந்தில் வாழைப்பழ காமெடி நினைவிருக்கிறதில்லையா? அது வெறும் நகைச்சுவை காட்சி மட்டுமில்லை. ஒரு ரூபாய்க்கு இரண்டு வாழைப்பழம் விற்கப்பட்ட காலத்தை அது நினைவு படுத்துகிறது. வாழைப்பழம் வாங்க வேண்டும் என்றால் பெட்டிக்கடைக்குப் போக வேண்டும் என்பதைச் சுட்டிக் காட்டுகிறது. இத்தோடு அன்றாடம் வாழைப்பழம் சாப்பிடுகிற பழக்கம் உள்ளவர்களுக்குப் பழம் சாப்பிடா விட்டால் நிறைவு வராது. அதற்காக உணர்ச்சிவசப்பட்டு சண்டையிடுவார்கள் என்பதையும் அடையாளம் காட்டுகிறது.

1989-இல் 'கரகாட்டக்காரன்' வெளியானது. இந்த 25 வருடங்களில் வாழைப்பழத்தின் விலை 12 மடங்கு ஏறியிருக்கிறது. இன்றைக்கு ஒரு வாழைப்பழம் ஐந்து ரூபாய் முதல் எட்டு ரூபாய் வரை மாநகரில் விற்கப்படுகிறது. பெட்டிக் கடைகளில் நாட்டு வாழைப்பழங்களைக் காண முடிவது இல்லை. குளிர்பான நிறுவனங்களும் சிப்ஸ் கம்பெனிகளும் பெட்டிக்கடைகளை ஆக்கிரமித்துவிட்டன.

பகட்டான கூல் ட்ரிங்குகளுக்குப் பொருத்தமில்லாமல் வாழைப்பழங்கள் உடன் விற்கப்படுவதைப் பன்னாட்டு

கம்பெனிகள் விரும்புவதில்லை. 'வாழைக் குலைகளைத் தொங்கவிட்டால் விளம்பரப் பலகையை மறைத்துவிடுகிறது' என குளிர்பான கம்பெனியினர் தடுத்துவிடுகிறார்கள் என்றார் ஒரு பெட்டிக்கடைக்காரர்.

வீதியில் தள்ளுவண்டியில் வாழைப்பழம் விற்பவரிடம் பேசியபோது, "முன்பு போல நாட்டு வாழைப்பழம் வருவது இல்லை. பொதுவாக மக்கள் நீளமாக உள்ள பச்சை பழம் சாப்பிடுவதை விரும்புகிறார்கள். பெரும்பான்மை இளைஞர்களுக்கு வாழைப்பழம் என்றாலே பிடிப்பது இல்லை. காரணம், அது வெளிநாட்டுப் பழமில்லையே... நாட்டு வாழைப்பழத்தை விரும்பிக் கேட்பவர்கள் வயசானவர்கள் மட்டுமே" என்றார்

கோயில் கடைகளில் விற்பதற்கு என்றே தனியாக வாழைப் பழங்களை விளைவிக்கிறார்கள் போலும். அங்கே வாங்கிய வாழைப்பழங்களை உரித்துச் சாப்பிட்டால் அழி ரப்பரைத் தின்பது போல சுவையற்று இருக்கிறது. அதை சாப்பிடும் கடவுள்கள் நிலை பாவம்! திண்டுக்கல்லுக்குப் போயிருந்தபோது மலைவாழைப்பழம் வாங்க கடைக்குப் போனேன். எத்தனை கிலோ வேண்டும் என்று கேட்டார்கள். எண்ணிக்கையில்தானே வாழைப்பழம் வாங்குவோம் எனக் கேட்டால் இப்போது கிலோவுக்கு மாறிவிட்டோம் என்கிறார்கள்.

கீழ் பழநி மலை, தாண்டிக்குடி மற்றும் சிறுமலையில் மலை வாழை விளைச்சல் அதிகம் காணப்படுகிறது. உலகில் வேறு எந்தப் பகுதியிலும் இதுபோன்ற ருசியான ரகம் கிடையாது என்பதால் இதன் சிறப்பு கருதி உலக ரக உரிமம் பெறப்பட்டிருக்கிறது.

மருத்துவ குணம் நிறைந்த இந்தப் பழத்துக்குச் சந்தையில் அதிக கிராக்கி நிலவுவதுடன், மலைப்பழம் என போலியான பழங்கள் அதிகம் விற்கப்படுகின்றன. உண்மையான மலை வாழைப்பழம் 15 நாள் ஆனாலும், கெடாது. தோல் சுருங்குமே அன்றி சுவை குறையாது. போலிப் பழங்கள் எளிதில் அழுகிவிடுகின்றன.

உலகெங்கும் 300-க்கும் மேற்பட்ட வாழை ரகங்கள் இருக்கின்றன. நம் ஊரிலே 30-க்கும் மேற்பட்ட வாழைப்பழ

ரகங்கள் சந்தையில் கிடைத்தன. இன்று கற்பூரவல்லி, மலைவாழை, பேயன், சக்கை, ரஸ்தாளி, பச்சை, பெங்களூரு மஞ்சள், நேந்திரன், மொந்தன், பூவன், கதலி, ஏலரிசி, மோரீஸ், செவ்வாழை, மட்டி, சிங்கன் ஆகியவையே சந்தையில் கிடைக்கின்றன.

வாழைப்பழத்தின் சுவையும் அளவும் மாறிக் கொண்டே இருக்கிறது. என்ன காரணம் என விவரம் அறிந்த பழ வியாபாரி ஒருவரிடம் கேட்டபோது, 'அசிட்டிலீன் வாயு அல்லது கால்சியம் கார்பைட் மூலம் பழுக்க வைக்கப்படுவது முக்கியக் காரணம். தண்ணீர், நிலம் இரண்டும் சீர்கெட்டுப் போனது இன்னொரு காரணம்' என்றார்.

இந்தியாவில் ஆண்டு தோறும் 29,77,991 ஆயிரம் டன் வாழைப்பழம் உற்பத்தி செய்யப்படுகிறது. அதில் தமிழகமே முன்னணியில் உள்ளது. இந்தியாவில் விளையும் வாழைப் பழங்கள், துபாய், ஓமன், கொரியா, ஈரான், குவைத், மாலத்தீவு போன்ற நாடுகளுக்கு ஏற்றுமதி செய்யப்படுகின்றன.

வாழை, வெறும் பழம் மட்டுமில்லை. உலகையே ஆட்டுவித்த பழம். இதற்காக கரீபியத் தீவுகளிலும் லத்தீன் அமெரிக்க நாடுகளிலும் எவ்வளவு போராட்டங்கள், உள் நாட்டுப் போர்கள் நடந்திருக்கின்றன... எவ்வளவு பேர் இறந்திருக்கிறார்கள்? இந்த வரலாறு இன்னமும் முழுமையாக வெளிச்சத்துக்கு வரவில்லை. வாழைப்பழங்களுக்கான போர் நம் காலத்தின் முக்கியமான உணவு யுத்தம். அதைத் தெரிந்து கொள்வதற்கு முன்பாக வாழையின் வரலாற்றை நாம் தெரிந்துகொள்ள வேண்டும்.

வாழை முதன்முதலாக பப்புவா நியூகினியில் பயிரிடப் பட்டது என்கிறார்கள். இதற்கு ஆதாரமாக நியூகினியாவின் குக் பகுதியில் அகழ்வாராய்ச்சியில் தடயங்கள் கிடைத்திருக் கின்றன. அதைக்கொண்டு அங்கே வாழை கி.மு. 5000 முதலே பயிரிடப்பட்டிருக்கக்கூடும் என்கிறார்கள். இந்தியாவுக்கு எப்போது வந்தது என்ற காலக்கணக்கு தெரியவில்லை.

ஆனால், புத்தர் காலத்திலேயே வாழைப் பழம் இருந்திருப்பதாக பௌத்த நூல்கள் கூறுகின்றன. மொகலாயர்கள் இந்தியாவி லிருந்து வாழையை மத்திய கிழக்குப் பகுதிக்குக் கொண்டு சென்றனர். அதன் பின்பு அரேபிய வணிகர்கள் வாழையை

ஆப்பிரிக்கா எங்கும் பரப்பினர். போர்ச்சுகீசிய வியாபாரிகள் மூலமாக வாழை அமெரிக்காவுக்குச் சென்றது.

கி.பி. 1402–ல் போர்ச்சுகீசிய மாலுமிகள் ஆப்பிரிக்காவில் கிடைத்த வாழைப்பழத்தை கனாரி தீவுக்கு எடுத்துச் சென்று பயிரிட்டார்கள். கி.பி. 1516–ம் வருஷம் தாமஸ் டி பெர்லாங்கே என்ற போர்ச்சுகீசிய பாதிரியார் கனாரி தீவிலிருந்து வாழை மரத்தை, மேற்கிந்திய தீவுகளில் ஒன்றான சாண்டோ டொமிங்கோ என்ற இடத்துக்குக் கொண்டுசென்றார். இங்கிருந்து மத்திய அமெரிக்க தேசங்களுக்கு வாழை பரவியது. இப்படித்தான் ஒவ்வொரு நாடாக வாழை பரவியது.

வெப்ப மண்டல நாடுகளில் வாழை அதிகம் விளையக் கூடியது. வாழைப்பழத்தில் கார்போஹைடிரேட், புரதம், சர்க்கரை சத்து, இரும்புச் சத்து,பொட்டாசியம்,சோடியம்,பாஸ்பரஸ் ஆகியவை அடங்கியுள்ளன. நார்ச்சத்தும், ரிபோஃபிளேவின், தயாமின் முதலான வைட்டமின்களும் உள்ளன. வாழைப்பழத்தில் இயற்கையாகவே சுக்ரோஸ், குளூக்கோஸ், ஃப்ரக்டோஸ் உள்ளதால் வாழைப்பழம் தின்றவுடனே உடலுக்கு சக்தி கிடைக்கிறது. இதன் காரணமாகவே விளையாட்டு வீரர்கள் விரும்பி உண்ணுகிறார்கள்.

வாழையின் ஆங்கிலப் பெயரான 'பனானா' என்பது ஸ்பானிஷ் அல்லது போர்ச்சுகீசிய மொழியிலிருந்து உருவாகியிருக்கலாம் என்று கூறுகிறார்கள். இதன் அறிவியல் பெயரான 'மூசா' அரபுப் பெயரிலிருந்து உருவானது. வாழைப்பழத்தின் மற்றொரு ஆங்கிலப் பெயரான Plantain என்பது ஸ்பெயின் மொழியில் வாழைப்பழத்தின் பெயரான 'Platano' விலிருந்து மருவியது.

வாழை சிறந்த நஞ்சு முறிப்பான் ஆகும். கிராமப் பகுதிகளில் யாரையாவது பாம்பு கடித்துவிட்டால் உடனடியாக வாழைச்சாறு பருகக் கொடுப்பார்கள். நஞ்சு முறிந்து விடும். இது போலவே நாம் சாப்பிடும் உணவில் நஞ்சு கலந்திருந்தாலும் முறித்துவிடும் என்பதாலே வாழை இலையில் உண்ணுகிறோம்.

ஒவ்வொரு வாழைப்பழ ரகத்துக்கும் எப்படி பெயர் வந்தது என்பதற்குக்கூட கதையிருக்கிறது. ரஸ்தாளி எனப்படும்

கோழிக்கோடு பழம், கப்பலில் ஏற்றிக்கொண்டு போய் இலங்கை உள்ளிட்ட நாடுகளில் விற்பனை செய்யப்பட்டது. அதன் காரணமாகவே இலங்கையில் அதன் பெயர் கப்பல்பழம்.

இப்போது சந்தையில் கிடைக்கக்கூடிய பெங்களூரு வாழைப்பழம் எனும் பெரிய மஞ்சள் வாழைப்பழம் மரபணு மாற்றம் செய்த பழமாகும். அதைச் சாப்பிடுவதால் சைனஸ் மற்றும் சுவாச ஒவ்வாமை நோய்கள், வயிற்றுக் கோளாறுகள் உருவாகின்றன. ஆகவே மரபணு மாற்று செய்த வாழைப் பழங்களை சாப்பிடாதீர்கள் என்று எச்சரிக்கிறார்கள் மருத்துவர்கள்.

வாழையில் ஏற்படும் பூச்சிக் கொல்லிகளை அழிப்பதற்கு பதிலாகப் பூச்சிகளைக் கொல்லும் விஷச் சத்தை வாழை மரத்தின் மரபணுவில் செலுத்திவிடுகிறார்கள். இதைத்தான் பி.டி. வாழை என்று அழைக்கிறார்கள். இப்படி உருவாக்கப் படும் வாழை மரம் ஒருமுறை மட்டுமே பழம் கொடுக்கும். வாழையடி வாழையாக வளராது. ஆகவே, வாழையின் இயல்பான தன்மைகள் மாறிவிடுகின்றன என்கிறார்கள் சுற்றுச்சூழல் அறிஞர்கள்.

உலகிலேயே அதிகமாக வாழைப்பழத்தை உபயோகிக்கும் நாடு அமெரிக்கா. அதற்கு அடுத்தபடி ஜெர்மனி. உகாண்டா வில்தான் தனி நபர் அதிகமான அளவு வாழைப்பழங்களைச் சாப்பிடுகிறார்கள். அதாவது, ஒரு நாளைக்கு சராசரியாக ஏழு. முதல் 11 வாழைப்பழங்கள் சாப்பிடுகிறார்கள். அவர்களின் விருப்ப உணவான மதோகே வாழைப்பழத்தைக் கொண்டுதான் தயாரிக்கப்படுகிறது.

வாழை நாரின் இழையைப் பிரித்தெடுத்து கயிறு செய்கிறார்கள். கப்பல்களில் பயன்படுத்தப்படும் இவ்வகை கயிறுகள் கடல் நீரின் உப்பால் அரிக்கப்படாத தன்மை கொண்டவை. வாழை நாரில் உருவாக்கப்படும் கார்க், கப்பல்களில் எண்ணெய் கசிந்தால் அடைப்பதற்குப் பயன்படுகிறது. கிராமப்புறங்களில் எண்ணெய் டின்களில் வாழைத் தார் வைத்து அடைத்திருப்பது இந்தக் காரணத்தால்தான்.

தஞ்சை கல்வெட்டுகள் பற்றி முனைவர் குடவாயில் பாலசுப்பிரமணியம் அவர்கள் ஓர் ஆய்வுக் கட்டுரையில்

வாழைப்பழம் பற்றிய சோழ மாமன்னன் ராஜராஜன் கல்வெட்டைக் குறிப்பிடுகிறார். அந்தக் கல்வெட்டு கோயிலுக்கு வாழைப்பழம் வாங்க வைப்புநிதி சேகரிக்கப் பட்டதை விவரிக்கிறது.

விநாயகருக்கு நிவேதனம் செய்ய தினந்தோறும் 150 வாழைப்பழம் வழங்குவதற்கு 360 காசுகளை முதலாகப் போட்டு வைப்புத் தொகை வைத்திருந்தான் சோழன்.

ஒரு நாள் நிவேதனத்துக்கு 150 பழங்கள் தேவை என்றால் ஆண்டொன்றுக்கு 54,000 பழங்கள் தேவை. அன்றைய காலகட்டத்தில் வாழைப்பழ விலை ஒரு காசுக்கு 1,200 பழங்கள். 360 காசுகளுக்கு ஒரு வருடத்துக்கான வட்டித் தொகை 45 காசுகள் என்றால் வட்டி விகிதம் 12.5% என்று தெரிகிறது.

மன்னனுடைய இந்த ஏற்பாட்டின் படி மூலதனம் அப்படியே இருக்கும். ஆண்டு வட்டி வருமானத்தை மட்டும் செலவுக்கு எடுத்துக்கொள்வார்கள். இது போல சோழர் காலத்தில் பருப்பு, மிளகு, சீரகம், சர்க்கரை, நெய், உப்பு, வாழை இலை, வெற்றிலை, பாக்கு, கற்பூரம், விறகு ஆகிய பொருட்களின் விலைகளும் எவ்வாறு கட்டுப்பாட்டுக்குள் இருந்தன என்கிறார் குடவாயில் பாலசுப்ரமணியம்.

இது ஒரு வாழைப்பழ விஷயத்தில்கூட அரசு எந்த அளவுக்கு அக்கறை காட்டியிருக்கிறது என்பதற்கான உதாரணம்!

12

வாழைப்பழ யுத்தம்!

வாழைப்பழம் என்றதும் நம் நினைவுக்கு வரக்கூடிய இன்னொரு விஷயம் வாழைப்பழ குடியரசு என்ற பிரயோகம். அதாவது, பனானா ரிபப்ளிக் எனப்படும் இது எதைக் குறிக்கிறது? பெயரளவுக்கு மட்டுமே குடியரசாக இருக்கும் பொம்மை அரசைக் குறிக்கப் பயன்படுத்தப்படுகிறது. அந்தச் சொல்லுக்குப் பின்னால் உள்ள வரலாறுதான் வாழைப்பழ யுத்தத்தின் கதை.

லத்தீன் அமெரிக்கா மற்றும் கரீபிய பகுதிகளில் உள்ள நாடுகளின் வாழைப்பழ சந்தையை ஏகபோகமாக தங்கள் கைவசம் வைத்துக்கொள்வதற்காக அமெரிக்கா உருவாக்கி வைத்த பொம்மை அரசுகளையே, வாழைப்பழ குடியரசு என்று அழைக்கின்றனர். இந்தச் சொல்லை அறிமுகப் படுத்தியவர் எழுத்தாளர் ஓ. ஹென்றி. ஹோண்டுராஸ் நாட்டின் பொம்மை அரசைக் குறிக்க அவர் வாழைப்பழம் குடியரசு என்னும் பதத்தைப் பயன்படுத்தினார்.

அமெரிக்காவும் ஐரோப்பிய நாடுகளும் வாழைப்பழம் பயன்படுத்துவதில் முக்கியமான தேசங்களாக இருந்தபோதும், அந்த நாடுகளில் வாழைப்பழம் விளைவது இல்லை. இரண்டாம் உலகப் போருக்குப்

பின் பிரிட்டன், ஃபிரான்ஸ் ஆகிய நாடுகள் வாழைப்பழத் தேவைக்காகத் தங்களின் காலனி நாடுகளில் கவனம் செலுத்தத் தொடங்கின. குறிப்பாக பிரிட்டன் அரசானது ஜமைக்கா, டொமினிக்கா போன்ற நாடுகளிலும், ஃபிரான்ஸ் அரசானது ஐவரி கோஸ்ட், கேமரூன் நாடுகளிலும் வாழைப்பழ உற்பத்தியை கைவசப்படுத்த முயற்சிகளை மேற்கொண்டது.

இதற்காக, மூன்றில் ஒரு பகுதி மக்கள் வாழைத் தோட்டங்களில் பணியாற்றும்படி கட்டாயப்படுத்தப்பட்டனர். வாழைப்பழத்தை உடனடியாகப் பெட்டிகளில் அடைத்து கப்பலில் ஏற்றுவதற்கு வசதியாக, அவை காயாகவே பறிக்கப்பட்டு ரசாயனம் மூலம் பழமாக்கப்பட்டன.

அப்போதுதான் ஸ்டிக்கர் ஒட்டப்பட்ட வாழைப்பழங்கள் சூப்பர் மார்க்கெட்டுகளில் அறிமுகமாகத் தொடங்கின. இப்போதுகூட அமெரிக்காவில் ஸ்டிக்கர் ஒட்டாத வாழைப் பழங்கள் விற்கப்படுவது இல்லை. அமெரிக்காவில் உள்ள இந்தியக் கோயில்களில் பிரசாதமாகத் தரப்படும் வாழைப் பழம்கூட ஸ்டிக்கர் ஒட்டப்பட்டதே. இந்த ஸ்டிக்கர் வணிக நிறுவனத்தின் அடையாளச் சின்னம்.

வாழைச் சாகுபடியில் உலகில் முன்னணியில் இருப்பது ஈகுவடார், கொலம்பியா, குவாதமாலா, மெக்சிகோ, ஹோண்டுராஸ், பெரு, வெனிசுலா. பனாமா, பிரேசில் உள்ளிட்ட லத்தீன் அமெரிக்க நாடுகள். அதே நேரத்தில் வாழைப்பழத்தை உபயோகிப்பதில் முன்னணியில் இருப்பவை ஐரோப்பிய யூனியன் நாடுகளும் அமெரிக்காவும்.

இரண்டும் யார் வாழைப்பழச் சந்தையைக் கைப்பற்றுவது என்பதில் அடித்துக்கொண்டன. அதற்காக நடந்ததுதான் வாழைப்பழ யுத்தம். இதற்கு முக்கியக் காரணம், லத்தீன் அமெரிக்க நாடுகளில் விளையும் வாழைப்பழங்களுக்கு ஐரோப்பாவில் சுங்க வரி விதிக்கப்படுவதே.

ஆப்பிரிக்கா, கரீபியன் என தங்களிடம் அடிமைப்பட்டு இருந்த நாடுகளில் இருந்து வாழைப்பழ இறக்குமதி செய்யும்போது, அவற்றுக்குச் சுங்க வரி கிடையாது என விசேஷ சலுகை அளித்தன ஐரோப்பிய நாடுகள்.

அதே நேரத்தில் லத்தீன் அமெரிக்க நாடுகளில் இருந்து இறக்குமதி செய்யப்படும் வாழைப்பழத்துக்கு சுங்க வரி விதிக்கப்பட்டது. இதனால் லத்தீன் அமெரிக்க நாடுகளில் இருந்து வரும் வாழைப்பழங்களின் விலை கூடியது. தடையற்ற வாணிப ஒப்பந்தத்தின்படி, இறக்குமதி செய்யும் வாழைப் பழத்துக்கு சுங்கவரி வசூலிப்பது தவறானது என போர்க்கொடி தூக்கியது அமெரிக்கா.

லத்தீன் அமெரிக்க நாடுகளுக்கு ஆதரவாகப் பேசுவதுபோல அமெரிக்கா குமுறியதற்கு முக்கியக் காரணம் லத்தீன் அமெரிக்க நாடுகளின் ஒட்டுமொத்த வாழைத் தோட்டங்களையும் அவர்கள் கைபற்றியிருந்ததே.

இந்தப் பிரச்னை உலக வர்த்தக அமைப்புக்கு எடுத்துச் செல்லப்பட்டு பேச்சுவார்த்தை நடைபெற்றது. 20 ஆண்டு களாகத் தொடர்ந்த வாழைப்பழ யுத்தம், சமீபமாகப் பேசித் தீர்க்கப்பட்டு, எட்டு புதிய ஒப்பந்தங்கள் போடப்பட்டுள்ளன. இதன் மூலம் சுங்கவரி படிப்படியாகக் குறைக்கப்படும் என ஐரோப்பிய ஒன்றியம் கூறியுள்ளது.

ஐரோப்பாவில் சுங்க வரியில்லாமல் வாழைப்பழம் விற்க முடியும் என்றதும் கரீபிய பகுதிகளில் உள்ள வாழைப்பழத் தோட்டங்களைக் கண்வைத்து பன்னாட்டு வணிகர்கள் குதித்தனர். 45 சதவிகித சந்தையைக் கைப்பற்றியது ஒரு அமெரிக்க நிறுவனம். ஜெர்மனியின் திறந்த சந்தையைப் பயன்படுத்தி நாட்டின் முக்கிய வாழைப்பழ விநியோக நிறுவனமாக அது வளர்ச்சி கண்டது

ஐரோப்பியர்கள் ஆண்டுக்கு 2.5 மில்லியன் டன் வாழைப் பழத்தை உண்கிறார்கள். ஆகவே, அவர்களின் தேவையைப் பூர்த்தி செய்ய கரீபியத் தீவுகளில் விளையும் மொத்த வாழைப்பழமும் ஏற்றுமதி செய்யப்படும் பொருளாக மாறியது.

இன்னொரு பக்கம்... அமெரிக்கா தனது வாழைப்பழத் தேவைக்கான லத்தீன் அமெரிக்க நாடுகளான ஈக்வேடார், கொலம்பியா, நிகாராகுவா போன்ற நாடுகளில் உள்ள வாழைத் தோட்டங்களைத் தனதாக்கிக்கொண்டு நேரடியாக வாழைப்பழங்களை அமெரிக்காவுக்குக் கப்பலில் இறக்குமதி

செய்யத் தொடங்கின. இதற்காக யுனைடெட் ஃப்ரூட் கம்பெனி என்ற ஒருங்கிணைந்த நிறுவனம் ஒன்றினை வணிகர்கள் உருவாக்கினர். இவர்கள் ஆண்டுக்கு 14 மில்லியன் டன் வாழைப்பழத்தை அமெரிக்காவுக்கு சப்ளை செய்கிறார்கள்.

வாழைப்பழச் சந்தையை யார் கையகப்படுத்துவது என்று பலத்த போட்டி உருவானது. ஒரு பக்கம்... பிரிட்டன் உள்ளிட்ட ஐரோப்பிய நாடுகள்; மறுபக்கம்... அமெரிக்கா. இந்த இரண்டு பிரிவுகளுக்கு இடையில் வாழைப்பழ யுத்தம் தொடங்கியது.

அமெரிக்க நிறுவனங்கள் கையில் லத்தீன் அமெரிக்க வாழைத் தோட்டங்கள் பெருமளவு வந்து சேர்ந்தன. இந்தத் தோட்டங்களைப் பரம்பரையாக நிர்வகித்து வந்த விவசாயிகள், கூலிகளாக மாற்றப்பட்டனர். அடிமைகளைப் போல் நடத்தப்பட்டு, வாழைத் தோட்டத்தில் தினம் 14 மணி நேரம் வேலை செய்ய கட்டாயப்படுத்தப்பட்டனர். குழந்தைகள் உழைப்பும் அதிகமாகப் பயன்படுத்தப்பட்டது.

இத்துடன் லட்சக்கணக்கான ஏக்கர் நிலம் அரசின் ஒத்துழைப்புடன் அமெரிக்க நிறுவனங்களுக்குக் கையளிப்பு செய்யப்பட்டது. வாழைப்பழங்களை உடனடியான கொண்டு செல்வதற்கு என்றே புதிதாக ரயில் பாதைகள் அமைக்கப் பட்டன.

வாழைத் தோட்டங்களைப் பாதுகாப்பதற்கு என்று தனி பாதுகாப்புப் படை உருவாக்கப்பட்டது. இந்தப் பாதுகாப்புப் படைகளுக்கு அதி நவீன துப்பாக்கிகளும் ஆயுதங்களும் வழங்கப்பட்டன. வாழைத் தோட்டங்களைச் சுற்றி மின் வேலி அமைக்கப்பட்டது.

வாழைத்தோட்ட தொழிலாளிகள் அமெரிக்காவின் வல்லாண்மையை எதிர்க்கிறார்கள் என்பதைக் காரணம் காட்டி, அவர்களைப் போராளிகள் எனச் சுட்டுத் தள்ளியது அமெரிக்கப் பாதுகாப்புப் படை.

இப்படி வாழைத் தோட்டத்தில் நடைபெற்ற ஒரு போராட்டத்தில் கொல்லப்பட்ட 3,000 கொலம்பியர்களின் உண்மை சம்பவத்தைத்தான் நோபல் பரிசு பெற்ற

எழுத்தாளரான கேப்ரியல் கார்சியா மார்க்வெஸ், தனது 'தனிமையின் நூறு ஆண்டுகள்' நாவலில் விவரிக்கிறார்.

தங்களின் வாழைப்பழச் சந்தைக்கு உதவி செய்வதற்காக நாட்டின் அரசியல்வாதிகள், ராணுவ அதிகாரிகளுக்கு கோடி கோடியாக லஞ்சத்தை வாரி இறைத்தன அமெரிக்க நிறுவனங்கள். அத்துடன் நாட்டின் அதிபரைத் தங்களின் கையாளாக மாற்றிக்கொண்டு, மறைமுக அரசாங்கத்தை நடத்தின. எதிர்ப்பு துவங்கும்போது தாங்களே சிலரைப் போராளிகள் என உருவாக்கி கலவரத்தில் ஈடுபடச் செய்தன. கொலம்பியாவிலும் ஈக்வேடாரிலும் குவாதமாலாவிலும் இவர்கள் செய்த கொலைகள், அக்கிரமங்கள் அளவு இல்லாதவை.

மத்திய கிழக்கு ஆசியாவை ஆக்கிரமிக்க எண்ணெய் வளத்தைக் காரணம் காட்டி எப்படி கையகப்படுத்த முயன்றதோ, அதுபோலவே வாழைப்பழத்தைக் காரணமாகக் காட்டி ஹோண்டுராஸ் மீது அமெரிக்காவின் கவனம் திரும்பியது. இந்த வாழைப்பழ யுத்தம் பற்றி சிறப்பான கட்டுரை ஒன்றை எழுதியிருக்கிறார் இபா.சிந்தன்.

அவரது, 'மீண்டுவருமா வாழைப்பழ தேசம்?' என்ற வரலாற்றுத் தொடரில் ஹோண்டுராஸில் எப்படி அமெரிக்கா வாழைப்பழத் தோட்டங்களைக் கைப்பற்றி அரசை வீழ்த்தியது என்ற வரலாறு தெளிவாகக் கூறப்படுகிறது.

ஹோண்டுராஸின் பெரும் பகுதி தோட்டங்களைக் கைப்பற்றிய அமெரிக்க நிறுவனங்கள், இதற்காக நாடு முழுவதும் ரயில் பாதைகள் அமைத்துத்தருவதாகவும், அதற்குப் பதிலாக விளை நிலம் தேவை என்றும் ஓர் ஒப்பந்தம் போட்டன. வியாபார முதலாளிகளுக்கு மட்டுமே பயன் பட்ட ரயில் பாதைகளைக் காட்டி, தாங்கள் ஹோண்டுராஸுக்குப் பெரிய உதவிசெய்து வருகிறோம் என்று அமெரிக்கா பெருமையடித்தது.

வாழைத் தோட்டத்தில் ஏற்பட்ட திடீர் பூஞ்சை நோயின் காரணமாக ஏராளமான தோட்டங்கள் அழிய ஆரம்பித்தன. மக்கள் நோயுற்றனர். அவர்களை அப்படியே அம்போவென விட்டுவிட்டு, வேறு பகுதிகளுக்கு தோட்டம் அமைக்கச்

சென்றுவிட்டன வாழைப்பழ நிறுவனங்கள். அப்படி செல்லும்போது, ரயில் பாதைகளையும் அவர்கள் பெயர்த்துக் கொண்டு போய்விட்டனர் என்பதுதான் கொடுமை.

இவ்வளவு ஏன்? வாழைப்பழச் சந்தையை நிலைநாட்டிக் கொள்ளவதற்காக நாட்டின் அரசைக் கலைத்து, தங்களுக்கு ஆதரவான முன்னாள் அதிபர் மேனுவேல் பொனிலாவுக்கு ஆதரவாக ராணுவத்தைத் துணைக்கு வைத்துக்கொண்டு, ஆட்சியைக் கைப்பற்றினர்.

1975–இல், ஹோண்டுராஸ், கொலம்பியா, கோஸ்டாரிகா, ஈக்வேடார், குவாத்தமாலா, நிகாராகுவா, பனாமா போன்ற நாடுகள் ஒன்றிணைந்து 'வாழைப்பழ ஏற்றுமதி நாடுகளின் கூட்டமைப்பு ஒன்றை உருவாக்கின.

'உற்பத்தி செய்யும் தங்களை விட வாங்கி விற்கும் அமெரிக்கா 83 சதவிகித லாபம் அடிக்கிறது. ஆகவே, அமெரிக்க வாழைப் பழ நிறுவனங்களுக்கு அதிக வரி போட வேண்டும்' என்று முடிவு செய்யப்பட்டது. உடனடியாக வரிவிதிப்பு தொடங்கியது. அதாவது, ஒரு பெட்டிக்கு அரை டாலர் கூடுதல் வரி விதிக்கப்பட்டது. ஆனால், அதை ஏற்றுக் கொள்ள மறுத்த வாழைப்பழக் கொள்முதல் நிறுவனங்கள், ஆட்சியாளர்களுக்குப் பணத்தை வாரி இறைத்து வரியைத் தள்ளுபடி செய்யவைத்தன.

பிரிட்டனிலும் ஜெர்மனியிலும் அமெரிக்காவிலும் ஒவ்வொரு நாளும் சாப்பிடும் வாழைப்பழத்துக்காக, எங்கோ லத்தீன் அமெரிக்க நாடுகளிலும் கரீபியத் தீவுகளிலும் ஏழை எளிய மக்கள் முதுகு ஒடிய உழைத்துக்கொண்டிருக்கிறார்கள். இவர்களின் தினக்கூலி நான்கு வாழைப்பழம் வாங்கக்கூட போதுமானது இல்லை.

நிலத்தையும் உழைப்பையும் கொடுத்து இவர்கள் உருவாக்கிய வாழைப்பழங்கள்தான் சூப்பர் மார்க்கெட்களில் பகட்டான ஸ்டிக்கருடன் ஏதோ தொழிற்சாலையில் தயாரானவைபோல காட்சி தருகின்றன. இந்த நிலை இந்தியாவுக்கு வருவதற்கு அதிக காலம் இல்லை. வணிக நிறுவனங்களுக்கு மனித உயிர் என்பது தூக்கி எறியப்படும் வாழைப்பழத் தோல் போன்றதே.

அடுத்த முறை வாழைப்பழம் சாப்பிடும் போது ஒரு நிமிடம் இந்தப் பழத்துக்காக வீழ்த்தப்பட்ட லத்தீன் அமெரிக்கா மற்றும் கரீபிய நாடுகளை, உரிமைக்காகப் போராடி உயிர் துறந்த மக்களை நினைத்துக்கொள்ளுங்கள்.

இந்திய வாழை விவசாயிகளும் வணிகச் சந்தையில் ஏமாந்து போய் தலையில் துண்டை போட்டுக்கொண்டு மௌனமாக உட்கார்ந்திருக்கிறார்கள் என்பதையும் நினைக்க மறந்து விடாதீர்கள். வாழைப்பழம் மென்மையானது. ஆனால், அதன் அரசியல் அத்தனை மென்மையானது இல்லை .

13

ருசியில்லாத காய்கறிகள்!

காய்கறிக் கடைக்குச் சென்றிருந்தேன். முழுவதும் குளிர் சாதனம் செய்யப்பட்ட கடை; பகட்டான கண்ணாடியில் கீரைகளும் காய்கறிகளும் ஒளிர்கின்றன. காய்கறி கடைகள் இப்படியாகும் என நான் கனவிலும் நினைத்தவன் இல்லை.

ரஷ்ய முட்டைகோஸ்களில் இருந்து நாசிக் வெங்காயம் வரை பல்வேறு காய்கறி ரகங்கள். காய்கறிகளின் விலை கண்ணைக் கட்டுகிறது. ஒருவர்கூட பேரம் பேசவில்லை. புழு விழுந்திருக்கிறது என புகார் சொல்லவில்லை.

காய்கறிகளை துண்டுகளாக நறுக்கியும் வெங்காயத்தை, பூண்டை உரித்துவைத்தும் பாக்கெட்களில் வைத்திருந் தார்கள். விசேஷ நாட்களில் அம்மாவும் சித்திகளும் எவ்வளவு வெங்காயம் உரித்திருப்பார்கள். எவ்வளவு கண்ணீர் சிந்தியிருப்பார்கள். 'நாளும் கிழமையும் நலிந்தோருக்கு இல்லை; ஞாயிற்றுகிழமையும் பெண் களுக்கு இல்லை' என்று எப்போதோ படித்த வரி மனதில் தோன்றியது.

தேங்காயைத் துருவி பாக்கெட்டில் போட்டு வைத்து இருந்தார்கள். தேங்காய் சில் வாங்குவதற்காகப்

பலசரக்கு கடையில் நிற்கும்போது, தேங்காயை கண் முன்னே உடைத்து சிரட்டையில் தேங்காய் தண்ணீர் குடிக்கத் தருவார்களே... அந்த நாட்கள் இனி வராது என்று நினைத்துக் கொண்டேன்.

காய்கறி வாங்கவந்த ஒருவர் கையிலும் பையோ, கூடையோ கிடையாது. அதைக் கொண்டுவருவது கூடவா சுமை? என்ன மனிதர்கள் இவர்கள்? இவ்வளவு விழிப்புணர்வு பேசியும் கடைக்காரர்கள் பிளாஸ்டிக் பைகளில்தான் காய்கறிகளைப் போட்டுத் தருகிறார்கள்.

வாழைப்பழச் சோம்பேறி என்று எங்கள் ஊரில் திட்டுவார்கள். அதாவது, வாழைப்பழத்தை தானே தோல் உரித்துச் சாப்பிட இயலாதவன் என்று பொருள். அதை நிஜமாக்குவதுபோல் உதிர்த்துவைக்கப்பட்ட மாதுளைகள், துண்டுகள் போடப்பட்ட அன்னாசிப் பழம், உரித்த கொடுக்காபுளி ஆகியவை பாக்கெட்களில் இருந்தன.

விதையில்லாத பழங்களைத்தான் மக்கள் விரும்புகிறார்கள் என்றார் கடைக்காரர். விதையின் மீது ஏன் இத்தனை வெறுப்பு, விதையில்லாமல் பழம் எப்படி வரும்? ஒரு திராட்சை விதையைக்கூடவா மனிதர்களால் சகித்துக்கொள்ள முடியவில்லை? விதையில்லாத பழங்கள் என்றால், விலை இரண்டு மடங்கு அதிகம்; விதை இருந்தால் ருசியிருக்காது என்றார் கடைக்காரர். அது சுத்தப் பொய். அப்படி நம்மைப் பழக்கிவைத்திருக்கிறார்கள்.

பெரு நகரங்களில் அன்றாடம் காய்கறி வாங்குபவர்கள் குறைவு. வாரம் ஒருமுறை வாங்கி குளிர்சாதனப் பெட்டியில் நிரப்பிக்கொள்கிறார்கள். அதனாலே கீரைகள் சாப்பிடுவது குறைந்துபோய்விட்டது.

அரைக் கீரை, முளைக் கீரை, பசலைக் கீரை, முருங்கைக் கீரை, அகத்திக் கீரை, மணத்தக்காளி கீரை, பொன்னாங் கண்ணிக் கீரை, சிறு கீரை, வெந்தயக் கீரை, புளிச்சக் கீரை, தண்டுக் கீரை, வல்லாரைக் கீரை, முடக்கத்தான் கீரை, பாலக் கீரை, கரிசலாங்கண்ணி கீரை, லட்சக் கொட்டை, பருப்புக் கீரை, சுக்கான் கீரை புதினாக் கீரை, கொத்துமல்லிக் கீரை என எத்தனையோ விதமான சிறந்த கீரைகள்.

இவை உணவுப் பொருட்கள் மட்டுமல்ல... சிறந்த மூலிகைகள்; மருத்துவ குணம் மிக்கவை. இவற்றின் மகிமை தெரியாமல் நாம் அவற்றை ஒதுக்கிவருகிறோம். பள்ளிப் பிள்ளைகளில் பெரும்பான்மையினர் கீரைகள் சாப்பிடுவதற்குப் பழகவே இல்லை. கீரை என்றாலே பதறி ஓடுகிறார்கள்.

பழங்காலம் முதலே மனிதனின் ஆகாரத்தில் முக்கிய இடம் பெற்றது கீரை. உடலுக்குத் தேவையான தாதுப் பொருட்களையும் வைட்டமின் சத்துகளையும் பெறுவதற்கு ஒருவர் தினசரி 125 கிராம் கீரைகளையும் 75 கிராம் காய்கறிகளையும் பருப்பையும் சாப்பிட வேண்டும்.

முட்டை, பால், மீன் எண்ணெய் முதலியவற்றில் வைட்டமின் ஏ இருந்தாலும், கீரைகளில் இருந்து ஏ வைட்டமினைப் பெறுவதுதான் எளிதானது. அகத்திக் கீரை, முளைக் கீரை, தண்டுக் கீரை, முருங்கைக் கீரை, கொத்தமல்லி, கறிவேப்பிலை முதலியவற்றில் வைட்டமின் ஏ அதிகமாக உள்ளது.

இதுபோலவே அகத்திக் கீரை, முளைக் கீரை, புளிச்சக் கீரை, பொன்னாங்கண்ணிக் கீரை ஆகியவற்றில் வைட்டமின் பி அதிகமாகக் காணப்படுகிறது. அகத்திக் கீரை, முருங்கைக் கீரை, புண்ணாக்குக் கீரை, முளைக் கீரை, முட்டைகோஸ், கொத்தமல்லி முதலிய கீரைகளில் வைட்டமின் சி அதிகமாக உள்ளது.

வைட்டமின்கள் மட்டுமின்றி நம் உடல் வளர்ச்சிக்குத் தேவையான பாஸ்பரஸ், மக்னீசியம், சோடியம், பொட்டாசியம் போன்ற தனிமங்களும் கீரை வகைகளில் போதிய அளவில் கிடைக்கின்றன.

மதுரையின் அரசரடி பகுதியில் பால் அட்டைபோல கீரை அட்டை என்ற ஒன்றை நடைமுறைபடுத்தி இருக்கிறார்கள். தினசரி காலை ஆறரை மணிக்கு உங்கள் வீட்டு வாசலில் இரண்டு கட்டு கீரை கொண்டுவந்து தருகிறார்கள். எந்த நாளில் என்ன கீரை வேண்டும் என்று பட்டியலிட்டுத் தந்துவிட்டால், அந்தக் கீரை வீடு தேடி வரும். தமிழ்நாட்டில் வேறு எங்கும் இப்படியான கீரை அட்டை இருக்கிறதா எனத் தெரியவில்லை. ஆனால், நடைமுறைப்படுத்த வேண்டிய முக்கியமான உணவுப் பழக்கம் தினசரி கீரை சாப்பிடுவதாகும்.

தினமும் சாப்பாட்டில் ஏதேனும் ஒரு கீரை இருந்தால், மருத்துவச் செலவைக் குறைக்கிறீர்கள் என்று அர்த்தம்.

சமீபத்தில் ஜப்பானுக்குப் போயிருந்தபோது அங்கேயுள்ள காய்கறிக் கடைக்குச் சென்றிருந்தேன். விதவிதமான கீரைகள், காய்கறிகள். ஒரு கத்தரிக்காயை வாங்கினால், முழு குடும்பமும் மூன்று வேளை சாப்பிட்டுவிடலாம். அவ்வளவு பெரியது. எல்லா காய்கறிகளும் அளவில் பெரியதாக இருந்தன. காய்கறிகளை முகர்ந்து பார்த்தால், மனம் வேறுவிதமாக இருந்தது. காரணம், ரசாயன உரங்கள்.

இந்த நிலை இந்தியாவிலும் வந்துவிட்டது. மார்க்கெட்டில் விற்கப்படும் கத்தரிக்காய் பார்க்க அழகாக உள்ளது. ஆனால், வாயில் வைக்க முடியவில்லை. பூசணி பெரியதாக இருக்கிறது. ஆனால், ருசியே இல்லை. எந்தக் காய்கறியை சமைத்தாலும் வாசனை வருவது இல்லை.

இன்று காய்கறிகள் விளைச்சலைப் பெருக்கவும் அளவில் பெரியதாக காய்ப்பதற்கும் அதிகமான அளவில் ஆக்சிடோசின் என்ற ஹார்மோனை பயிர்களுக்குச் செலுத்துகின்றனர். இதனால், காய்கறிகள் அதிக எடையும் வடிவமும் கொள்கின்றன. கூடுதல் நிறத்தையும் பெறுகின்றன. குறிப்பாக பரங்கிக்காய், சுரைக்காய், தர்பூசணி, வெள்ளரிக்காய் மற்றும் கத்தரிக்காயில் ஆக்சிடோசின் ஹார்மோன் அதிக அளவில் செலுத்தப்படுகிறது.

ஆக்சிடோசின் பயன்படுத்தி விளைவிக்கப்பட்ட காய்கறிகளைத் தொடர்ந்து சாப்பிடும்போது நரம்புத் தளர்ச்சி, மலட்டுத்தன்மை, புற்றுநோய், குறைந்த ரத்த அழுத்தம் உருவாகும் எனக் கூறப்படுகிறது.

காய்கறிகள் வாடாமல் இருக்க, அலுமினியம் பாஸ்பைட், பேரியம் கார்பனேட் போன்ற ரசாயனங்கள் தெளிக்கப் படுகின்றன.

இதுபோலவே தமிழகத்தில் பல இடங்களில், கழிவுநீரைப் பயன்படுத்தி கீரை வளர்த்து, விற்பனை செய்து காசு பார்க்கிறார்கள். இந்த வகை கீரைகளை சாப்பிடுவதால் பல நேரங்களில் வயிற்றுப்போக்கு, ஒவ்வாமை போன்ற

நோய்கள் உருவாகின்றன. உணவுப் பொருட்கள் விற்பனையில் ஏமாற்றுவது என்பது மன்னிக்க முடியாத குற்றம். கடுமையான தண்டனை தரப்பட வேண்டும்.

காய்கறி உணவை இன்று சைவ உணவு என்று அழைக்கிறோம். சமண மதம் செல்வாக்கு பெற்றிருந்த காலத்தில் இதற்கு 'ஆருகத உணவு' என்று பெயர். இலங்கை தமிழர்கள் மத்தியில் இன்றும் 'ஆரத உணவு' என்ற சொல் வழக்கில் உள்ளது. ஆரத உணவு என்பது ஆருகத உணவு என்பதன் திரிந்த நிலையாகும்.

அவரவர் வாழ்வியல் முறைக்கும் வசிப்பிடத்துக்கும் ஏற்பதான் உணவு முறைகள் அமைகின்றன. பண்பாட்டின் பிரதான அம்சங்களில் ஒன்று உணவு. இதில் காய்கறிகள் சாப்பிடுவது மட்டும்தான் சரி என்று முழங்கவும் முடியாது. அசைவம் சாப்பிடுவது மட்டுமே உயர்வானது என பெருமை கொள்ளவும் முடியாது.

உணவு அவரவர் வாழ்வுமுறை சார்ந்த தேர்வு. உழைப்பும் சூழலும் மரபும் உடல்வாகும் பருவகால மாற்றங்களும்தான் உணவைத் தேர்வுசெய்ய வைக்கின்றன. நாம் கவனம் கொள்ள வேண்டியது... நமது உணவை நமது தேவை கருதி தேர்வு செய்கிறோமா, வணிகர்களின் மோசடி விளம்பரங்களுக்காக நமது உடலை பாழ்படுத்திக் கொள்கிறோமா என்பதையே.

திங்கள் முதல் சனி வரை காய்கறிகள், ஞாயிறு ஒரு நாள் அசைவம் என்பது பெரும்பான்மை குடும்பங்களில் எழுதப் படாத விதிபோலவே கடைப்பிடிக்கப்படுகிறது. அதிலும் செவ்வாய், வெள்ளி அன்று சாம்பார் என்பது சைவக் குடும்பங்களில் இன்றும் தொடரும் முறை..

இந்தியர்களின் உணவில் 23 சதவிகிதம் காய்கறிகள் இடம் பெற்றுள்ளன. 25 ஆண்டுகளுக்கு முன்பு வரை திருமண விருந்தில் நாட்டுக் காய்கறிகள் மட்டுமே ஆதிக்கம் செலுத்தி வந்தன. வாழைக்காயும் பூசணியும் இல்லாத திருமண விருந்து ஏது?

30 ஆண்டுகளுக்கு முன் எனக்குத் தெரிந்த குடும்பம் ஒன்றில் திருமணத்தின்போது அவியலில் பீன்ஸ், கேரட் போட்டு விட்டார்கள் என்று பந்தியில் தகராறு நடந்து,

வயதானவர்களில் பலர் சாப்பிடாமல் எழுந்து போனார்கள். அவியலில் பீன்ஸ் போட்டுவிட்டார்கள் என்ற ஆவலாதி ஊர் முழுவதும் ஒரு வாரத்துக்கு இருந்தது.

அதே ஊரில்தான் இன்று கல்யாண வீடுகளில் பஃபே முறையில் சப்பாத்தி குருமாவும், ஃபிரைடு ரைஸ், காலி ஃப்ளவர் மஞ்சூரியனும் ஆனியன் ராய்தாவும் பரிமாறுகிறார்கள். வயது வேறுபாடின்றி ருசித்து சாப்பிடுகிறார்கள். சாப்பாடு விஷயத்தில் மனிதர்கள் ரொம்பவும் ரோஷம் பார்ப்பவர்கள் இல்லை என்பதற்கு இது ஓர் உதாரணம்.

பன்னாட்டு நிறுவனம் ஒன்றில் வேலை செய்யும் ஒரு நண்பரின் வீட்டுக்குப் போயிருந்தேன். அவர்கள் நான்கு நாளைக்கு ஒருமுறை சமைத்து குளிர்சாதனப்பெட்டியில் வைத்து ஒவ்வொரு பாத்திரத்திலும் தேதி எழுதி ஒட்டி இருந்தார்கள். படித்தவர்கள் அல்லவா?

கணவன் மனைவி இருவருமே வேலைக்குப் போகிறவர்கள் என்பதால் நேரம் இருப்பது இல்லை என்று சொல்லியபடியே 20-ம் தேதி செய்த பொரியலையும் 16-ம் தேதி செய்த வத்தக்குழம்பையும் சூடுபடுத்தி சாப்பிடக்கூட விருப்பமின்றி, அப்படியே குளிர்ச்சியாகத் தட்டில் போட்டு சாப்பிட்டுவிட்டு வேலைக்குக் கிளம்பினார்கள்.

'ஏன் நண்பா இப்படி சாப்பிடுகிறாய்?' என ஆதங்கத்துடன் கேட்டபோது, 'ரசித்து, ருசித்து சாப்பிடுவதற்கெல்லாம் இப்போது நேரம் இல்லை. சம்பாதிக்க வேண்டும்' என்று கணவன் மனைவி இருவரும் ஒரே குரலில் சொன்னார்கள்.

'அப்படி சம்பாதித்து என்ன செய்யப்போகிறீர்கள்... சம்பாதித்த பணத்தை டாக்டருக்குக் கொடுக்கவா?' என்று கேட்டேன்.

'அதை எல்லாம் நோய் வரும்போது பாத்துகிடலாம். இப்போ பணம் பண்ணுவது மட்டும்தான் குறிக்கோள்!' என்றார் நண்பர்.

மரபான தமிழ் குடும்பத்தில் பிறந்து வளர்ந்த ஓர் ஆணும் பெண்ணும் எப்படி இது போன்ற மாற்றத்துக்குள் வர முடியும்

என்பது புரிந்து கொள்ள முடியாத விஷயமாக மனத்தை உறுத்தியது.

இப்படிப்பட்டவர்களின் எண்ணிக்கை மிகவும் அதிகமாகிக் கொண்டே இருக்கிறது. இவர்களுக்காகத்தான் துரித உணவகங்கள், குளிர் சாதனம் செய்யப்பட்ட காய்கறி கடைகள் முளைக்கின்றன. இவர்கள் உடலை வெறும் இயந்திரம் போலவே நினைக்கிறார்கள். உயிர் வாழ்தலின் அர்த்தம் புரியாமல் வாழ்ந்து கொண்டிருக்கிறார்கள்.

காய்கறி மார்க்கெட் என்பது ஒரு தனி உலகம். அதற்குள் நுழையும்போது நுகரும் மணமும் காய்கறிகளின் பச்சை சிவப்பு, ஊதா, ஆரஞ்சு நிறமும் உவகை தருவதாக இருக்கும். எந்த நாட்டுக்குப் போனாலும் அங்குள்ள காய்கறி மார்க்கெட்டை அவசியம் பார்வையிடுவேன். அது அவர்கள் பண்பாட்டின் மையம்.

வாரச் சந்தைகள், தள்ளுவண்டிக் கடைகள், வீதியோரக் கடைகள், உழவர் சந்தை, மலிவுவிலை காய்கறிக் கடைகள் என்று காலந்தோறும் காய்கறிக் கடைகள் மாறிக்கொண்டே வந்தபோதும், இன்று அது எதிர்நோக்கி இருப்பது பன்னாட்டு நிறுவனங்களின் ஆக்கிரமிப்பை.

14

விவசாயத்தில் பன்னாட்டு நிறுவனங்கள்!

ஒரு நாளைக்கு 20 ரூபாய் கிடைக்கிறது என்பதற்காக தனது 73 வயதிலும் வீடு வீடாக கூடை தூக்கிக்கொண்டு போய் கீரை விற்கும் பாட்டியை நான் அறிவேன். முதுமையில் யாருக்கும் சுமையாக வீட்டில் இருக்கக் கூடாது, படிக்க விரும்பும் பேரன் பேத்திகளுக்கு ஃபீஸ் கட்டுவேன் என்ற இரண்டு காரணங்களை அந்தப் பாட்டி எப்போதும் சொல்வார். அவரைப்போன்ற நூற்றுக்கு நூறு உழைக்கும் பெண்களின் வாழ்க்கையை முடிவுக்கு கொண்டுவரக்கூடிய அந்நிய நேரடி முதலீட்டை ஆதரிக்கக் கூடாது.

இந்தியாவில் பல்வேறு வகையான சில்லறை வணிகங்களில் ஈடுபடுகின்றவர்களின் எண்ணிக்கை நான்கு கோடி. இவர்கள் அன்றாடம் உழைத்து வாழ்பவர்கள். இந்தியாவில் ஆண்டுக்கு ரூ. 12 லட்சத்து 60 ஆயிரம் கோடிக்கு சில்லறை வர்த்தகம் நடந்து வருகிறது. அந்நிய நேரடி மூலதனத்தால் இவர்களின் விற்பனை மோசமாகப் பாதிக்கப்படும்.

காய்கறிக் கடைகளைப் பன்னாட்டு நிறுவனங்கள் நேரடியாக நடத்தத் துவங்கினால் விவசாயிகள் லாபம்

அடைவார்கள் என்ற பொய் திரும்பத் திரும்பச் சொல்லப் படுகிறது. அது ஏமாற்று வேலை. காரணம், ஒப்பந்தம் செய்யப்பட்ட விவசாயிகள் இவர்களைத் தவிர வேறு நிறுவனத்திடம் பொருளை விற்க முடியாது. அதுபோலவே இதுவரை கிடைத்துவந்த இடைத்தரகு பணத்தை கம்பெனி, தானே எடுத்துக்கொள்ளும்.

விவசாயி தனது பொருளின் விலையை உயர்த்த முடியாமல் அவனை அடிமாடுபோல முடக்குவதுடன் அவன் என்ன விவசாயம் செய்ய வேண்டும் என்பதை இந்தத் நிறுவனங்கள் தீர்மானிக்கத் தொடங்கும். ஆகவே, விவசாயிகளுக்கு இப்போது கிடைக்கும் ஊதியத்தைவிட குறைவான பணமே கிடைக்கும் என்பதே உண்மை. அத்துடன் இது வரை இயங்கிவந்த கூட்டுறவு வேளாண்மை அமைப்புகள் முழுவதும் செயலற்றுப் போகத் தொடங்கிவிடும். சில்லறை விற்பனைத் துறையில் அந்நிய முதலீடுகள் வருகையால் நமது சந்தை சீரழிவதுடன் விவசாயிகள் முன்னிலும் மோசமாகச் சுரண்டப்படுவார்கள். ஆகவே, காய்கறிக் கடைகள் போன்ற சிறு வணிகத்தில் அந்நிய நேரடி முதலீட்டை ஒருபோதும் அனுமதிக்கக் கூடாது.

எனது பள்ளி வயதில் வீதி வீதியாகப் போய் காய்கறிகள் விற்றிருக்கிறேன். எங்கள் தோட்டத்தில் விளைந்த கத்தரிக்காயும் புடலங்காயும் சுரைக்காயும் பாகற்காயும் வெண்டையும் பூசணியும் முருங்கையும் கூடையில் வைத்துக்கொண்டு வீதிவீதியாக கூவி விற்க வேண்டும்.

உள்ளூரில் இவற்றை வாங்குபவர்கள் குறைவு. அதனால் பக்கத்தில் உள்ள கிராமங்களுக்கு சைக்கிளில் போய்வர வேண்டும். காய்கறிகள் விற்கப் போனபோதுதான் எத்தனை வகையான மனிதர்கள் இருக்கிறார்கள், என்ன சாப்பிடுகிறார்கள் என்பதைக் கண்டுகொண்டேன். உணவு விஷயத்தில் ஒரு வீட்டைப் போல இன்னொரு வீடு இருப்பதில்லை.

பெண்கள் காய்கறி வாங்க வந்த பிறகுதான் என்ன சமையல் செய்யலாம் என்று யோசனை செய்வார்கள். சிறுவர்கள் காய் வாங்க வந்தாலோ, சற்று எடை அதிகமாகப் போட்டுத் தர வேண்டும். இல்லாவிட்டால் குழந்தைகளை ஏமாற்றி விட்டோம் என்று கூச்சலிடுவார்கள்.

அதுபோலவே ஆண்கள் காய்கறி வாங்கினால் அழுகிய காயோ, பூச்சியோ இல்லாமல் கவனமாகப் பொறுக்கி சரியான அளவு எடை நிறுத்துத் தர வேண்டும். இல்லாவிட்டால், விவரம் தெரியாத ஆளை ஏமாற்றிவிட்டதாக வீட்டுப் பெண்கள் சண்டைக்கு வந்து நிற்பார்கள். காய்கறிகளைப் பார்த்து வாங்குவதில் மக்கள் அவ்வளவு விழிப்புடன் இருப்பார்கள்.

காய்கறிகள் வாடிப்போய்விட்டால், அதை விற்க முடியாது. இப்போது அந்தக் கவலை இல்லை. இரண்டு மூன்று நாட்கள் ஆகி, வாடிவதங்கிய இரண்டாம் நம்பர் காய்கறிகளை உணவகங்களுக்கு மலிவு விலையில் விற்றுவிடுகிறார்கள். நாம் சுவைத்துச் சாப்பிடும் சைவ சாப்பாடுகளில் இடம்பெறும் காய்கறிகள் இப்படி மலிவாக வாங்கப்பட்டவையாகக்கூட இருக்கலாம்.

உணவு என்பது பசியைப் போக்குவதற்கான வழிமுறை மட்டும் இல்லை. அது ஒரு பண்பாடு. ஒவ்வொரு இனக் குழுவும் தனக்கென ஓர் உணவுப் பண்பாட்டைக் கொண்டு இருக்கிறது. அந்தப் பண்பாடு நிலவியலுக்கும் வாழ்க்கை முறைக்கும் ஏற்றார்போல மாறியிருக்கிறது.

உணவுப் பண்பாட்டைத் தீர்மானிப்பது வாழ்க்கைமுறையும் சீதோஷ்ண நிலைகளும்தான். இன்று இரண்டும் தலைகீழாக மாறிவிட்டிருக்கின்றன. எந்தப் பருவ காலத்தில் என்ன உணவு சாப்பிட வேண்டும் என்ற கவனம் பெரும் பான்மையினருக்கு இல்லை.

அதுபோலவே குறிப்பிட்ட காய்கறி வகை குறிப்பிட்ட காலத்தில் தான் விளையும் என்ற நிலையும் இல்லை. இந்த மாற்றம்தான் ஆரோக்கிய சீர்கேட்டுக்கான முக்கியக் காரணம்.

பெரு நகரங்களில் விற்கப்படும் காய்கறிகளுக்கு ருசியே இருப்பது இல்லை. தண்ணீர் மற்றும் மண்வாகு காரணம் என்கிறார்கள். கிராமப்புறங்களில் கத்தரிக்காய் வாங்கும் போது, எந்த ஊர் காய் என்று கேட்டு வாங்குவார்கள். மண் வாகுதான் காய்கறிகளுக்கு ருசி என அவர்களுக்குத் தெரியும்.

இன்று குளிர்சாதனம் செய்யப்பட்ட கடைகளில் விற்பனை யாகும் காய்கள், எந்த ஊரில் விளைந்தவை என்று யாருக்கும் தெரியாது. அதைவிடக் கொடுமை எல்லா காய்கறிகளின் பெயர்களையும் ஆங்கிலத்தில்தான் எழுதிப் போட்டு இருப்பார்கள். தமிழ்நாட்டில் காய்கறி பேரில்கூடவா தமிழ் அழிக்கப்பட வேண்டும்?

எந்தக் காய்கறியைக் கேட்டாலும் ஊட்டியில் விளைந்தவை என்று சொல்லிக்கொள்கிறார்கள். கோயம்பேட்டுக்குப் போய் பார்த்தால் நாட்டுக் காய்கறிகளைவிடவும் அதிகம் சீமைக் காய்கறிகள் தான் விற்பனைக்கு வைக்கப்பட்டிருக்கின்றன.

கேரட், பீட்ரூட், சௌசௌ, நூக்கோல், பட்டாணி, முள்ளங்கி, பீன்ஸ், முட்டைக்கோஸ், சோயா, பீட்ரூட், காலிஃபிளவர் போன்ற இங்கிலீஷ் காய்கறிகள் போர்த்துகீசியர்களாலும் பிரெஞ்சுகாரர்களாலும் பிரிட்டிஷ்காரர்களாலும் நமக்கு அறிமுகம் செய்து வைக்கப்பட்டவை.

மிளகாய், அன்னாசிபழம், உருளைக்கிழங்கு, தக்காளி, பப்பாளி ஆகியவை போர்த்துகீசியர்களின் வழியே நமக்கு அறிமுக மானவை. முன்பு நாம் காரத்துக்காக மிளகைப் பயன்படுத்தி வந்தோம். அதற்குப் பதிலாக அறிமுகமானது என்பதால்தான் மிளகாய் என்று பெயர் உருவானது. மிளகாய் மத்திய மற்றும் தென் அமெரிக்காவில் விளைந்த தாவரம்.

வெண்டைக்காய், எத்தியோப்பியாவில் இருந்து வந்தது. பீட்ரூட் தெற்கு ஐரோப்பாவில் இருந்து அறிமுகமானது. காலிஃபிளவர் இத்தாலியில் விளையக் கூடியது. அங்கிருந்து ஃபிரான்ஸுக்கு அறிமுகமாகி இந்தியாவுக்கு வந்தது. கேரட் ஆப்கானிஸ்தானை பிறப்பிடமாகக் கொண்டது. முட்டைக் கோஸ் மத்தியத் தரைக்கடல் பகுதியில் இருந்து கிரேக்கத்துக்கு அறிமுகமானது. அங்கிருந்து ஸ்காட்லாந்துக்கு சென்று, அங்கிருந்து பிரிட்டிஷ் வழியாக இந்தியாவுக்கு வந்து சேர்ந்தது.

‘தக்காளிக்கு தக்காளி என்ற பெயர் எப்படி வந்தது? யார் இதை வைத்தது?’ என்று என் பையன் ஒருநாள் கேட்டான். எனக்குப் பதில் தெரியவில்லை என்பதால், தமிழ்ப் பேரகராதியைப் புரட்டிப் பார்த்தேன். மணத்தக்காளி என்ற சொல் நம்மிடம் உள்ளது. ஒருவேளை வடிவம் சார்ந்து

சீமைத் தக்காளி என்ற பெயர் வந்திருக்கக் கூடும். சீமை காணாமல் போய் தக்காளியாக இன்று எஞ்சியிருக்கலாம் என்று பதில் சொன்னேன்.

போர்ச்சுகீசியர்களால் நமக்கு அறிமுகமான காய்கறிகளில் முக்கியமானது தக்காளி. ஆங்கிலத்தில் இதற்கு வழங்கும் பெயரான டொமேட்டோ என்பது நஃகுவாட்டில் மொழிச் சொல்லான டொமாடல் என்பதில் இருந்து வந்ததாகும். அதற்கு உருண்டையான பழம் என்று அர்த்தம்.

பல்வேறு கலாசாரங்களின் சமையல் முறைகளில் எப்போதும் தக்காளிக்கு என்று ஒரு தனி இடம் இருக்கிறது. வட ஐரோப்பாவில் தக்காளி அறிமுகப்படுத்தப்பட்டபோது, அது வெறும் அலங்காரச் செடியாக மட்டுமே வளர்க்கப் பட்டது. இத்தாலிக்குக் கொண்டு வரப்பட்ட தக்காளி மஞ் சள் நிறத்தில் இருந்த காரணத்தால், அதை போமோடோரோ அதாவது தங்க ஆப்பிள் என்று அழைத்தனர்.

ஐரோப்பாவில் இருந்து அட்லாண்டிக் வழியாகத் திரும்பவும் வட அமெரிக்காவுக்குக் கொண்டுசெல்லப்பட்ட தக்காளி, 19–ஆம் நூற்றாண்டில் உலகின் முக்கிய உணவு ஆனது.

தக்காளியின் நிறம் என்னவென்று கேட்டால், பெரும்பாலும் 'சிவப்பு' என்போம். ஆனால், மஞ்சள், ஆரஞ்சு, இளஞ் சிவப்பு, ஊதா, பிரவுன், வெள்ளை, பச்சை நிறங்களிலும் தக்காளி இருக்கின்றன.

தக்காளியை எதில் சேர்ப்பது காயா அல்லது பழமா என்ற சந்தேகம் பலருக்குள்ளும் இருக்கிறது. அமெரிக்காவில் இதற்காக நீதிமன்றத்துக்குச் சென்றார்கள். 1893–ம் வருஷம், அமெரிக்க உச்ச நீதிமன்றம் தக்காளி ஒரு காய்தான் எனத் தீர்ப்பு வழங்கியிருக்கிறது..!

பல இங்கிலீஷ் காய்கறிகளுக்கு இன்னமும் தமிழ்ச் சொல் உருவாகவில்லை. அதை அப்படியே ஆங்கிலத்தில்தான் அழைக்கிறோம். சில காய்கறிகளை வடிவம் சார்ந்து தமிழ்படுத்தியிருக்கிறோம். சில காய்கறிகளை உள்ளூர் காய்கறி களுடன் ஒப்பிட்டுப் பெயர் கொடுத்திருக்கிறோம்.

முன்பெல்லாம் இயற்கை உரங்களைக் கொண்டு விளைவித்த காய்கறிகளை, தோட்டத்தில் இருந்து நேரடியாகப் பறித்துச் சாப்பிட்டோம். அவற்றில் ரசாயன உரங்கள், பூச்சிக்கொல்லி மருந்துகள் எதுவும் கலக்கப்படவில்லை.

இன்றோ இந்தியாவில் உற்பத்தியாகும் 10 கோடி டன் காய்கறிகளை, பூச்சித் தாக்குதலில் இருந்து பாதுகாக்க, 6,000 டன் பூச்சிக்கொல்லி மருந்து பயன்படுத்தப்படுகிறது என்கிறார்கள். சர்வதேச அளவுடன் ஒப்பிட்டால், இது 68 சதவிகிதம் அதிகம்.

காய்கறிகள் உடலுக்கு நல்லது என்கிறார்கள் மருத்துவர்கள். ஆனால், பூச்சி மருந்துகளும் ரசாயனக் கலவைகளும் கலந்த காய்கறிகளை, கொள்ளை விலையில் விற்பனை செய்வதைக் கட்டுப்படுத்தவும், இயற்கையாக விளைந்த காய்கறிகளை நேரடியாக விநியோகம் செய்யவும் முறையான வழிமுறைகள் இன்னமும் உருவாக்கப்படவில்லை.

குளிர் பிரதேசங்களில் வசிப்பவர்கள் அவர்கள் உடல் நலத்துக்கு ஏற்ப காய்கறிகளைப் பயிரிட்டு சாப்பிட்டார்கள். அந்தக் காய்கறிகளை வெப்ப மண்டலத்தில் வாழ்ந்துகொண்டு நாம் அன்றாடம் விரும்பி சாப்பிடுவது, நம் உடல்நலத்துக்குப் பொருத்தம் இல்லாதது.

ஆகவே, நாட்டுக் காய்கறிகளுக்கே நம் உணவில் முக்கியத்துவம் தர வேண்டும். கீரைகள், பச்சைக் காய்கறிகள் சாப்பிடுவதற்கு குழந்தைகளைப் பழக்கப்படுத்த வேண்டும். சரிவிகித உணவில் எந்தக் காய்கறிகள் எவ்வளவு தேவை என்பதை அறிந்து உண்ண வேண்டும்.

15

பிறந்த நாள் கேக்குகள்!

நாளிதழ் ஒன்றில் வெளியான செய்தி இது: மும்பையில் 60 வயதைத் தொட்ட ஒரு தொழில் அதிபர் தனது பிறந்த நாளைக் கொண்டாடுவதற்காக ஒரே நேரத்தில் 60 கேக்குகளை வெட்டினார். அந்த கேக்குகளின் மொத்த எடை 6,000 கிலோ.

எதற்கு இந்த ஆடம்பரம்? வணிகச் சந்தை உருவாக்கிய பண்பாடு எந்த அளவு விபரீதமாக வளர்ந்திருக்கிறது என்பதற்கு இது ஓர் உதாரணம்.

பிறந்த நாள் கொண்டாட்டம் என்றாலே, புத்தாடை அணிந்து கேக் வெட்டுவதும் சாக்லெட் பரிமாறிக் கொள்வதும், விருந்தும்தான் என உலகம் முழுவதும் பரவியிருக்கிறது. உணவுச் சந்தையின் முக்கிய இலக்குகளில் ஒன்று பிறந்த நாள். அதை மையமாகக்கொண்டு பெரும் வணிகம் நடைபெறுகிறது. நடுத்தர வர்க்கத்தைச் சேர்ந்த ஒருவன் சராசரியாக தனது பிறந்த நாளில் கேக், குளிர்பானங்கள், சிற்றுண்டி, விருந்து என 2,000 ரூபாயில் தொடங்கி 5,000 வரை செலவு செய்கிறான். மேல்தட்டு குடும்பங்கள் ஐந்து லட்சம் முதல் 20 லட்சம் வரை செலவு செய்கின்றன. இந்த செலவில் 80 சதவிகிதம் சந்தைக்கானதே!

இந்தியாவில் ஆண்டுதோறும் விற்பனையாகும் பேக்கரி பொருட்களின் மதிப்பு 3,295 கோடி ரூபாய். இதில் 50 சத விகிதம் ரொட்டிகள் விற்பனை. 15 முதல் 18 சதவிகிதம் பிறந்த நாள் கேக்குகளின் விற்பனை என்கிறார்கள்.

இந்த விற்பனை ஆண்டுக்கு எட்டு சதவிகிதம் முதல் 9.5 சதவிகிதம் வரை வளர்ச்சியடைந்து வருகிறது. அதற்குக் காரணம் வாழ்க்கை முறையில் ஏற்பட்ட மாற்றம் என்கிறது பேக்கரி மார்க்கெட் சர்வே.

ஒரு பிறந்த நாள் கேக்கின் விலை 500 ரூபாயில் தொடங்கி ஒரு லட்சம் வரை இருக்கிறது. அவரவர் வசதியைப் பொறுத்து பிடித்தமான வடிவத்தில், ருசியில் வாங்கிக்கொள்கிறார்கள். பெருநகரங்களில் புதுப் பழக்கம் உருவாகி உள்ளது. குழந்தைகளின் பிறந்த நாள் கோடை விடுமுறையில் வந்து விட்டால், பள்ளி திறந்த பிறகு ஒரு நாளை பிறந்த நாளாகக் கொண்டாடுகிறார்கள்.

பிறந்த நாள் கொண்டாடுகிற பழக்கம் நமக்கு மரபானது இல்லை. அதை ஆங்கிலேயர்களிடம் இருந்து கற்றுக்கொண்டு இருக்கிறோம். அவர்கள் இதை ரோமானியர்களிடம் இருந்து கற்றுக் கொண்டார்கள். பைபிளில் பிறந்த நாள் கொண்டாடும் படி எந்தக் குறிப்பும் இல்லை . நமது பிறந்த நாளை எப்படிக் கொண்டாடுவது என்பதை சந்தையும் ஊடகங்களும்தான் தீர்மானிக்கின்றன. ஐந்து முக்கிய உணவு நிறுவனங்களே இன்று பிறந்த நாளை வடிவமைக்கின்றன என்கிறார் உணவியல் ஆய்வாளர் ஆர்தர் டிகாட்.

அவை, பிறந்த நாள் கேக்குகள் தயாரிக்கும் பேக்கரிகள், சாக்லெட் தயாரிப்பு நிறுவனங்கள், மது மற்றும் குளிர் பானங்கள், உணவகங்கள், பரிசுப் பொருள் விற்பனையகங்கள்... இவர்களின் சந்தைப்படுத்துதலே பிறந்த நாளை வடிவமைக்கின்றன.

எனது தாத்தா காலத்தில் யாரும் வீட்டில் பிறந்த நாள் கொண்டாடியது இல்லை. அதைவிடவும் பிறந்த நாளை நினைவில் வைத்துக்கொண்டதுகூட இல்லை. எந்த மாதம் பிறந்தேன் என்றுதான் சொல்வார்கள். எந்த நட்சத்திரத்தில் பிறந்தோம் என்பதை வைத்து அந்த நட்சத்திரம் வரும் நாளில்

கோயில்களுக்குப் போய் வணங்கி வருவதும் பெரியவர்களின் ஆசி பெறுவதும் தானம் அளிப்பதும் வழக்கம். எளிமையான நம்பிக்கையாக மட்டுமே பிறந்த நாள் இருந்தது.

இன்று வயது வேறுபாடின்றி எல்லோரது பிறந்த நாள் கொண்டாட்டத்திலும் கேக் தவறாமல் இடம் பெறுகிறது. கேக் வெட்டும் ஒருவர்கூட எதற்காகப் பிறந்த நாளில் கேக் வெட்டுகிறோம்... ஏன் மெழுகுவத்திகள் ஏற்றப்படுகின்றன... ஏன் அதை ஊதி அணைக்கச் சொல்கிறார்கள்... ஹேப்பி பர்த்டே டு யூ பாடலை யார் உருவாக்கினார்கள் என எதையும் அறிந்திருக்கவில்லை.

முன்பு ஊருக்கு ஒன்றோ, இரண்டோ பேக்கரி இருக்கும். அதுவும் கிராமப்புறங்களில் கிடையாது. நோயாளிகளுக்கு பன், ரஸ்க், பிரெட் வாங்குவதற்கும், குழந்தைகளுக்கு கேக், பிஸ்கட், செர்ரி பழ ரொட்டி வாங்குவதற்கும் போவார்கள். பேக்கரியின் பெயர்கள் பெரும்பாலும் கிறிஸ்துவப் பெயர்களாகவே இருக்கும். மாடசாமி பேக்கரி, மதுரைவீரன் பேக்கரி என்ற பெயர்களை நான் கண்டதே இல்லை. கருப்பட்டி மிட்டாயும் காரச்சேவும் அதிரசமும் முறுக்கும் சாப்பிட்டு பழகிய தமிழ் மக்கள் எப்படி இன்று கேக், சாண்ட்விச், டோனெட் சாப்பிடப் பழகினார்கள்? வெறும் பழக்கம் மட்டும் பாரம்பரிய உணவு முறையை கைவிட செய்துவிடுமா என்ன?

30 ஆண்டுகளுக்கு முன் பேக்கரிக்குப் போய் வருகிறேன் என்றாலே, ‘வீட்டில் யாருக்காவது உடல்நலம் இல்லையா?’ என்றுதான் கேட்பார்கள். அது போல பன், ரொட்டி சாப்பிடுவதற்காகவே காய்ச்சல் வர வேண்டும் என நினைக்கும் சின்னஞ்சிறுவர்களும் இருந்தனர். கேக்கில் முட்டை கலந்திருக்கிறது, அதனால் சைவர்களாகிய நாங்கள் கேக் சாப்பிடமாட்டோம் என ஒரு கோஷ்டி கேக் மற்றும் பிஸ்கட்டுகளை ஒதுக்கி வைத்திருந்தது. இன்று அந்த பேதங்கள் மறைந்து போய் விட்டன. வீதிக்கு இரண்டு பேக்கரிகள் முளைத்திருக்கின்றன. மாநகரில் பிரெட் பட்டர் ஜாம் சாப்பிடும் பழக்கம் அடித்தட்டு மக்கள் வரை பரவியிருக்கிறது. பண்பாட்டைத் தீர்மானிப்பதில் சந்தை எவ்வளவு முக்கியப் பங்கை வகிக்கிறது என்பதற்கு பேக்கரிகளே உதாரணம்.

இன்று பேக்கரி மிக முக்கியமான வணிக மையம். பெரு நகரங்களில் புதிது புதிதாகப் பன்னாட்டு அடுமனைகள் பெருகிக்கொண்டிருக்கின்றன. ஒரு துண்டு கேக்கின் விலை ரூபாய் 275-ஐ தொட்டுவிட்டது. கேக் சாப்பிடுவது இளமையின் அடையாளமாக முன்னிறுத்தப்படுகிறது. ஒரு துண்டு கேக்கில் 385 கலோரி இருக்கிறது. ஆகவே, பார்த்துச் சாப்பிடுங்கள். தொடர்ந்து சாப்பிட்டால் நீரழிவு நோயும் உயர் ரத்த அழுத்தமும் உருவாகக்கூடும் என எச்சரிக்கிறார்கள் மருத்துவர்கள். ஆனால், இளையோர் காதுகளில் அது ஒலிப்பதே இல்லை.

பேக்கரி என்பதற்குப் பதிலாக வெதுப்பகம் என்ற தமிழ்ச் சொல்லை ஒரு கடையின் பெயர் பலகையில் பார்த்தேன். அடுமனை என்றும் சில விள்ம்பரங்களில் கண்டிருக்கிறேன். இப்படி அழகான தமிழ்ச் சொற்கள் வந்தபோதும் மனதில் பதிந்துபோன பேக்கரி என்ற சொல்லை விலக்கவே முடியவில்லை. கேக், பிரெட், பிஸ்கட் என ஆங்கிலச் சொற்கள்தான் உடனடியாகப் பேச்சில் வருகின்றன.

பேக்கரியின் சமையல் கூடத்துக்குள் போயிருக்கிறீர்களா? அபூர்வமான ஒரு மணம் வரும். அந்த மணத்துக்காகவே பேக்கரியின் பின்கட்டில் போய் நின்றிருக்கிறேன். பிஸ்கட் செய்பவர்கள் எப்படி இவ்வளவு கச்சிதமாக செய்கிறார்கள். பன் ரொட்டிக்குள் எப்படி செர்ரி பழம் ஒளித்து வைக்கப்பட்டிருக்கிறது என பள்ளி வயதில் வியப்பாக இருக்கும்.

கிறிஸ்துவர்கள் மட்டுமே வீட்டில் கேக் செய்வார்கள் என பள்ளி நாட்களில் நம்பிக் கொண்டிருந்தேன். உடன் படித்த கிறிஸ்தவ நண்பனிடம் ‘உன் வீட்டில் கேக் செய்வீர்களா?’ எனக் கேட்டபோது, 'இல்லை, பேக்கரியில்தான் வாங்குவோம்' என்றான். இவ்வளவு ருசியாக உள்ள கேக்குகளை ஏன் வீட்டில் செய்வதில்லை என யோசித்திருக்கிறேன். ஒருமுறை அம்மாவிடம் கேட்டேன். ‘அதை செய்வதற்கான அடுப்பு வேண்டும். சரியான பக்குவம் தெரிய வேண்டும். கடையில் உள்ளதுபோல் வீட்டில் செய்ய முடியாது’ என்றார்.

இன்று வரை கேக் வகைகள், பிஸ்கட்டுகள், ரொட்டித் துண்டுகள் கடைகளில் வாங்கப்படும் விற்பனைப் பொருளாக

மட்டுமே இருக்கின்றன. இந்தியா முழுவதுமாக 20 லட்சம் பேக்கரிகள் இருக்கின்றன என்கிறார்கள். சிறு தொழிலாக இதை செய்பவர்கள் 60 சதவிகிதம். இரண்டு பெரிய நிறுவனங்கள்தான் இந்தச் சந்தையில் கோலோச்சுகின்றன. பெரிய நிறுவனங்களுடன் சிறிய வீட்டுத் தயாரிப்புகள் பலத்த போட்டி போடுகின்றன. நோயாளிகளுக்கான உணவில் பேக்கரி தயாரிப்புகளே இப்போதும் முக்கிய இடத்தில் இருக்கின்றன.

எதற்காக இவ்வளவு பணம் செலவழித்து பிறந்த நாட்களைக் கொண்டாடுகிறோம்? உண்மையில் நாம் கொண்டாட்டத்துக்காக ஏங்குகிறோம். மதம் சார்ந்த விழாக்கள், பண்டிகைகள் தவிர, வேறு கொண்டாட்டங்களுக்கு தனி நபர் வாழ்வில் இடம் இல்லை. ஆகவே, பிறந்த நாளும் திருமணநாளும் முக்கியமானதாக மாறியிருக்கின்றன.

பிறந்த நாளைக் கொண்டாடுவதற்கான வழிமுறைகளை ஆங்கிலேயர்கள் உருவாக்கித் தந்துவிட்டார்கள். அதை அப்படியே நாமும் பின்பற்றுகிறோம். ஆனால், திருமண தினத்தைக் கொண்டாடும்போது அவர்களின் பண்பாடு நம்மோடு ஒத்துப்போக மறுப்பதால், ஷாம்பெயின் குடிப்பதையும் கைகோத்து நடனமாடுவதையும் நம்மால் ஏற்றுக்கொள்ள முடியவில்லை.

ஒருகாலத்தில் பிறந்த நாள் கொண்டாட்டம் என்பது மன்னர்களுக்கு மட்டுமேயானது. கிறிஸ்து சகாப்தம் துவங்குவதற்கு மூன்று நூற்றாண்டுகளுக்கு முன்பே எகிப்திலும் ரோமிலும் அரசர்களின் பிறந்த நாள் கொண்டாட்டம் நடைபெற்றிருக்கிறது. கிரேக்க மக்கள் நிறைய கடவுள்களை வணங்குபவர்கள். நிலவுக்கான கடவுள் ஆர்திமிஸ். அதன் வடிவம் போலவே தேன் கலந்த வட்ட வடிவமான கேக் ஒன்றை செய்து, அதில் பிரகாசத்துக்காக மெழுகுவத்தியை ஏற்றி கடவுளுக்கு நன்றி சொல்லிக் கொண்டாடியிருக்கிறார்கள். அப்படித்தான் பிறந்த நாள் கேக் பிறந்தது என உணவியல் அறிஞர் டி.எஸ்.ராவத் கூறுகிறார்.

பிறந்த தினத்தின்போது மெழுகுவத்தியை ஏற்றுவது ஒரு சடங்கு. தீவினைகள் விலகி ஓடுவதற்காகவே மெழுகுவத்தி

ஏற்றப்படுகிறது என்கிறார்கள் ஸ்காட்டிஷ் நாட்டுபுறவியல் ஆய்வாளர்கள்.

பிறந்த நாள் கேக்கின் நடுவில் ஒரேயொரு மெழுகுவத்தி ஏற்றிவைக்கும் வழக்கம் ஜெர்மனியில்தான் துவங்கியிருக்கிறது, குழந்தைகளின் பிறந்த நாள் விழாக்களை தனியே ஓர் அரங்கில் கொண்டாடுவது ஜெர்மானியரின் வழக்கம். அதன் பெயர் கிண்டர்பெஸ்ட். அதிலிருந்துதான் குழந்தைகளுக்கான பிறந்த நாள் கொண்டாட்டங்களைத் தனித்த நிகழ்வாக கொண்டாடுவது தொடங்கியிருக்கிறது.

குழந்தைகளை தீய ஆவிகள் பற்றிக் கொள்ளாமல் காப்பதற்காகப் பெரியவர்கள் ஒன்றுகூடி வாழ்த்துவதும் பரிசுகளைப் பரிமாறிக் கொள்வதும் வழக்கம். அப்படித்தான் பிறந்த நாள் கொண்டாட்டம் உலகெல்லாம் பரவியது என்கிறார்கள்.

பிறந்த நாள் கொண்டாடுகிறவர் தனது மனதுக்குள் ஓர் ஆசையை நினைத்துக்கொள்ள வேண்டும். அது நிறைவேற வேண்டும் என்பதன் அடையாளமாக எரியும் மெழுகு வத்தியை ஊதி அணைக்க வேண்டும். இதன் வழியேதான் மெழுகுவத்தியை ஊதி அணைக்கும் பழக்கம் உருவானது என பிரிட்டிஷ் மக்கள் சொல்கிறார்கள். வயதுக்கு ஏற்ப மெழுகுவர்த்திகள் அதிகமாவது பின்னாளில் உருவான மாற்றமே.

கிரேக்கர்கள் ஆரம்ப காலங்களில் கேக்குகளை குறிப்பதற்கு பிளகோஸ் என்றே அழைத்தனர். அதன் பொருள் வட்ட வடிமானது என்பதாகும். அவர்களே சடுரா என்ற கேக்கையும் தயாரித்தார்கள். அது பெரிய அளவிலான கேக் ஆகும்.

ரோமானியர்கள் இதுபோலவே பிளசென்டா என்ற வெண்ணெய் சேர்ந்த கேக்குகளை தயாரித்து கடவுளுக்கு அர்ப்பணம் செய்தனர். ரோமில் மூன்றுவிதமான பிறந்த தினங்கள் கடைப்பிடிக்கப்பட்டன. ஒன்று தனி நபர்களின் பிறந்த தினங்கள், மற்றது கடவுளின் பிறந்த தினம். மூன்றாவது அரசனின் பிறந்த தினம். இந்த மூன்றில் அரசனின் பிறந்த

நாளே மிகவும் விசேஷமாகக் கொண்டாடப்பட்டது. மூன்று நிகழ்வுகளுக்கும் மூன்று விதமான கேக்குகள் தயாரிக்கப் பட்டன.

பிறந்த நாள் கேக்கின் வரலாற்றை அறிந்து கொள்ள வேண்டும் என்றால் அதற்கு முன்பாக ரொட்டியின் வரலாற்றைத் தெரிந்துகொள்ள வேண்டும்.

16

இந்தியாவின் முதல் பேக்கரி!

வேட்டை சமூகத்தில் இருந்து வேளாண் சமூகமாக மனிதன் மாறிய காலத்திலேயே, ரொட்டி சாப்பிடும் வழக்கம் உருவாகிவிட்டது.

ரோமானியர்கள் ரொட்டி தயாரிப்பதில் முன்னோடியாக இருந்த தகவல்களை அவர்களின் வரலாற்று நூல்களில் காண முடிகிறது. கி.மு. 168–இல் ரோமாபுரியில் அடுமனை தொழிலாளர்களின் கூட்டமைப்பு உருவாக்கப் பட்டிருக்கிறது. அந்த நாட்களில் செய்யப்பட்ட ரொட்டியும், இன்று நாம் சாப்பிடும் ரொட்டியும் ஒன்று இல்லை. அப்போது அவை அரைத்த தானியத்துடன் உப்பும் வெண்ணெயும் சேர்த்து செய்யப்பட்டவை. மாவு அரைக்கும் இயந்திரங்கள் உருவாகாத காலம் என்பதால், ரொட்டி கடினமானதாக இருந்தது. ஏதென்ஸ் நகரின் சாலையில் வைத்து ரொட்டிகள் கூவி விற்கப்பட்டன.

சிறந்த ரொட்டி செய்பவர்களுக்குப் பெரிய கிராக்கி இருந்தது. விருந்துகளில் ரொட்டி செய்வதற்காக வெளி நாடுகளில் இருந்து ஆட்கள் வரவழைக்கப்பட்டனர், ரொட்டியின் அளவு, எடை, விலை ஆகியவற்றை முறைப்படுத்த வேண்டும் என்று மக்கள் புகார்

தெரிவித்தார்கள். இதற்காக 1266-இல் ஒரு சட்டம் கொண்டுவரப்பட்டது.

அதன் முன்பு வரை ரொட்டியின் விலை என்பது ரொட்டி சுடுபவரின் சம்பளம், அவரது வீட்டுச் செலவு, மனைவியின் செலவுகள், கடை நிர்வாகச் செலவு, எரியும் விறகுகளுக்கான பணம், வீட்டு நாய்களின் உணவு ஆகிய அத்தனையும் சேர்த்தே நிர்ணயிக்கப்படும்.

அதை எதிர்த்த மக்கள், ரொட்டி விலையை முறைப்படுத்தக் கோரி போராடினார்கள். 13-ம் நூற்றாண்டில் ரொட்டியின் தரமும் விலையும் வரையறை செய்யப்பட்டன. ஆனாலும், முழுமையாக அதை நடைமுறைப்படுத்த முடியவில்லை.

1718-ல் ரொட்டி தயாரிப்பதற்காக சிறப்புப் பள்ளி தொடங்கப்பட்டு, முறையான பயிற்சிகள் அளிக்கப்பட்டன. பயிற்சி பெற்ற ரொட்டி செய்பவர்கள் புது வகை ரொட்டி களை உருவாக்கினார்கள். உணவு மேஜையில் எப்படி ரொட்டியைப் பரிமாற வேண்டும். யாருக்கு எத்தனை ரொட்டிகள் வழங்கப்பட வேண்டும் என்ற ஒழுங்குமுறைகளும் உருவாக்கப்பட்டன.

ரஷ்யாவில் உப்பும் ரொட்டித் துண்டும் கொடுத்து வரவேற்பது சம்பிரதாயம். நோன்பு இருப்பவர்களுக்காக விசேஷமான ரொட்டிகள் தயாரிப்பது ஐரோப்பாவில் மரபு. உலகெங்கும் 1,000-க்கும் மேற்பட்ட விதங்களில் ரொட்டிகள் தயாரிக்கப்படுகின்றன.

ஆட்டோ ரோவெடர் என்ற அமெரிக்கர், மிசௌரி மாகாணத்தைச் சேர்ந்தவர். இவர் 1928-இல் ஓர் இயந்திரத்தை உருவாக்கினார். அதன் மூலம் ரொட்டிகளைச் சரியான அளவில் துண்டுசெய்து ஒரு பாக்கெட்டில் அடைத்து விற்க முயன்றார். இயந்திரத்தால் துண்டிக்கப்பட்ட ரொட்டித் துண்டுகளைப் பற்றி பெரிய அளவில் விளம்பரம் செய்த ரோவெட்டர், 1928-இல் தனது விற்பனையைத் தொடங்கினார்.

துண்டாக்கப்பட்ட ரொட்டிகள் மக்களிடையே பெரும் வரவேற்பு பெற்றன. இதைக் கொண்டு உடனடியாக

சாண்ட்விச் செய்ய முடிகிறது என்பதால், அதன் விற்பனை பெருகியது. அப்படித்தான் துண்டிக்கப்பட்ட ரொட்டித் துண்டுகள் பாக்கெட்டில் விற்பனை செய்வது உலகெங்கும் பரவியது.

17-ம் நூற்றாண்டுக்குப் பிறகு பேக்கரி தொழிலில் புதிய மாற்றங்கள் உருவாகின. அறிவியல் கண்டுபிடிப்புகளின் மூலமும், புதிய தொழில்நுட்பக் கருவிகளின் வருகையும் ரொட்டித் தயாரிப்பில் வளர்ச்சியை உருவாக்கின.

தொழில் புரட்சியின் முன்பு வரை, பிறந்த நாள் கொண்டாட்டங்கள் வசதியானவர்களுக்கு மட்டுமே உரியதாக இருந்தன. அவர்கள் மட்டுமே கேக் வெட்டி கொண்டாடினார்கள். தொழில் புரட்சியால் உருவான மாற்றங்களால், பேக்கரி தொழிலுக்குத் தேவையான ஈஸ்ட் தயாரிப்பு எளிதாகியது; மாவு அரைக்கும் இயந்திரங்கள் உருவானது. புதிய உபகரணங்களின் வருகை, கேக்குகளின் விலையை மலிவாக்கின. அதனால், ஏழை எளிய மக்களும் பிறந்தநாள் கொண்டாடத் தொடங்கினார்கள். அப்படித்தான் பிறந்தநாள் கொண்டாட்டம் பரவத் தொடங்கியது.

கேக் மற்றும் பிஸ்கட் வகைகளை உண்பதில் பிரெஞ்சுக்காரர்களும் பெல்ஜியர்களும் இத்தாலியர்களும் மிக விருப்பம் கொண்டிருந்தார்கள். முதன்முதலாக பாரீஸில் விதவிதமான கேக்குகள் செய்து விற்கும் பேக்கரி தொடங்கப்பட்டது, அதன் வெற்றியே உலகெங்கும் பேக்கரிகள் உருவாகக் காரணமாகின.

பிறந்த நாளில் நாம் பாடும், 'ஹேப்பி பர்த் டே டு யூ' என்ற பாடலை இயற்றியவர்கள் மில்ட்ரெட் ஜே.ஹில், பட்ரி ஸ்மித் ஹில் என்ற சகோதரிகள். இவர்கள் அமெரிக்காவின் கென்டெகி மாநிலத்தில் பிறந்தவர்கள். இவர்கள் இதே மெட்டில், 'குட் மார்னிங் டு ஆல்' என்ற ஒரு பாடலை உருவாக்கினார்கள். அந்த மெட்டிலே, 'ஹேப்பி பர்த் டே' பாடப்பட்டது.

1893-ஆம் ஆண்டு முதன்முதலில் பிறந்த நாள் பாடல் வெளியிடப்பட்டு இருந்தாலும், 1935-ஆம் ஆண்டுதான்

காப்புரிமை பெற்றது. இன்று வரை அதன் காப்புரிமை நீடிக்கப்படுகிறது.

இதுகுறித்து அமெரிக்க நீதிமன்றத்தில் ஒரு வழக்கு நடை பெற்றது. தனி நிகழ்வுகளில் பிறந்தநாள் வாழ்த்துப்பாடுவதற்கு அனைவருக்கும் உரிமை இருக்கிறது. ஆனால், இதை வணிக ரீதியாகப் பயன்படுத்தினால் அதற்கான உரிமைத் தொகை கொடுக்க வேண்டும் என்றது நீதிமன்றம்.

இந்த பாடலின் வருகைக்குப் பின்னரே கேக்குகளில், 'ஹேப்பி பர்த் டே' என எழுதப்படுவது வழக்கமானது.

இந்தியாவில் 100 ஆண்டுகளுக்கு முன்னதாகவே கேரளத்தில் பேக்கரி ஆரம்பிக்கப்பட்டது. 1880 - இல் தலைச்சேரியைச் சேர்ந்த மாம்பள்ளி பாபு என்பவர் ராயல் பிஸ்கட் ஃபேக்டரி என ஒரு கடையைத் துவங்கினார். அப்போது இந்தியாவில் இரண்டே இரண்டு பேக்கரிகள் மட்டுமே இருந்தன. ஒன்று மேற்கு வங்கத்தில். அதை நடத்தியது ஒரு பிரிட்டிஷ்காரர். இந்தியரால் ஆரம்பிக்கப்பட்ட முதல் பேக்கரி தலைச்சேரியில்தான் ஆரம்பிக்கப்பட்டது என்கிறார்கள்.

அந்த பேக்கரிக்கு 1883-ஆம் ஆண்டு வருகை தந்த தேயிலைத் தோட்ட உரிமையாளரான முர்டாக் பிரௌன் என்ற வெள்ளைக்காரர் தனது குதிரை வண்டியை நிறுத்தி, கடையினுள் வந்து இங்கிலாந்தில் இருந்து தனக்கு அனுப்பி வைக்கப்பட்ட பிளம் கேக் ஒன்றைக் காட்டினார். 'இதுபோல் ஒன்றை செய்துதர முடியுமா?' என விசாரித்தார்.

அதேபோல் ஒரு கேக்கை சில தினங்களில் செய்து தந்தார் மாம்பள்ளி பாபு. இந்த கேக்கின் சுவை இங்கிலாந்தில் செய்த கேக்கைவிடச் சிறப்பாக இருந்தது. அதன் பிறகு அந்தக் கடையின் வியாபாரம் புகழ்பெறத் தொடங்கியது.

இந்தியாவில் தயாரிக்கப்பட்ட முதல் கேக் அதுவே. அந்த நிகழ்வு நடைபெற்று 129 ஆண்டுகள் ஆனதைக் கொண்டாடும் விதமாக சென்ற வருடம் 1,200 கிலோ எடையில் 300 அடி நீளமான கேக் ஒன்றை உருவாக்கி கிறிஸ்துமஸ் பரிசாக அளித்திருக்கிறார்கள்.

கேக் என்ற ஆங்கிலச் சொல் 13-ம் நூற்றாண்டில்தான் அறிமுகமாகியது. சந்திரனை வழிபடும் ரோமானியர்கள் அதன் வடிவம் போலவே வட்டமாக கேக் தயாரித்தனர் என்கிறார்கள். இதுபோலவே சீனாவிலும் நிலவின் வடிவமாக கேக் அடையாளப்படுத்தப்படுகிறது. ஆனால், ரஷ்யாவில் சூரியனை வழிபடுவதால் வட்ட கேக்குகள் தயாரிக்கப் பட்டிருக்கின்றன.

தங்களின் 50-ஆவது பிறந்த நாளைக் கொண்டாட தேனில் செய்த கேக் தயாரிப்பது ரோமானியர்களின் வழக்கம். ஸ்பாஞ்ச் கேக்குகளை உருவாக்கியவர்கள் ஸ்பானியர்கள். 1840-இல் பேக்கிங் சோடாவும் 1860-களில் பேக்கிங் பவுடரும் அறிமுகமான பிறகே பேக்கரி தொழில் வளர்ச்சி கண்டது.

க்ரீம் மற்றும் சாக்லேட் கொண்டு தயாரிக்கப்படும் பிளாக் ஃபாரஸ்ட் கேக்குகளுக்கு அந்தப் பெயர் வரக் காரணம், அது ஜெர்மனியின் பிளாக் ஃபாரஸ்ட் ஏரியாவில் முதன்முறையாகத் தயாரிக்கப்பட்டதே.

இன்றும் ஃபிரான்ஸும் இத்தாலியும் ஜெர்மனியும் கேக் தயாரிப்பில் முதன்மையான நாடுகளாக உள்ளன. அவர்களின் தனிச் சுவை மிக்க பேக்கரிகள் உலக நாடுகளில் கிளை பரப்பி வணிகம் செய்து வருகின்றன. இந்தியாவின் பல இடங்களிலும் ஜெர்மன் பேக்கரி இருப்பதற்கு அதுவே காரணம். புதுச்சேரி போன்ற ஃபிரெஞ்சு பண்பாடுள்ள நகரில் ஃபிரான்ஸின் புகழ்பெற்ற பேக்கரிகள் இன்றும் இருந்துவருவது இந்த மரபின் சான்றாகும்.

கேக் இல்லாத கிறிஸ்துமஸ் கிடையாது. அதிலும் பிளம் கேக் என்பது கிறிஸ்துமஸ் பண்டிகைக்காகவே பிரத்யேகமாகத் தயாரிக்கப்படுவதாகும். இந்தியாவில் கேக் விற்பனை கிறிஸ்துமஸை ஒட்டி 10 மடங்கு அதிகமாகிவிடுகிறது என்கிறார்கள் பேக்கரி உரிமையாளர்கள்.

பிறந்த நாளில் கேக் வெட்டி, பரிசு கொடுத்து, விருந்து அளிப்பதுடன் நமது கொண்டாட்டங்களை ஏன் சுருக்கிக் கொள்கிறோம். எத்தனையோ ஏழை குழந்தைகள் கல்விபெற இயலாமல் தவிக்கிறார்கள். அவர்களுக்கு நாம் நிதி

எஸ். ராமகிருஷ்ணன்

உதவி செய்யலாம். கைவிடப்பட்ட முதியவர்கள் வாழும் இல்லங்களுக்குச் சென்று உதவி செய்யலாம்.

கிராமப்புறப் பள்ளிகளுக்குத் தரமான 100 புத்தகங்களை வாங்கிப் பரிசளிக்கலாம். சுற்றுச்சூழலைப் பாதுகாக்கும் நிறுவனங்களுக்கு உதவி செய்யலாம். கிராமியக் கலைகளை வளர்க்க ஆதரவு தரலாம். மாற்றுத் திறனாளிகளுக்கு முடிந்த உதவிகளை செய்து தரலாம். பார்வையற்றவர்கள் அறிந்துகொள்வதற்காக தமிழின் சங்க இலக்கியம் முதல் நவீன இலக்கியம் வரை அத்தனையும் ஆடியோவில் பதிவுசெய்து அதற்காக விசேஷ நூலகம் அமைக்கலாம். இப்படி உருப்படியாக செய்வதற்கு எத்தனையோ அரிய வழிகள் இருக்கின்றன. ஆனால், நாம் பிறந்த நாளின் பெயரில் பெருமளவு பணத்தை உணவு சந்தையில் வீணடிக்கிறோம்.

மெழுகுவர்த்தியை ஊதி அணைப்பதைவிட யாரோ ஒரு முகம் அறியாத மனிதருக்கு உதவும்படியாக வெளிச்சம் ஏற்றி வைப்பது முக்கியமானது இல்லையா? பிறந்த நாள் என்பது எப்படி வாழ்கிறோம் என்பதை அடையாளம் காட்டுவது. அதை அர்த்தம் உள்ளதாக்கிக்கொள்வது நம் கையில்தான் இருக்கிறது.

17

பாயசம் கசக்கிறதா?

'திருமண விருந்தில் பரிமாறப்பட்ட ஜவ்வரிசி பாயசம் சாப்பிட்டு 16 பேர் மயக்கம், மருத்துவமனையில் அனுமதி' என்ற செய்தியை தொலைக்காட்சியில் பார்த்தேன். பாயசம் சாப்பிட்டு ஏன் மயக்கமடைந்தார்கள் என அரசு மருத்துவரான எனது நண்பரிடம் கேட்டேன். அவர் ஆதங்கமான குரலில் சொன்னார்: "எங்கேயும் நம்பி பாயசம் குடித்து விடாதீர்கள். சில கம்பெனிகள் தயாரிக்கிற ஜவ்வரிசிகள் கலப்படமானவை. அதில் மக்காச்சோள மாவும் செயற்கை ரசாயனங்களும் கலந்துவிடுகிறார்கள். அந்தப் பாயசம் சாப்பிட்டால் வாந்திபேதி ஏற்படும்."

என்னால் அவர் சொன்னதை நம்ப முடியவில்லை. நிஜம்தானா என மறுபடியும் கேட்டேன்.

"100 சதவிகிதம் உண்மை. ஜவ்வரிசி தயாரிக்கும்போது, பளீரென வெள்ளை நிறம் இருக்க வேண்டும் என்பதற்காக வாஷிங் பவுடரைச் சேர்க்கின்றனர். இந்தப் புகாரில் சமீபமாக ஒரு தொழிற்சாலை மூடப் பட்டிருக்கிறது" என்றபடியே, "ஜவ்வரிசிக்கு அந்தப் பெயர் எப்படி வந்தது தெரியுமா?" எனக் கேட்டார்.

பச்சைக் குழந்தை முதல் பாயசம் சாப்பிட்டு இருந்தாலும், ஜவ்வரிசிக்கு எப்படி பெயர் வந்தது என யோசிக்கவே இல்லை. அவர் கேட்டபோதுதான் எப்படி அந்தப் பெயர் வந்தது என யோசித்தேன்.

டாக்டர் சிரித்தபடியே சொன்னார்.

"அது ஜாவாவில் இருந்து வந்தது. கஞ்சி செய்யப் பயன் பட்டதால், அதை ஜாவா அரிசி என்று அழைத்தார்கள். அதைச் சொல்லத் தெரியாமல் நம் மக்கள் ஜவ்வரிசி ஆக்கி விட்டார்கள். மர வள்ளிக் கிழங்கில் இருந்து செய்யப்படுவதே ஜவ்வரிசி. இதனைச் சாகோ, சகுடானா, சபுடானா, சௌவாரி என்றும் அழைக்கின்றனர். கூடுதல் விவரங்கள் வேண்டும் என்றால் மைக்கேல் டார்வர் எழுதிய 'ஹிஸ்டாரி ஆஃப் ஃபுட்' படித்துப் பாருங்கள்" என்றார்.

உணவின் வரலாற்றை மேலை நாடுகளில் துல்லியமாக எழுதி வைத்திருக்கிறார்கள். இந்திய உணவு முறைகள் பற்றியும் அதன் பண்பாட்டு வரலாற்றையும் நாம் இன்னமும் தொகுத்து நூலாக்கவில்லை.

சாப்பிடுகிற உணவின் பெயர் தமிழ் சொல்லா எனக் கூடத் தெரிந்து கொள்ளாமல் சாப்பிடுகிற பழக்கம் நமக்குள் உருவாகிவிட்டது. உலகம் முழுவதும் பரவலாக உண்ணப்படும் உணவு வகைகள், அதன் தோற்றம், பரவல், உணவில் உள்ள சத்துகள், குறைபாடுகள் பற்றி மைக்கேல் டார்வரும் ஆலன் ஆஸ்டினும் இணைந்து இரண்டு தொகுதிகளாக உணவின் வரலாற்றை எழுதியிருக்கிறார்கள். கேம்பிரிட்ஜ் பதிப்பகம் இதை வெளியிட்டுள்ளது. இதில் பல தகவல்கள் விரிவாக உள்ளன.

தமிழ்நாட்டில் 700–க்கும் மேற்பட்ட ஜவ்வரிசி தொழிற் சாலைகள் உள்ளன. இதில் 90 சதவிகிதம் சேலம், நாமக்கல் வட்டாரத்தில் அமைந்துள்ளன. ஜவ்வரிசியில் அதிக அளவில் கார்போ ஹைட்ரேட், குறைந்த அளவில் கொழுப்பு ஆகியவை உள்ளன. 100 கிராம் ஜவ்வரிசியில் 351 கிலோ கலோரிகள் உள்ளன. இதில் 87 கிராம் கார்போ ஹைட்ரேட், 0.2 கிராம் கொழுப்பு மற்றும் 0.2 கிராம் புரதம் ஆகியவை உள்ளன.

ஒரு பங்கு ஜவ்வரிசியை 15 பங்கு தண்ணீரில் கொதிக்க வைத்து, அது மூன்றில் ஒரு பாகம் சுண்டிய பிறகு குடித்தால் வியாதிகள் குணமாகும் என்கிறது யுனானி மருத்துவம். நோயாளிகளுக்கு ஏற்ற உணவு என்பதுடன், உடல் வெப்பத்தைத் தணித்துக் குளிர்ச்சி அடைய செய்யக் கூடியது என்ற விதத்திலும் ஜவ்வரிசி முக்கியப் பங்கு வகிக்கிறது.

ஆங்கிலத்தில் இதை சேகோ என அழைக்கிறார்கள். இந்தச் சொல், மலேய மொழியில் உள்ள சேகு என்ற சொல்லில் இருந்து ஆங்கிலத்துக்குச் சென்றிருக்கிறது.

மெட்ரோசைலான் ஸாகு என்பது ஒரு வகைப் பனைமரம். இதன் பழத்தின் ஊறலைக் காய்ச்சி கிடைக்கும் மாவுதான் சேகோ. அந்த மாவை பாசி போலச் சிறுசிறு உருண்டையாக உருட்டி செய்வதே ஜவ்வரிசி. இரண்டாம் உலகப் போருக்கு முன்பு வரை சேகோ ஜாவாவில் இருந்து கப்பல் மூலம் இந்தியாவுக்கு இறக்குமதி செய்யப்பட்டது. அதன் காரணமாகவே ஜாவா அரிசி எனப்பட்டது.

இந்தியாவில் வங்காளம், உத்தரப்பிரதேசம், மத்தியப் பிரதேசம், ராஜஸ்தான் ஆகியவற்றில் ஜவ்வரிசி முக்கிய உணவாக விளங்குகிறது. மகாராஷ்டிரத்தில் இதைச் சாபுதானா என்று அழைக்கிறார்கள்.

மத்தியப்பிரதேசம், மகாராஷ்டிரா ஆகிய மாநிலங்களில் ஜவ்வரிசியினால் உப்புமாவும் கஞ்சியும் தயாரித்து உண்கின்றனர். ஒவ்வொரு குடும்பமும் சராசரியாக மாதம் ஒன்றுக்கு ஐந்து கிலோ அளவில் ஜவ்வரிசி பயன்படுத்து கின்றனர். கேரளத்திலும் ஜவ்வரிசியைச் சாதம்போல் செய்து உண்பது வழக்கம்.

ஜவ்வரிசியின் கதையைப் பார்ப்பதற்கு முன் பாயசம் எப்படி இந்திய உணவில் முக்கிய இடம் பிடித்தது என அறிந்துகொள்வோம்.

இந்தியாவில் அரிசியில் செய்யப்படும் பாயசமே முதலாகச் செய்யப்பட்டிருக்கிறது. பாலும் அரிசியும் சேர்ந்து இந்தப் பாயசத்தைச் செய்திருக்கிறார்கள்.

பாயசத்தை வட இந்தியாவில் கீர் என்கிறார்கள். அதன் பொருள் பாலில் செய்த இனிப்பு என்பதாகும். தமிழில் பாயசம் என்ற சொல் உருவானதும் சமஸ்கிருத சொல்லான பாயசா என்பதில் இருந்தே. அதன் பொருளும் பா 60 என்பதையே குறிக்கிறது. 100-க்கும் மேற்பட்ட பாயச வகைகள் இருக்கின்றன. இதில் பால் பாயசமே ராஜா என்கிறார்கள். இப்படிச் சொல்வதுடன் அது குறித்து ஒரு கதையும் சொல்கிறார்கள்.

ஓர் அரசனின் பிறந்த நாள் விருந்தில் விதவிதமான உணவு வகைகள் பரிமாறப்பட்டன. சாப்பிட வந்த ஒரு பிச்சைக்காரன் ருசியான உணவு வகைகளை அள்ளி அடைத்து வயிற்றை நிரப்பினான். அவன் சாப்பிடுவதை மன்னர் வியப்போடு பார்த்துக்கொண்டிருந்தார். ஏப்பம் வந்தபோதும் வயிற்றை அசைத்துக் கவளம் கவளமாகச் சோற்றை உள்ளே திணித்தான். அத்தனையும் சாப்பிட்டுவிட்டு பெரிய கிண்ணம் நிறையப் பால் பாயசத்தைக் குடிக்க எடுத்தான்.

'இவ்வளவு சாப்பிட்ட பிறகு எப்படி இதைக் குடிக்க முடியும்?' என அரசர் கேட்டதற்கு, அந்தப் பிச்சைக்காரன் பதில் சொன்னான்.

"ஐயா! எவ்வளவு கூட்டமாக இருந்தாலும் அரசர் வந்தால் விலகி அவர் செல்வதற்கு வழி தர மாட்டார்களா? அப்படி உணவில் ராஜா, இந்தப் பால் பாயசம். அது உள்ளே போவதற்கு எந்த உணவாக இருந்தாலும், ஒதுங்கி இடம் தரவே செய்யும்."

இப்படிப் பால் பாயசக் கதையைப் பெருமையாகச் சொல்கிறார்கள்.

இந்தியக் கோயில்களில் கடவுளுக்குப் படைக்கப்படுவதற்காகப் பாயாசம் தயாரிக்கப்படுவது 2,000 ஆண்டுகளுக்கு முன்பே நடைமுறையில் இருந்திருக்கிறது. வெல்லமிட்ட பாயசம் ஒடிசா மாநில பூரி ஜெகன்னாதர் கோயிலில் இன்றும் கடவுளுக்குப் படைக்கப்படுகிறது.

கேரளாவில் பாயசம் மிகவும் புகழ் பெற்ற உணவு என்பதால், ஆண்டுதோறும் பாயசத் திருவிழா ஒன்றை கேரள சுற்றுலாத்

துறை ஏற்பாடு செய்கிறது. இதில் விதவிதமான பாயச வகைகள் விற்பனைக்கு வைக்கப்படுகின்றன. ஒரு கிண்ணம் பாயசத்தின் விலை ரூபாய் 25-ல் தொடங்கி 2,500 வரை உள்ளது.

தமிழ்நாட்டில் எப்படி ஜவ்வரிசி தொழில் உருவானது என்பது சுவாரஸ்யமான நிகழ்வு. இதுகுறித்து, பொருளாதாரப் பேராசிரியர் எஸ்.நீலகண்டன் ஜவ்வரிசி தமிழகம் வந்த கதை என விரிவான கட்டுரை ஒன்றை எழுதியிருக்கிறார். இந்தக் கட்டுரையில் இவர் தரும் தகவல்கள் வியப்பானவை.

சுதந்திரத்துக்கு முந்தைய காலங்களில் மைதா மாவுக்குப் பெயர் மரிக்கன் மாவு என்று பெயர். அமெரிக்காவில் இருந்து இறக்குமதி செய்யப்பட்டதால், அதை அமெரிக்கன் மாவு என்று அழைத்தார்கள். அது மருவி மரிக்கன் மாவு என அழைக்கப்பட்டது. ஜவ்வரிசியும் மைதாவும் முக்கிய இறக்குமதி பொருட்களாக இருந்தன.

இரண்டாம் உலகப் போர் காலத்தில் கப்பல்களில் ராணுவ தளவாடப் பொருட்கள் கொண்டுவருவதற்கு மட்டுமே முன்னுரிமைத் தரப்பட்டது. அதனால், இந்தியாவுக்குக் கொண்டுவரப்பட்ட ஜவ்வரிசி இறக்குமதி பாதிக்கப்பட்டது. சந்தையில் ஜவ்வரிசி கிடைக்காத காரணத்தால் அதன் விலை பலமடங்கு உயர்ந்தது.

முதல் தரமான ஜவ்வரிசி என்பது முழுக்க முழுக்கப் பனைச் சாற்றில் இருந்து தயாரிக்கப்பட்டது. மட்ட ரகச் சேகோ என்பது பனைச் சாற்றோடு மைதா மாவைக் கலந்து உருவாக்குவதாகும். இது கலப்பட ஜவ்வரிசி என அழைக்கப் பட்டது. இதன் விலை குறைவு.

இறக்குமதி குறையத் தொடங்கிய காலத்தில் சேலத்தில் வணிகம் செய்துவந்த மாணிக்கம் செட்டியார் என்பவர் கேரளாவுக்குச் சென்று வந்தபோது, அங்கே மைதா மாவுக்குப் பதிலாக மரவள்ளிக் கிழங்கு மாவைப் பயன்படுத்துவதைக் கண்டார். தாமும் அது போன்று தயாரித்து, விற்பனை செய்யலாமே என, புதிய தொழிலை தொடங்கியிருக்கிறார். மாவு விற்பனை பிரபலமாகத் தொடங்கியது. உடனே மரவள்ளிக் கிழங்கை ஏற்காடு மலைப் பகுதியில் பயிரிட்டு,

தனக்குத் தேவையான மரவள்ளிக் கிழங்கினை தானே உற்பத்தி செய்ய ஆரம்பித்தார் மாணிக்கம் செட்டியார்.

இதே நேரம் பொப்பட்லால் ஜி ஷா என்ற வணிகர் மலேசியாவில் இருந்து ஜவ்வரிசி வாங்கி, இந்தியாவில் விற்று நிறையச் சம்பாதித்தார். அவர் இந்தியாவிலே ஜவ்வரிசியைத் தயாரிக்க விருப்பம் கொண்டார். இதற்கான தேடுதலில் இருந்தபோது, தமிழ்நாட்டில் மரவள்ளிக் கிழங்கு மாவு விற்பனை சக்கை போடு போடுவதை அறிந்தார்.

அதற்குக் காரணமாக இருந்த சேலம் மாணிக்கம் செட்டியாரைப் பற்றிக் கேள்விப்பட்டு நேரில் வருகை தந்து, மரவள்ளிக் கிழங்கு மாவைக் கொண்டு ஜவ்வரிசி தயாரிக்க முடியுமா என விசாரித்தார். செட்டியாருக்கு இந்த யோசனையை ஏன் முயன்று பார்க்கக் கூடாது என்று தோன்றியது.

அரைத்த மரவள்ளிக் கிழங்கு மாவை தொட்டிலில் போட்டு நனைய வைத்துக் குலுக்கினால், அது குருணை போலச் சிறு சிறு உருண்டைகளாக மாறுவதைக் கண்டார். அதைத் தனித்து எடுத்து வறுத்தால், ஜவ்வரிசி போல உருவாவதை அறிந்துகொண்டார். இந்த மரவள்ளிக் கிழங்கு உருண்டைகள் நிஜ ஜவ்வரிசி போலவே இருந்தன.

சந்தையில் ஜவ்வரிசிக்கு இருந்த கிராக்கியைப் பயன்படுத்தி, புதிய ஜவ்வரிசியை விற்பனை செய்யலாம் என முடிவுசெய்து 1943-இல் ஷாவோடு இணைந்து மரவள்ளிக் கிழங்கு ஜவ்வரிசியை விற்பனை செய்யத் தொடங்கினார்.

ஒரிஜினல் ஜவ்வரிசி போலவே இருந்த நகலுக்குப் பெரிய லாபம் கிடைத்தது. இருவரும் பணம் அள்ளத் தொடங்கினார்கள். சந்தையின் வேகத்துக்கு ஈடுகொடுத்து போலி ஜவ்வரிசிகளைத் தயாரிக்க முடியாத அளவுக்கு வணிகம் பெருகியது.

இயந்திரங்களைக் கொண்டு போலி ஜவ்வரிசி உற்பத்தி செய்தால் மட்டுமே சந்தையின் தேவையைத் தீர்க்க முடியும் என முடிவுசெய்து இயந்திரத் தொழில்நுட்பம் அறிந்த வெங்கடாசலக் கவுண்டர் என்பவரை அணுகி, ஜவ்வரிசி தயாரிக்கும் இயந்திரம் ஒன்றை வடிவமைத்துத் தரும்படி கேட்டுக்கொண்டார் மாணிக்கம் செட்டியார்.

அப்படி உருவாக்கப்பட்டதே ஜவ்வரிசி செய்யும் இயந்திரம். இதன் உதவியைக் கொண்டு தினமும் 50 மூட்டைகளுக்குக் குறையாமல் ஜவ்வரிசி தயாரிக்க முடிந்தது. ஜவ்வரிசி தொழிற்சாலைகள் அப்படித்தான் தமிழகத்தில் தொடங்கப்பட்டன.

மரவள்ளிக் கிழங்கினைக் கொண்டு ஜவ்வரிசி தயாரித்து விற்றால் நிறைய லாபம் என்பதைக் கண்டு கொண்ட பலரும், இந்தப் புதிய தொழிலில் ஈடுபடத் தொடங்கினார்கள்.

இந்தத் தொழில் தீவிரமாக வளர்ச்சி அடைந்தபோது 1943–ல் இந்தியாவில் கடுமையான பஞ்சம் உருவானது. இது சர்ச்சில் திட்டமிட்டு உருவாக்கிய பஞ்சம் என்று வரலாற்று ஆய்வாளர் மதுஸ்ரீ முகர்ஜி போன்றவர்கள் குற்றம்சாட்டுகிறார்கள். வங்கப் பஞ்சம் என்று அழைக்கப்படும் இந்தக் கொடும் பஞ்சத்தில் இந்தியாவில் பல்லாயிரம் மக்கள் உயிர் இழந்தனர்.

பஞ்ச காலத்தில் உணவுப் பற்றாக்குறை தீவிரமாகியது. அந்தக் காலத்தில் பஞ்சம்தாங்கி என மரவள்ளிக் கிழங்கு அழைக்கப்பட்டது. அதைக் கப்பங்கிழங்கு, ஏழிலைக் கிழங்கு, மரச்சீனிக் கிழங்கு எனப் பலவிதமாக அழைக்கிறார்கள். பஞ்ச காலத்தில் இந்தக் கிழங்கை உண்டு பிழைத்தவர்கள் ஏராளம்.

பஞ்சம் வேகமாகப் பரவியதால், மரவள்ளிக் கிழங்கு மாவைக் கொண்டு ஜவ்வரிசி தயாரிக்கக் கூடாது என சேலம் மாவட்ட ஆட்சித் தலைவர் ஓர் உத்தரவு பிறப்பித்தார். இதன் காரணமாக ஜவ்வரிசித் தொழிலுக்குத் தற்காலிகப் பின்னடைவு ஏற்பட்டது.

18

டூப்ளிகேட் ஜவ்வரிசி!

ஜவ்வரிசிக்குப் போடப்பட்ட தடையை சமாளித்து, தொழிலை முன்னெடுத்துச் செல்லவே 1943–ல் சேகோ உற்பத்தியாளர் சங்கம் உருவாக்கப்பட்டது. இந்தச் சமயத்தில் தமிழகத்துக்கு வெளியே ஜவ்வரிசியைக் கொண்டுபோய் விற்கவும் அன்றைய அரசு தடை விதித்தது. இதனை எதிர்த்து சேகோ உற்பத்தியாளர் சங்கம் போராடவே, இந்தத் தடை விலக்கிக்கொள்ளப் பட்டது.

1944–இல் 24 பவுண்டுகள் கொண்ட குச்சிக் கிழங்கு மாவு ரூ.20–இல் இருந்து ரூ.24 வரை விற்றது. இதன் தயாரிப்புச் செலவு வெறும் நான்கு ரூபாய்தான். இதனால், ஜவ்வரிசி தொழிலில் லாபம் கொட்டியது.

ஆனால், உலகப்போர் முடிந்த பிறகு, பனையில் இருந்து தயாரிக்கப்படும் ஒரிஜினல் சேகோவை நேரடியாக இறக்குமதி செய்வதற்கு, பலருக்கும் பிரிட்டிஷ் அரசு உரிமை வழங்கியது. இந்த நிலையில் ஒரிஜினல் ஜவ்வரிசியைவிட டூப்ளிகேட் ஜவ்வரிசி சந்தை பிரபலமாகி இருந்த காரணத்தால், அதைத் தடுத்து நிறுத்த வேண்டும் என, இறக்குமதி உரிமை

பெற்றவர்கள் அரசிடம் கோரிக்கை வைத்தனர். அதோடு, இந்த நகல் ஜவ்வரிசியை சேகோ என்று அழைக்கக் கூடாது என முறையிட்டார்கள்.

'மரவள்ளிக் கிழங்கில் இருந்து தயாரிக்கப்படும் ஜவ்வரிசி சந்தை பெருகிவிட்டது. அதோடு, இதன் விலை மலிவு என்பதால் அதை அரசு கட்டுப்படுத்தக் கூடாது' என்று சேகோ உற்பத்தியாளர் சங்கம் அரசிடம் முறையிட்டது.

அப்போது ராஜாஜி தொழில் துறை அமைச்சராக இருந்த காரணத்தாலும், அவர் சேலம் பகுதி வளர்ச்சியில் ஆர்வம் கொண்டவர் என்பதாலும், வெளிநாட்டில் இருந்து ஜவ்வரிசியை இந்தியாவுக்கு இறக்குமதி செய்வதற்கு, தற்காலிகத் தடை விதித்தார். 1949 வரை இந்தத் தடை அமலில் இருந்தது.

1950–க்குப் பிறகு இந்தியாவுக்குள் கிழக்கிந்தியத் தீவுகளில் இருந்து அசல் சேகோ இறக்குமதி செய்யப்பட்டு விற்பனை யானது. அசல் ஜவ்வரிசியின் நிறம், லேசான தவிட்டு நிறம் கொண்டது. ஆனால், டூப்ளிகேட் ஜவ்வரிசி பளீரென ஒளிரும் வெண்மை நிறமுடையது. அசல் சரக்கு விலை அதிகம் என்பதால், அதன் விற்பனை குறையத் துவங்கியது. வங்கத்தில் ஜவ்வரிசி அதிகம் விற்பனையானதால், அங்குள்ள வணிகர்கள் போலி ஜவ்வரிசியை வாங்கி அதன் நிறத்தை மாற்றி, ஒரிஜினல் மலேசியன் சேகோ என விற்கத் தொடங்கினர்.

இப்படி நிறத்தை மாற்றித் தருவதற்கான சாயமேற்றும் நிறுவனங்கள் உருவாகின. இவர்கள் மரவள்ளிக் கிழங்கு ஜவ்வரிசியை ரசாயனம் மூலம் நிறம் மாற்றி ஒரிஜினல் மலேசியன் ஜவ்வரிசி என விற்பனைக்கு அனுப்பி வைத்தனர். இதில் அதிக லாபம் கிடைக்கிறது என அறிந்துகொண்ட வணிகர்கள் பலரும், நிறம் மாற்றிய போலி ஜவ்வரிசிகளைச் சந்தையில் விநியோகம் செய்ய ஆரம்பித்தனர்.

மக்களால் இரண்டு ஜவ்வரிசிகளுக்கும் பெரிய வேறுபாடு கண்டறிய முடியவில்லை என்ற ஒரு காரணத்தை வைத்து, கோடி கோடியாகப் பணம் சம்பாதிக்கத் தொடங்கினர்.

இப்படிப் போலி ஜவ்வரிசிகள் வருவதை அறிந்த சுகாதாரத் துறை, இதனைக் கண்டறிந்து டூப்ளிகேட் ஜவ்வரிசி

மூட்டைகளைக் கைப்பற்றி அழித்தனர். இதனால், சேகோ தொழில் ஆட்டம் காணத் தொடங்கியது.

'மரவள்ளிக் கிழங்கில் இருந்து தயாரிக்கப்படும் ஜவ்வரிசி ஆரோக்கியமான உணவுதான். அதைச் சாப்பிடுவதால் உடல்நலக் குறைவு ஏற்படாது. இதைத் தனித்த ஒரு தொழிலாக அங்கீகாரம் செய்ய வேண்டும்' என்ற கோரிக்கை முன்வைக்கப் பட்டது. இதற்காக மேற்கு வங்கத்தில் நீதிமன்றத்தில் வழக்குத் தொடுக்கப்பட்டது. அதில் முடிவு எட்டப்படவில்லை.

வழக்கு உச்ச நீதிமன்றத்தின் விசாரணைக்கு வந்தபோது, டாக்டர் பி.சி.ராய் வழியாக சமரச முயற்சி மேற்கொள்ளப்பட்டு, சாதகமான ஒரு முடிவு ஏற்படுத்தப் பட்டது. அதன்படி, இந்தியத் தர நிர்ணயக் கழகமும் சேகோ நிபுணர் கமிட்டியும் ஒன்றுகூடி ஆய்வுசெய்து, மரவள்ளிக் கிழங்கில் இருந்து செய்யப்படும் ஜவ்வரிசியை சேகோ என்று அழைக்கலாம் என அறிவித்தது. அதே நேரம், இதில் கலப்படம் செய்தால் கடுமையான நடவடிக்கை எடுக்கப்படும் எனவும் எச்சரிக்கை செய்தது.

தமிழ்நாட்டின் சேலம் மாவட்டம் தவிர, ஆந்திர மாநிலம் சாமல்கோட் பகுதியிலும் சேகோ ஆலைகள் செயல்பட்டு வருகின்றன.

உணவாக மட்டுமின்றி, பருத்தித் துணிகளைச் சலவை செய்யும்போது கஞ்சி போட ஜவ்வரிசி உதவியது. இதனால், அதன் தேவை மேலும் அதிகரித்தது. இந்த வளர்ச்சியால் சேலத்தைச் சுற்றி வாழப்பாடி, ஆத்தூர், நாமகிரிப் பேட்டை, ராசிபுரம் பகுதிகளில் மரவள்ளிக் கிழங்கு புதிய பயிராக அறிமுகப்படுத்தப்பட்டது. தமிழ்நாட்டில் மொத்தமாக 85 ஆயிரம் ஹெக்டேர் பரப்பளவில் மர வள்ளி விளைவிக்கப் படுகிறது.

மரவள்ளிக் கிழங்கு, தென் அமெரிக்காவையும் மேற்கு ஆப்பிரிக்காவையும் தாயகமாகக் கொண்ட தாவரம். மேற்கு ஆப்பிரிக்க நாடான நைஜீரியா, இன்று உலகின் பெரிய மரவள்ளிக் கிழங்கு உற்பத்தி செய்யும் நாடு. உலகம் முழுவதும் ஒவ்வொரு நாளும் சுமார் *500 மில்லியன் மக்கள் மரவள்ளிக் கிழங்கில் இருந்து தயாரிக்கப்படும் உணவுப்

பொருட்களைப் பயன்படுத்துகின்றனர். உலகின் மர வள்ளிக் கிழங்கு உற்பத்தியில் இந்தியா மட்டும் ஆறு சதவிகிதம் உற்பத்தி செய்கிறது.

இனிப்பு மரவள்ளி, கசப்பு மரவள்ளி என இரண்டு வகை மரவள்ளிகள் உள்ளன. இந்தியாவில் 17–ஆம் நூற்றாண்டில் கேரளாவில் போர்ச்சுகீசியர்களால் மரவள்ளிக் கிழங்கு அறிமுகப்படுத்தப்பட்டது.

இந்தியாவில், 3.1 லட்சம் ஹெக்டேர் பரப்பில் பயிரிடப் படுகிறது. 60 லட்சம் டன் கிழங்கு உற்பத்தி செய்யப்படுகிறது. மரவள்ளிக் கிழங்கு இந்தியாவின் 13 மாநிலங்களில் பயிரிடப்படுகிறது என்றாலும், கேரளா, தமிழ்நாடு மற்றும் ஆந்திரப்பிரதேச மாநிலங்களில் அதிகமாகப் பயிராகிறது. நவம்பர் மாதம் தொடங்கி மார்ச் மாதம் வரை மரவள்ளிக் கிழங்கு அதிகம் விளைகிறது.

கேரளாவில் கப்பைக் கிழங்குடன் மீன் சாற்றைத் தொட்டு உண்பதை முக்கிய உணவாகக் கொண்டிருக்கிறார்கள். அவித்த கிழங்கை மிளகாய், உப்பு போன்ற பொருட்களுடன் சேர்த்து உண்பதும் உண்டு. கிழங்கைக் குறுக்காகச் சீவி, எண்ணெயில் இட்டுப் பொரித்து சிப்ஸாகவும் சாப்பிடுகிறார்கள்.

உற்பத்தி செய்யப்படும் மரவள்ளிக் கிழங்கில் 58 சதவிகிதம் மனிதர்களுக்கு உணவாகப் பயன்படுகிறது. 28 சதவிகிதம் கால்நடைத் தீவனமாகவும், நான்கு சதவிகிதம் ஆல்கஹால் மற்றும் ஸ்டார்ச் சார்ந்த துறைகளிலும் பயன்படுத்தப் படுகிறது.

உணவுத் தொழில்களிலும், பசைத் தயாரிப்பிலும் ஸ்டார்ச் பயன்படுகிறது. இன்று தமிழ்நாட்டில் ஜவ்வரிசித் தொழிலில் ஒன்றரை லட்சத்துக்கும் அதிகமானவர்கள் ஈடுபட்டுள்ளனர். இந்த ஆலைகள் மூலம் வருடத்துக்கு 23 லட்சம் மூட்டை ஜவ்வரிசியும், அது தவிர ஸ்டார்ச் மாவும் தயாரிக்கப் படுகின்றன.

ஸ்டார்ச் மாவில், மக்காச்சோளம் மாவை கலப்படம் செய்து ஜவ்வரிசி தயார் செய்கிறார்கள். அதிகப்படியான வருவாயை ஈட்ட, எடை கூட வேண்டும் என்பதற்காக சுண்ணாம்பு

பவுடர், சோக் பவுடர் போன்றவற்றைக் கலக்கின்றனர் எனப் பல குற்றச்சாட்டுகள் சமீபமாக எழுந்துள்ளன.

மரவள்ளிக் கிழங்கில், தோல் நீக்கிய பின்பே மாவு தயாரிக்க வேண்டும். ஆனால், பல தொழிற்சாலைகள், தோலை நீக்காமலேயே, ஸ்டார்ச் தயாரிக்கின்றன. தோல் கலந்த ஸ்டார்ச்சை வாங்கிச் செல்லும் வணிகர்கள், இதைக் குழந்தைகள் விரும்பிச் சாப்பிடும் உணவுப் பொருட்களில் கலக்கின்றனர். குறிப்பாக, சில ஐஸ்க்ரீம் தயாரிப்பவர்கள் பால் மூலம் க்ரீம் தயாரிக்கச் செலவு அதிகம் என்பதால், ஸ்டார்ச் மாவு கலந்த கிரீமைப் பயன்படுத்துகின்றனர்.

சில்லி சிக்கன், மீன் வறுவல் ஆகியவற்றிலும், மொறு மொறுப்பு வேண்டும் என்பதற்காக ஸ்டார்ச் கலக்கின்றனர். இதனைச் சாப்பிடும் குழந்தைகள், வயிற்று வலி, அல்சர் உள்ளிட்ட பல்வேறு பாதிப்புகளுக்கு உட்படுவார்கள். இந்திய உணவு பாதுகாப்புச் சட்டப்படி, ஜவ்வரிசியில் இது போன்ற கலப்படங்கள் செய்வது குற்றம். நோயாளிகளுக்கு உணவாக அளிக்கப்படும் ஜவ்வரிசியில் கலப்படம் செய்வது, மனித உயிருடன் விளையாடுவதாகும்.

உணவை நஞ்சாக்கும் இதுபோன்ற வணிக முயற்சிகளை இரும்புக் கரம் கொண்டு ஒடுக்காவிட்டால் பாயசமாக இருந்தாலும் நம்பி சாப்பிட முடியாத நிலை உருவாகிவிடும். இனிப்புக்காகச் சாப்பிடும் பாயசத்தின் பின்னே இத்தனை கசப்பான உண்மைகள் மறைந்திருப்பது அதிர்ச்சி அளிக்கவே செய்கிறது. உணவுச் சந்தையின் மோசடிகளை நினைத்தால் அடுத்த வேளை என்ன சாப்பிடுவது என்பதே பயமாக இருக்கிறது.

19

கெட்சப் தொட்டுக்கொள்ளலாமா?

பள்ளிப் பிள்ளைகள் இருக்கின்ற வீடுகளின் ஃபிரிட்ஜில் தவறாமல் இடம் பெறுகிறது டொமடோ கெட்சப் (Ketchup). சமோசா, நூடுல்ஸ், சாண்ட்விட்ச், ஃபிங்கர்சிப்ஸ், பஃப்ஸ். கட்லெட்... ஏன் உப்புமாவுக்குத் தொட்டுக் கொள்வதற்குக்கூட கெட்சப் தேவைப்படுகிறது. தக்காளி சாற்றின் மீது ஏன் இத்தனை மோகம்?

சிலர் அதை லேசாக ஊற்றி தொட்டுக்கொள்கிறார்கள். பலர் அதை வழிய வழிய ஊற்றிப் பிசைந்து அப்புகிறார்கள். இதற்காகவே சில சீன உணவகங்களில் கெட்சப் பாட்டிலை நம் டேபிளில் வைத்துவிட்டு, ஊற்றி குடிக்க வேண்டியவர்கள் குடிக்கட்டுமே எனப் போய்விடுகிறார்கள். சிறியதோ பெரியதோ ஏதாவது ஒரு கெட்சப் பாட்டில் எல்லோரது வீட்டிலும் வாங்கப்படுகிறது. இன்றைய உணவுச் சந்தையில் அத்தியாவசிய உணவுப்பொருளாகக் கெட்சப் மாறி இருக்கிறது.

சிறார்கள் மட்டும் இல்லை... வயது வேறுபாடின்றி அனைவரும் இந்தத் தக்காளிச் சாற்றை விரும்பிச் சாப்பிடுகிறார்கள். தக்காளி சூப் பிடிக்காதவர்கள்கூட

எஸ். ராமகிருஷ்ணன் ✺ 123

கெட்சப்பை விரும்புகிறார்கள். சந்தை அப்படியான பழக்கத்தை உருவாக்கி வைத்திருக்கிறது.

கெட்சப்பை போலவே சுவைக்காகத் தொட்டுக் கொள்ளப் படும் இன்னொரு பொருள் மயோனைஸ். இதனை வொயிட் சாஸ் என்றும் அழைக்கிறார்கள். பொறித்த கோழிக்கறி சாப்பிடப் போகிற இடத்தில் கூடுதலாக மயோனைஸ் வேண்டும் எனக் கேட்கிறார்கள் இளைஞர்கள்.

மயோனைஸ் என்பது முட்டை கருவுடன் வினிகர், எலுமிச்சை சாறு, ஆலிவ் எண்ணெய் சேர்த்துச் செய்வதாகும். அது வெள்ளை அல்லது இளமஞ்சள் நிறத்திலிருக்கிறது. மயோனைஸ் பிரெஞ்சு உணவு பண்பாட்டில் இருந்து உருவானது. முட்டை சாப்பிடப் பிடிக்காதவர்களுக்காக முட்டை கலக்காத மயோனைஸ்களும் தயாரிக்கப்படுகின்றன.

18–ஆம் நூற்றாண்டின் பிற்பகுதியில்தான் மயோனைஸ் சாப்பிடுகிற பழக்கம் ஐரோப்பாவில் பரவ ஆரம்பித்தது.

ஃபிரெஞ்ச் ஃபிரைஸ் எனப்படும் உருளைக் கிழங்கு சிப்ஸுக்குத் தொட்டுக்கொள்ள மயோனைஸ் அதிகம் பயன்படுத்துகிறார்கள். உலகில் அதிகம் மயோனைஸ் சாப்பிடும் நாடுகளில் ஒன்று சிலி. 1905–க்கு பிறகே இது அமெரிக்காவில் புகழ்பெறத் தொடங்கியது. 1926–இல் டின்களில் அடைக்கப்பட்ட மயோனைஸ் விற்பனை செய்யப்பட்டன.

ரஷ்யாவில் சூரியகாந்தி எண்ணெயைக் கொண்டு மயோனைஸ் தயாரிக்கிறார்கள். ரஷ்யாவில் கெட்சப்பை விட மயோனைஸ் விற்பனை அதிகம்.

மயோனைஸின் மூலம் தலைமுடியைத் தூய்மைப்படுத்தும் கண்டிஷனர் போன்றது. மயோனைஸ் கொண்டு கூந்தலை அலசினால், பொலிவடையும் என்கிறார்கள்.

அமெரிக்காவில் ஆண்டுக்கு 200 கோடி டாலர் மயோனைஸ் விற்பனையாகிறது. இந்தியாவில் இதன் விற்பனை ஆண்டுக்கு 12 கோடி. இதன் 90 சதவிகிதம் பெரு நகரங்களில் மட்டுமே பயன்படுத்தப்படுகிறது.

குறிப்பாகச் சாலட் மீது பரவவிடுவதற்கும், பர்கர் உடன் சேர்க்கவும், கோழி மற்றும் மீன் வறுவலுடன் தொட்டுக் கொள்ளவும் அதிகம் பயன்படுத்தப்படுகிறது. இதில் அதிகக் கொழுப்பு சத்து உள்ளதால், மிகுதியாகச் சாப்பிட்டால் ரத்த உயர் அழுத்தம் வர வாய்ப்பு இருப்பதாகக் கூறுகிறார்கள்.

வெண்ணெயைவிடச் சிறப்பானது மயோனைஸ் என ஒரு நிறுவனம் தனது விளம்பரங்களில் தெரிவித்து வருவதை எதிர்த்து நீதிமன்ற வழக்கு ஒன்று நடைபெற்று வருகிறது. இந்த வழக்கை தொடுத்திருப்பது வெண்ணெய் கட்டிகள் விற்பனை செய்யும் இன்னொரு நிறுவனம். வணிகப் போட்டியில் தங்களுக்கு எதிரியாக மயோனைஸ் உருவாவதைத் தடுக்கவே இந்த வழக்கு என்கிறார்கள் மயோனைஸ் தயாரிப்பாளர்கள்.

சிறு நகரங்களில் உள்ள உணவகங்களில் கெட்சப், மயோனைஸ் கிடைப்பது இல்லை. அதனாலே எங்கே போனாலும் பன்னாட்டு உணவகத்தின் கிளை இருக்கிறதா எனத் தேடுகிறார்கள். ஒரு கெட்சப் மூலம் நாம் எங்கே சாப்பிட வேண்டும் என்ற முடிவை உருவாக்குகின்றன பன்னாட்டு நிறுவனங்கள்.

கெட்சப் மோகத்தைப் புரிந்து கொண்ட பேக்கரி விற்பனை யாளர்கள் பாக்கெட்டில் அடைத்த கெட்சப் சாஷேக்களைத் தந்துவிடுகிறார்கள். பாதி உபயோகப்படுத்தித் தூக்கி எறியப்பட்ட கெட்சப் சாஷேக்கள் குப்பை தொட்டியில் வழிகின்றன.

எப்படி இந்தக் கெட்சப் பழக்கம் நமக்கு அறிமுகமானது? என்ன வகைத் தக்காளியில் இதைச் செய்கிறார்கள்? தக்காளிச் சாறு கெட்டுப்போகாமல் இருக்க என்னென்ன ரசாயனம் கலக்கப்படுகிறது? கெட்சப்பை எத்தனை நாட்களுக்குள் பயன்படுத்த வேண்டும்? அதன் எதிர் விளைவுகள் என்ன? தக்காளியை நேரடியாகச் சாறு எடுத்துப் பரிமாறலாம்தானே... எதற்கு இந்தக் கெட்சப்புகள்?

ஒரு ஸ்பூன் கெட்சப்பில் 15 கலோரி உள்ளது. அதில் கார்போ ஹைட்ரேட் நான்கு கிராம், சோடியம் 160 மில்லி கிராம், சர்க்கரை நான்கு கிராம் உள்ளதாகக் கூறுகிறார்கள்.

தக்காளியில் விட்டமின் ஏ, சி மற்றும் பொட்டாசியம், மினரல்ஸ், நார்ச்சத்து உள்ளது. ஆகவே தக்காளி சாப்பிடுவது நல்லது என்கிறார்கள். கெட்சப்பில் தக்காளி சாற்றுடன் வினிகர் மற்றும் சுவையூட்டிகள் சேர்க்கப்படுகின்றன. தக்காளிச் சாறு கெட்டுப்போகாமல் இருக்க சோடியம் பென்சோயட் சேர்க்கப்படுகிறது.

இந்தியாவில் ஆண்டுதோறும் 650 கோடி ரூபாய்களுக்குக் கெட்சப் விற்பனையாகிறது. அடுத்த இரண்டு ஆண்டுகளில் இதன் விற்பனை ஆயிரம் கோடியைத் தொட்டுவிடும் என்கிறார்கள்.

தக்காளிச் சாற்றை 1,000 கோடி ரூபாய்க்கு இந்தியர்கள் வாங்குகிறார்கள் என்றால், விவசாயம் எவ்வளவு மேலோங்கியிருக்க வேண்டும்? ஆனால், நமது ஊர் தக்காளி விவசாயி எப்போதும் போலவே கன்னத்தில் கைவைத்து கவலையோடு தான் உட்கார்ந்திருக்கிறார். காரணம் கெட்சப் செய்யப்படும் தக்காளிகள் விளைவது அமெரிக்காவில் அல்லது அவர்கள் குத்தகை எடுத்துள்ள நாடுகளில். எந்த ரகத் தக்காளியை விளைவிக்க வேண்டும் என்பதைப் பன்னாட்டு உணவு நிறுவனமே முடிவு செய்கிறது. பிளாஸ்டிக் டப்பா செய்வது போலத் தக்காளி விளைவிப்பதும் ஓர் உற்பத்தியே. இதில் இயற்கையோடு உள்ள உறவு என்பதை எல்லாம் உணவுச் சந்தை அர்த்தமற்றதாக்கிவிட்டது.

சூடான சமோசாவோடு தொட்டுக் கொள்ளும் கெட்சப்பின் பின்னால் கசப்பான சில உண்மைகள் புதையுண்டு இருக்கின்றன. அதை அறியாமல் சுவையில் மயங்கிக் கிடக்கிறோம் நாம்.

தக்காளி, போர்ச்சுகீசியர்களின் மூலம் நமக்கு அறிமுகான உணவு. இதுவும் தென் அமெரிக்காவைத் தாயகமாகக் கொண்டதே. கடலோடிகளின் வழியாகவே உலகெங்கும் பரவியது. ஆரம்ப நாட்களில் தக்காளியை மருத்துவக் காரணங்களுக்காக மட்டுமே பயன்படுத்தினார்கள். 18-ஆம் நூற்றாண்டின் பிற்பகுதியில்தான் அது உணவாகப் பயன்படுத்தப்பட்டது. 19-ஆம் நூற்றாண்டில் தக்காளி ருசி உலகெங்கும் பிரபலமானது.

இரண்டு நாட்களுக்கு மேலிருந்தால் தக்காளி கெட்டுப்போய் விடும் என்பதால் அதை உடனடியாகச் சமைத்து சாப்பிட வேண்டிய தேவையிருந்தது. ஆகவே, தக்காளியைப் பயன்படுத்தி சூப், சட்னி, ரசம், குழம்பு என விதவிதமாக சமைக்கத் தொடங்கினார்கள். 1812-இல் அமெரிக்கச் சமையல் புத்தகத்தில் தக்காளியைக் கொண்டு என்ன உணவு வகைகள் செய்யலாம் என்ற விவரங்கள் இடம்பெற்றன. இத்தாலி மற்றும் பிரெஞ்சு மக்கள் தக்காளியை விரும்பி உண்ணக் கூடியவர்கள், அவர்கள் சாலட்டில் தக்காளியை முக்கியப் பொருளாகக் கருதுகிறார்கள். அத்துடன் ரொட்டிகளுக்குத் தக்காளிச் சாற்றைத் தொட்டுக்கொண்டு சாப்பிடுவதும் வழக்கமும் அவர்களிடமிருந்தே உருவானது.

கெட்சப் உருவானதற்கும் தக்காளிக்கும் ஒரு சம்பந்தமும் இல்லை. சீனர்கள் பதப்படுத்தப்பட்ட மீன் சாற்றை தொட்டுக்கொள்ளும் உணவுப்பொருளாகப் பயன்படுத்தினார்கள். அதை கெசியப் என அழைத்தார்கள். சீனர்களுக்கு இந்த உணவு வகை வியட்நாமியர்களிடமிருந்து அறிமுகமாகி இருக்கிறது.

கெசப் என்ற மலேய வார்த்தையில் இருந்தே ஆங்கில கெட்சப் தோன்றியிருக்கிறது. ஆரம்பக் காலங்களில் மீன் சாறு, காளான் சாறு, மக்காச்சோளச் சாறு, சோயா சாறு அனைத்துமே கெட்சப் என்றே அழைக்கப்பட்டன. இந்தச் சாற்றுடன் இஞ்சி, பூண்டு கறிவேப்பிலை, சர்க்கரை ஆகியவை கலக்கப்பட்டிருந்தன. 1837-இல் யோனாஸ் என்பவரே கெட்சப்பை வணிகரீதியாக முதலில் விற்கத் தொடங்கியவர். அதன் விற்பனையைத் தொடர்ந்து ஹெயின்ஸ் நிறுவனம் 1876-இல் அமெரிக்காவில் தனது கெட்சப் விற்பனையைத் தொடங்கியது. அதன் பிறகே உலகெங்கும் கெட்சப்புக்கான சந்தை உருவானது. தக்காளி உற்பத்தியில் இந்தியா மூன்றாவது இடத்திலிருக்கிறது. முதலிடம் சீனா, இரண்டாவது இடம் அமெரிக்காவுக்கு. இந்தியாவில் ஆண்டுக்கு 12 மில்லியன் டன் தக்காளி உற்பத்தி செய்யப்படுகிறது. இதில் ஆந்திரப்பிரதேசம் முதலிடம் வகிக்கிறது.

கெட்சப் செய்வதற்கு நிறையச் சதைப்பற்றுள்ள தக்காளி தேவை. முழுமையாகப் பழுத்த பழமாகவும் இருக்க வேண்டும் என்பதால் மரபணு மாற்றம் செய்யப்பட்ட புதிய

ரகத் தக்காளி வகைகளை உருவாக்கி அதைப் பயிரிடச் செய்தார்கள். உணவுச் சந்தையின் தேவைக்காக ஒட்டு ரகத் தக்காளிகள் உருவாக்கப்பட்டன. 6,000-க்கும் மேற்பட்ட தக்காளி ரகங்கள் இன்று பயிரிடப்படுகின்றன. மரபணு மாற்றம் செய்யப்பட்ட தக்காளிகள் அளவிலும் நிறத்திலும் மாற்றம் கொண்டிருந்தன. தக்காளியின் தோல் தடிமனாகவும் பூச்சிகளைத் தாக்கும் திறன் கொண்டதாகவும் எளிதில் கெட்டுப்போகாமல் இருக்கும்படியாகவும் மரபணு மாற்றம் செய்யப்பட்டன. இதற்காக உருளைக்கிழங்கின் தோலில் உள்ள மரபணுவை எடுத்து தக்காளியோடு சேர்த்து புதிய விதையை உருவாக்கினார்கள்.

அந்த விதைகளை உணவு நிறுவனங்கள் விவசாயிகளிடம் தந்து பயிரிடச் செய்தன. இதன் காரணமாக விளைச்சல் அதிகமானது. ஆனால், இந்த ரகத் தக்காளிகள் உடல் ஆரோக்கியத்துக்குக் கெடுதல் விளைவிக்கக் கூடியவை என்கிறார்கள் சுற்று சூழல் ஆர்வலர்கள். 23 நாடுகள் தக்காளிக்கு மரபணு மாற்றம் செய்ய தடைவிதித்துள்ளன. ஆனால், அமெரிக்கா மரபணு மாற்றத்தை ஆதரிக்கிறது. இந்தியாவிலும் இந்த மாற்றம் நுழைந்துவிட்டது.

ஜி.எம். உணவுகள் என்று அழைக்கப்படும் மரபணு மாற்றம் செய்யப்பட்ட உணவு வகைகளைப் பற்றிக் கொஞ்சம் தெரிந்து கொண்டால்தான் உணவுச் சந்தையின் சாதக பாதகங்களைப் புரிந்துகொள்ள முடியும்.

20

யாருக்குக் காப்புரிமை?

பொதுவாகப் பூமியில் விளைகிற தாவரங்கள் எதற்கும் எந்த வணிக நிறுவனமும் காப்புரிமை பெற முடியாது. ஆனால், இதே தாவரத்தில் சில மாற்றங்களை உருவாக்கி புதிய விதை ரகத்தைத் தயார் செய்துவிட்டால், அதற்கான காப்புரிமையைப் பெற்றுவிடலாம்.

இப்படிக் காப்புரிமை பெற்ற தாவரங்களை 20 ஆண்டு களுக்கு வேறு யாருமே உற்பத்தி செய்ய முடியாது. அதன் மூலம் கிடைக்கும் அத்தனை லாபமும் ஒரே ஒரு நபருக்கு மட்டுமே போய்ச் சேரும். அதன் பிறகு இந்த விதைகளை யாராவது பயன்படுத்த வேண்டும் என்றால், அதற்குப் பெரும் பணம் தர வேண்டும். ஆக, விவசாயிகளின் மூலவிதைகளைத் தாங்கள் கைப்பற்றி விற்பனைப் பொருளாக மாற்றுவதற்கு உருவாக்கப்பட்டதே மரபணு மாற்றத் தொழில்நுட்பம்.

வறுமையைப் போக்கவும் விளைச்சலை அதிகப்படுத்தவும் உதவும் தொழில்நுட்பம் என முன்வைக்கப்பட்டபோதும், இதன் பின்னே ஒளிந்திருப்பது முழுமையான வணிக முயற்சி. இந்த முயற்சியில் முன்னணியில்

இருப்பது அமெரிக்கா. இன்று அமெரிக்காவில் விளையும் மக்காளச்சோளத்தில் 90 விழுக்காடு மரபணு மாற்றம் செய்தவை.

மரபணு மாற்றம் நல்லதுதானே, உயர் தொழில்நுட்பத்தை ஏன் தடுக்க வேண்டும் என்ற கேள்வி நமக்குள் எழக்கூடும். தொழில்நுட்பம் நல்லதுதான். ஆனால், அது யாருக்குப் பயன்படுகிறது, எப்படிப் பயன்படுகிறது, அதன் எதிர் விளைவுகள் என்னவென்று நாம் யோசிக்க வேண்டும் இல்லையா?

பொதுவாகத் தக்காளிகள் பழமாக மாறும் போது ஆங்காங்கே பச்சை நிறம் கொண்டு சில இடங்களில் காயாக இருக்கும். இதனை மாற்றி முழுப் பழமும் சிவப்பாக உருமாறினால் விற்பனை கூடும் என நினைத்தார்கள். இதற்காக 'பொசிஷனல் குளோனிங்' என்ற தொழில்நுட்பத்தின் மூலம் மரபணு மாற்றம் செய்யப்பட்டது. இப்படி மாற்றம் செய்யப்பட்ட தக்காளிகள் பார்க்க அழகாக ஒரே சிவப்பு நிறத்திலிருக்கும். ஆனால், நாட்டுத் தக்காளி போலச் சுவையிருக்காது. சத்தும் குறைவு.

அத்துடன் மரபணு மாற்றம் காரணமாகத் தக்காளியில் உள்ள சர்க்கரை மற்றும் ஊட்டச் சத்துகளை உற்பத்தி செய்யும் புரதம் அழிக்கப்படுவதால் அதன் இயல்பு மாறிவிடும். இந்த வகைச் செயற்கை தக்காளி வகைகள் விளைவிக்கப்படுவதற்கு ஒரே நோக்கம்தான் இருக்கிறது. அது கொள்ளை லாபம். மனித உயிர்களுடன் விளையாடி லாபம் சம்பாதிக்க நினைக்கும் கொள்ளையர்களே இதன் ஆர்வலர்கள்.

1994-இல் அமெரிக்காவில் வாசனை மிக்கத் தக்காளி ரகம் ஒன்றை உருவாக்கி விவசாயம் செய்வதாகப் பெரிதாக விளம்பரப்படுத்தினார்கள். ஆனால், அந்தத் தக்காளி விளையும்போதே பயனற்றுப் போய்விட்டது. தோல்வியை ஒப்புக்கொண்டு அந்த வாசனை தக்காளித் திட்டம் உடனே கைவிடப்பட்டது. பூச்சி மற்றும் பாக்டீரியா தாக்குதலில் இருந்து செடிகளைக் காப்பாற்றவே மரபணு மாற்றம் செய்கிறோம், இதனால் விளைச்சல் அதிகமாகும் என விஞ்ஞானிகள் முழங்கி வருகிறார்கள். பிள்ளையார் பிடிக்கப்

போய், குரங்காக முடிந்தது போல் மரபணு மாற்றம் மோசமான பின்விளைவுகளை உருவாக்கியதுதான் நம் காலத்தின் நிஜம்.

பூச்சிகளிடமிருந்து பருத்திச் செடிகளைப் பாதுகாக்க நுண் கிருமியின் மரபணுவை செடியின் விதையில் செலுத்தினார்கள். அப்படி உருவான பருத்திச் செடியின் இலைகளைத் தின்ற கால்நடைகள் செத்து விழுந்தன. பருத்தி எடுக்கப் போன பெண்களுக்கு சுவாச ஒவ்வாமையும் இருமலும் உருவானது. சிலருக்குத் தோல் நோய்கள் உருவாகின. இதுதான் மரபணு மாற்ற பருத்தியின் விளைவு.

இதுபோல மரபணு மாற்றம் செய்த உருளைக் கிழங்கினை பரிசோதனை எலிக்குக் கொடுத்தார்கள். அதற்கு ஒரு மாத காலத்தில் குடல் நோய் உருவானதுடன் புற்றுநோய் உருவாவதற்கான அறிகுறிகளும் தோன்ற ஆரம்பித்தன. இதுவும் ஜி.எம். உணவின் எதிர்விளைவே. மரபணு மாற்றம் செய்யப்பட்ட ரகங்கள் மூலம் நிலம் பாதிக்கப்படுவதுடன் உடல் நலமும் பாதிக்கப்படும். 'அவை பொய் எனச் சொல்லும் விஞ்ஞானிகள், வணிக நிறுவனங்களின் கைக்கூலிகளாகச் செயல்படுகிறவர்' என்று எச்சரிக்கை செய்கிறார் சுற்றுச்சூழல் அறிஞர் வந்தனா சிவா.

புதிதாக மரபணு மாற்றம் செய்யப்பட்ட விதைகளை நிலத்தில் பயிர்செய்து சோதனை செய்யக் கூடாது என்று உச்ச நீதிமன்றம் 2006 செப்டம்பர் 22-ல் தடை விதித்தது. ஆனால், இந்தத் தடை உத்தரவுவை மீறி மரபணு மாற்றம் செய்யப்பட்ட கத்திரி, தக்காளி, வெண்டைக்காய், நெல், நிலக்கடலை ஆகியவற்றைப் பயிரிட்டுச் சோதனை செய்ய, சில நிறுவனங்களுக்கு அனுமதி வழங்கப்பட்டிருப்பதாக இப்போது உச்ச நீதி மன்றத்தில் வழக்குத் தொடரப் பட்டுள்ளது.

இந்தியாவின் எந்தப் பகுதியிலும் எந்தப் பன்னாட்டு நிறுவனமும் இதுபோன்ற மரபணு மாற்ற பரிசோதனைகளைச் செய்து பார்க்கலாம். அதற்காக ஒரு பண்ணை அமைத்துக் கொள்ளலாம். அவற்றுக்குக் கண்காணிப்பும் கட்டுப்பாடும் கிடையாது. இந்திய நிலத்தைப் பன்னாட்டு நிறுவனங்களின் சோதனைக் களமாகத் திறந்துவிட்டிருப்பது வேதனை

அளிக்கக்கூடியது.

அடுத்த தலைமுறை மனிதர்களுக்கு, தக்காளி என்பது ஒரு மாதம் இருந்தாலும் கெட்டுப் போகாது. ஒரு தக்காளி இரண்டு கிலோ வரை எடையிருக்கும். ஒரு செடியில் இருந்து 100 கிலோ வரை விளைச்சல் இருக்கும் என்றெல்லாம் பன்னாட்டு விதை வணிகர்கள் கதைவிடுகிறார்கள். ஒருவேளை இவை உண்மையாகக்கூட மாறலாம். ஆனால், இதைச் சாப்பிடும் மனிதன் 50 வயதுகூட உயிர் வாழ்வானா என்பது குறித்து எந்த நிறுவனமும் கவலை கொள்ளவில்லை. அதுதான் யோசிக்க வைக்கிறது.

சமீபத்தில் ஸ்பெயினில் விளைவிக்கப்பட்ட மரபணு மாற்ற வெள்ளரிக்காய் சாப்பிட்ட 17 பேர் பரிதாபமாக உயிர் இழந்துள்ளனர் என்று ஒரு நாளிதழ் செய்தியை வாசித்தேன். அதையொட்டி ஆஸ்திரியா நாடு ஸ்பெயினில் இருந்து இறக்குமதி செய்யப்படும் தக்காளி, ஆப்பிள், ஆரஞ்சு, பெரிய மஞ்சள் வாழைப்பழம் உள்ளிட்ட அனைத்து மரபணு மாற்றப்பட்ட காய்கறி, பழங்களுக்கும் தடை விதித்துள்ளது. இதுபோலவே ஜெர்மனியிலும் ஸ்பெயின் நாட்டுக் காய்கறி, பழங்கள் விற்கத் தடை விதிக்கப்பட்டது.

இந்தியாவில் 2002-ல் மரபணு மாற்றப்பட்ட கடுகும் 2003-ல் பருத்தியும் அனுமதிக்கப்பட்டன. அரிசி, கோதுமை, மக்காச்சோளம், துவரை, உளுந்து, கொண்டைக் கடலை, தட்டாம் பயறு, கேழ்வரகு, கம்பு, மிளகு, ஏலக்காய், தேயிலை, கரும்பு, சோளம், நிலக்கடலை, சோயா, கடுகு, பருத்தி, சணல், மூங்கில், ஆமணக்கு, ரப்பர், புகையிலை என 74 விதமான பயிர் வகைகளில் மரபணு ஆய்வுகள் நிகழ்த்த அனுமதிக்கப் பட்டுள்ளன.

40 நாடுகள் மரபணு மாற்றம் செய்யப்பட்ட விளை பொருட்களைத் தடை செய்துள்ளபோதும், இந்தியா அதைக் கண்டுகொள்ளவே இல்லை. பன்னாட்டு வணிகர்களின் கமிஷன்களுக்குக் கைமாறாக இந்திய விவசாயத்தைத் தாரைவார்க்க தயாராக இருக்கிறார்கள். 'முகலாயர்கள் சிறிய அளவில் நமது வேளாண் முறையை மாற்றியமைத்தார்கள். ஆங்கிலேயர்கள் அதைப் பெரிய அளவில் மாற்றி

அமைத்தார்கள். பிறகு சுதந்திர இந்தியாவின் அரசாங்கம் – தனியார் நிறுவனக் கூட்டணி இதை மோசமான நிலைக்குக் கொண்டுபோயிற்று. விவசாயம் குறித்த எண்ணிக்கையற்ற பொய்கள் நமது பாடப் புத்தகங்களில் உள்ளன. ஊடகங்களும் இந்தப் பொய்களை உற்பத்தி செய்கின்றன. தடைசெய்யப்பட்ட பூச்சிக் கொல்லிகளைச் சிறந்த தெளிப்பான்களாகப் பாடப் புத்தகங்கள் சிபாரிசு செய்வது வேடிக்கையானது' என்கிறார் ஆய்வாளர் சங்கீதா ஸ்ரீராம். இவர் பசுமைப் புரட்சியின் எதிர்விளைவுகள் குறித்துத் தொடர்ச்சியாக எழுதிவருபவர்.

தென்கிழக்கு இத்தாலியின் தக்காளித் தோட்டங்களில் ஆப்பிரிக்க மற்றும் கிழக்கு ஐரோப்பிய நாடுகளில் இருந்து அகதியாக வருபவர்கள் வேலை செய்கிறார்கள். இவர்களைக் கொத்தடிமைகள் போல நடத்துகின்றன தக்காளித் தோட்டங்கள். ஒரு நாளைக்கு இவர்களுக்குச் சம்பளம் வெறும் ஐந்து யூரோ மட்டுமே. ஆனால், காலை ஆறு மணி முதல் இரவு ஏழு மணி வரை வேலை செய்ய வேண்டும். கூடாரங்களில் தங்கி வாழும் அடிமைகள் தப்பிப் போய்விட முடியாதபடி வேட்டை நாய்கள் ரோந்து சுற்றுகின்றன. கடுமையான தண்டனை, இரண்டு வேளை உணவு, நோய் ஆகியவை ஒன்றுசேர்ந்து இவர்களைத் தொடர்ந்து ஒடுக்கி வருகின்றன. கானா தேசத்திலிருந்து இத்தாலிக்கு வரும் அகதிகளின் உழைப்பில் அறுவடை செய்யப்படும் தக்காளிகள், திரும்பவும் கானாவுக்கே ஏற்றுமதி செய்யப்படுகின்றன. இத்தாலிய தக்காளிகளின் வரவால் கானாவின் நாட்டுத் தக்காளி உற்பத்தி மோசமான பாதிப்பை சந்தித்தது. ஆகவே, அங்குள்ள விவசாயிகள் தங்கள் வாழ்க்கையை நடத்த இத்தாலிக்கு அகதிகளாக வரும் சூழல் ஏற்படுகிறது. தக்காளித் தோட்டங்கள் வணிகச் சந்தையில் கொள்ளை லாபம் தருகின்றன என்பதால் துப்பாக்கி ஏந்திய ஆட்களைக் கொண்டு அகதிகள் ஒடுக்கப்படுகிறார்கள் என்கிறார் பிரெஞ்சு பத்திரிகையாளர் பேப்ரிஜியோ கேதி. இந்த இத்தாலிய தக்காளிகளைக் கொண்டே நாம் சாப்பிடும் சுவையான பன்னாட்டு உணவக கெட்சப் தயாரிக்கப்படுகிறது. அந்த உண்மையை நாம் அறிந்துகொள்ளவே இல்லை.

நாம் சாப்பிடும் கத்திரிக்காய், தக்காளிக்குப் பின்னே சர்வதேச சதிவலை பின்னப்பட்டிருக்கிறது. இதனால் லாபம் அடையப்போகிற வணிகர்கள் தங்களின் சுயதேவை களுக்கான வேட்டைக் களமாக இந்தியாவை வளைத்துக் கொண்டு இருக்கிறார்கள். இதை அறியாமல் நம் மக்கள் சமோசாவுக்குக் கெட்சப் நல்லது என ரசித்துச் சுவைத்துக் கொண்டிருக்கிறார்கள்.

21

ஏமாற்றும் எண்ணெய்!

கடற்கரைக்குப் போயிருந்தேன். தள்ளுவண்டியில் சூடாக வேர்க்கடலை விற்றுக்கொண்டிருந்தார்கள். ஒரு பொட்டலம் 10 ரூபாய் என வாங்கினேன். பிரித்துப் பார்த்தால் உள்ளே சூம்பிப்போன வேர்க்கடலைப் பருப்புகள். பள்ளி வயதில் ஒரு ரூபாய்க்கு ஒரு பொட்டலம் என பள்ளிக்கூட வாசலில் வேர்க்கடலை விற்பார்கள். ஒரு பொட்டலத்தில் உள்ளதை இரண்டு பேர் சேர்ந்து சாப்பிடுவோம்.

கால மாற்றமும் விலைவாசி உயர்வும் கண்ணுக்கு முன்னே உணவுப் பொருட்களின் விலையைக் கட்டுக்குக்குள் அடங்காமல் போய்விடச் செய்ததை நினைத்தபடியே, சூடான கடலைகளை சாப்பிடத் தொடங்கினேன்.

ஒரு பொட்டலக் கடலையில் நிச்சயம் ஒரு சொத்தைக் கடலை இருப்பது எழுதப்படாத விதி. ஆனால், என் வாயில் அகப்பட்டது ஒரு கல். வேர்க்கடலை போன்ற அதே வடிவில் சிறிய கல் அது. இது எப்படிக் கடலை அளவிலேயே இருக்கிறது. ஒருவேளை வறுக்கும்போது கலந்துவிட்டதோ என யோசித்தேன்.

“இல்லை. இது வேர்க்கடலையில் கலப்படம் செய்வதற்காகவே தயாரிக்கிறார்கள். வேர்க்கடலையில் இதுபோன்று கல்லைக் கலந்துவிடுவது தொடர்ந்து நடக்கும் மோசடி. இதோ பாருங்கள்... எனது கடலையிலும் அதே கல்!” என நண்பர் கையை நீட்டிக் காட்டினார். சரியாகக் கடலை அளவேயான கல். இதற்கென தனியாக இயந்திரம் வைத்து தயாரிக்கிறார்களா என்ன? யோசிக்கவே பயமாக இருந்தது.

“அரிசி, பருப்பு போல கடலை வடிவிலும் கல் உருவாக்கப் பட்டுவிட்டது. தொழில்நுட்ப வளர்ச்சியை எப்படிப் பயன் படுத்துகிறோம் பாருங்கள்” என கேலி செய்தார் நண்பர். சாமான்ய ஏழை வியாபாரி செய்த கலப்படத்தை பெரிது படுத்துவதாக நீங்கள் நினைக்கக் கூடாது. இன்று கலப்படம் இல்லாத பொருளே இல்லை என்பதற்காகச் சொல்ல வந்தேன்.

“இன்று உணவுச் சந்தையில் கலப்படங்களைத் தயாரிப்பதற்கு என்றே தனியுலகம் ஒன்று திரைமறைவில் இயங்கிக் கொண்டிருக்கிறது.

பெருங்காயத்தில் பிசின் அல்லது கோந்துகளுக்கு மணம் சேர்த்து கலப்படம் செய்கிறார்கள். கொத்தமல்லித் தூளில் குதிரைச் சாணத் தூள் கலக்கிறார்கள் சீரகத்தில் நிலக்கரித் தூள் கொண்டு வண்ணம் ஊட்டப்பட்ட புல் விதை கலக்கப் படுகிறது. பாக்குத் தூளில் மரத் தூள் மற்றும் கலர் பொடி சேர்க்கிறார்கள். மஞ்சனத்தி இலையைக் காயவைத்து வறுத்து அரைத்து டீத்தூளுடன கலககிறாாகள. குஙகுமப பூவில நிறம மாற்றப்பட்ட உலர்ந்த சோள நார்களைக் கலக்கிறார்கள். நல்ல மிளகில் உலர்த்தப்பட்ட பப்பாளி விதைகள், கறுப்புக் கற்கள் சேர்த்து விற்கிறார்கள். பாலின் கெட்டித் தன்மைக்காக சீனாவில் இருந்து இறக்குமதி செய்யப்படும் வெள்ளை மாவைக் கலக்கிறார்கள். இவ்வளவு ஏன்... கோழி முட்டையை நிறம் மாற்றி நாட்டுக் கோழி முட்டை என அதிக விலைக்கு விற்கிறார்கள். ஆக, கலப்படம் இல்லாத உணவுப் பொருளே கிடையாது. கலப்படப் பொருள்களை விற்பதற்கு என தனி சந்தையே இருக்கிறது. அங்கே இதுபோன்ற கலப்பட உணவுப் பொருட்களை மலிவான விலையில் வாங்கி, அதைக் கொண்டுதான் பெரும்பான்மை சாலையோர

உணவகங்கள் நடைபெறுகின்றன” என்றார். கேட்கவே பயமாக இருந்தது.

“இதற்கே பயந்து போனால் எப்படி? எனக்கு அறிமுகமான தள்ளுவண்டி உணவகம் நடத்தும் நபரிடம் அழைத்துப் போகிறேன்” என்றார் நண்பர். இருவருமாக பைக்கில் சென்றோம்.

அந்தத் தள்ளுவண்டி கடையில் சூடாக பஜ்ஜி, சமோசா போட்டுக்கொண்டிருந்தார்கள். நண்பர், தள்ளுவண்டிக் காரருக்கு தெரிந்தவர் என்றபோதும், ஏதாவது பிரச்னை வந்துவிடுமா என மூன்று முறை கேட்டுக்கொண்டு பிறகே விஷயத்தைச் சொன்னார்.

“பெரிய ஹோட்டல்களில் தினசரி பயன்படுத்திய எண்ணெய்யை மொத்தமாக வெளியே விற்பனை செய்கிறார்கள். அதை வாங்கி வந்து சிலர் சிப்ஸ், முறுக்கு, பலகாரம் செய்ய பயன்படுத்துகிறார்கள். அவர்கள் பயன்படுத்திய மூன்றாவது சுற்று எண்ணெய்யை நாங்கள் வாங்குகிறோம். இதுதான் நடைபாதை கடைகளில் பஜ்ஜி, வடை போட உதவுகிறது. நாங்களும் மீதமான எண்ணெய்யை விற்கிறோம். இந்த எண்ணெய் மாணவர்களுக்கான இலவச விடுதிகள் மற்றும் பொறித்த மீன் விற்பவர்களுக்கு விற்கப்படுகிறது. எண்ணெய்யின் நிறம் மற்றும் வாசனை மாறிவிடும் என்பதால், அது தெரியாமல் இருப்பதற்காக, ரசாயன எண்ணெய் கலக்கப்படுகிறது, அதனால், புது எண்ணெய் மாதிரியே இருக்கும்” என்றார்.

“இதை சாப்பிட்டால் வயிறுக்கு கெடுதல்தானே?” எனக் கடைக்காரரிடம் கேட்டபோது, “வியாபாரத்தில் அதைப் பாத்தா முடியுமா?” என திருப்பிக் கேட்டார். கசட்டு எண்ணெய்யில் செய்த பஜ்ஜி, வடை, போண்டாக்களை மக்கள் சூடாக வாங்கி சூப்பராக சாப்பிட்டபடி இருந்தனர்.

கலப்படத்தில் மிகப் பெரிய வருவாய் ஈட்டும் ஒரு தொழில் எண்ணெய் வர்த்தகம். எவ்வளவுதான் சீல் வைத்த அழகிய பாக்கெட்களில் தரச் சான்றுகளுடன் விற்கப்பட்டாலும், டின்களில், சில்லறை வர்த்தகங்களில் எண்ணெய்யில் கலப்படம் செய்வதைத் தடுக்கவே முடியாது.

ரீஃபைண்ட் எண்ணெயுடன் ஆர்ஜிமோன் எண்ணெய் அல்லது சோயா எண்ணெய் ஆகியவற்றைக் கலந்து விற்பனை செய்யப்படுகிறது. ரிஃபைண்ட் செய்யப்படுவதால் கலப்படத்தை கண்டுபிடிப்பது கடினம்.

கலப்பட எண்ணெய்யில் செய்த உணவால் கண் நோய், வயிறு எரிச்சல், ஒவ்வாமை ஏற்படும். உண்மையில் நாம் காசை கொடுத்து நோயை வாங்கிப்போகிறோம் என பலருக்கும் தெரிவதே இல்லை .

எண்ணெய்யில் பொறித்த உணவுகளை சாப்பிடுவதில் ஏன் இத்தனை ஆர்வம் காட்டுகிறோம். இன்று வயது வேறுபாடின்றி டீப் ஃபிரை உணவு வகைகள் தான் யாவருக்கும் பிடித்திருக்கின்றன. ஆவியில் வேகவைத்த, எண்ணெய் சேர்க்காத உணவுகள் என்றால், அதை பத்தியம் எனக் கேலி செய்கிறார்கள்.

தமிழறிஞர் தொ.பரமசிவன் தனது பண்பாட்டு அசைவுகள்' நூலில் பழந்தமிழர் பயன்படுத்திய எண்ணெய் வித்துகளாக எள், ஆமணக்கு, வேம்பு, புன்னை, இலுப்பை, தேங்காய் ஆகியவற்றைக் குறிப்பிடுகிறார். 15–ம் நூற்றாண்டின் பிறகே நிலக்கடலை எண்ணெய் வித்தாகப் பயன்படுத்த தொடங்கியது.

எண்ணெய் என்ற சொல் எள்ளில் இருந்து பெறப்படும் நல்லெண்ணெய்யை மட்டுமே முதலில் குறித்தது. பசும் நெய்யில் இருந்து வேறுபடுத்திக் காட்டவே எள் நெய் என அது அழைக்கப்பட்டது. சோழ, பாண்டிய பேரரசர்கள் காலத்தில் எண்ணெய் உற்பத்தி அரசால் கட்டுப்படுத்தப்பட்டிருக்கிறது. சமையலில் கடலை எண்ணெய்யை பயன்படுத்தும் வழக்கம் விஜயநகரப் பேரரசு காலத்தில் ஏற்பட்டிருக்கக் கூடும் என்கிறார் தொ. பரமசிவன்.

தமிழ் நாட்டு சமையலில் தேங்காய் எண்ணைய்யை அதிகம் பயன்படுத்துவது இல்லை. நல்லெண்ணெய்யும் கடலை எண்ணெய்யுமே முக்கிய இடம் பிடித்திருந்தன. வட இந்தியாவில் கடுகு எண்ணெய் அதிகம் பயன்படுத்தப்படுகிறது. அந்த வாசனை தென்னிந்தியர்களுக்குப் பிடிப்பது இல்லை.

கடந்த 25 ஆண்டுகளில் பாமாயில், சூரியகாந்தி எண்ணெய் என அறிமுகமாகின. இப்போது ஆலிவ் ஆயில், தவிட்டு எண்ணெய் என புதிய எண்ணெய் வகைகள் சந்தையில் விற்பனைக்குக் கிடைக்கின்றன.

இந்தியாவில் 2,000 ஆண்டுகளுக்கு முன்பாகவே எள்ளும் கடுகும் பயன்பாட்டில் இருந்திருக்கின்றன. உலக அளவில் சீனாவுக்கு அடுத்து இந்தியாவில்தான் நிலக்கடலை அதிகம் உற்பத்தி செய்யப்படுகிறது.

வேர்க்கடலையின் தாயகம் தென் அமெரிக்கா. வாஸ் கோடகாமாவின் கடற் பயணத்துக்குப் பின் இந்தியாவுக்கு வருகை தந்த ஜெசுவிட் பாதிரிகளின் மூலம் வேர்க்கடலை இந்தியாவுக்கு வந்திருக்கக் கூடும் என்கிறார்கள். மெக்கல்லனின் கடற்பயணத்தின்போது அது பிலிப்பைன்ஸில் அறிமுகப்படுத்தப்பட்டு, அங்கிருந்து கடலோடிகள் வழியாக இந்தியா வந்திருக்கலாம் என்பாரும் உண்டு. அதனால்தான் வேர்க்கடலைக்கு மணிலாகொட்டை என்று பெயர் உருவாகியிருக்கிறது எனவும் சொல்கிறார்கள். சீனாவின் வழியாக இந்தியாவுக்கு வந்திருக்கலாம் என்ற யூகமும் சொல்லப்படுகிறது.

இன்று ஆந்திரம், குஜராத், கர்நாடகம், மகாராஷ்டிரம் தமிழ்நாடு ஆகிய ஐந்து மாநிலங்கள் வேர்க்கடலை உற்பத்தியில் முக்கிய இடம் பிடித்துள்ளன. சமைக்கப் பயன்படுத்தப்படும் பல்வேறு எண்ணெய்களில் 50 சதவிகிதம் கடலை எண்ணெய் மட்டுமே பயன்படுத்தப்படுகிறது. ஆரம்ப காலங்களில் வேர்க்கடலை பன்றிகளுக்கு உணவாகத் தரப்பட்டது. அமெரிக்காவில் வேர்க்கடலை பிரபலமானது கி.பி.1860 இல் ஏற்பட்ட உள்நாட்டு சண்டைகளின் போதுதான்.

டாக்டர் ஜார்ஜ் வாஷிங்டன் கார்வர் என்பவர் 'வேர்க்கடலையின் தந்தை' என்று அழைக்கப்படுகிறார். 'தாவரங்களுடன் பேசிய அற்புத விஞ்ஞானி' என்ற கட்டுரையில் ஆர்.எஸ்.நாரயணன் என்பவர் கார்வரின் சிறப்புகளை அழகாக எடுத்துக் கூறுகிறார்.

1890 இல் அமெரிக்கவில் பூச்சித் தொல்லையால், பருத்திச் சாகுபடிக்குப் பெரும் நஷ்டம் ஏற்பட்ட வேளையில்,

வேர்க்கடலையே பருத்திக்கு மாற்றுப் பயிர் என்று கார்வர் எடுத்துரைத்தார்.

'வேர்க்கடலையில் உள்ள பல்வேறு அமினோ அமிலங்கள் அடங்கிய புரதம் இறைச்சி உணவுக்கு இணையானது. வேர்க்கடலையில் உள்ள மாவுச் சத்து உருளைக் கிழங்குக்கு நிகரானது. ஆகவே, வேர்க்கடலையை உட்கொண்டால் இறைச்சியும் வேண்டாம்; உருளைக் கிழங்கும் வேண்டாம்' என்றார்.

அத்துடன் கடலையின் 300 வகையான உபயோகங்களைக் கண்டுபிடித்து அமெரிக்க மக்களை வேர்கடலையின் மீது கவனம் கொள்ளச் செய்தார், கார்வரின் முயற்சியால்தான் வேர்க்கடலை விளைச்சல் அமெரிக்காவில் வளரத் தொடங்கியது.

1870-களில் பர்னாம் என்ற சர்க்கஸ் கம்பெனியின் முதலாளி தன்னிடம் வேலை செய்பவர்களுக்கு வறுத்த கடலையை சிறு தீனியாகக் கொடுத்தார். அது பிரலமாகத் தொடங்கியது, வறுத்த வேர்க்கடலை மலிவு விலை தீனி என்பதால், சினிமா தியேட்டர்களில் மலிவு மீட்களுக்கு 'பீநட் கேலி' என்ற பெயர் உருவானது.

22

வேர்க்கடலை பெருகிய கதை!

தமிழ்நாட்டில் வேர்க்கடலை பிரபலமானதற்கும், கடலை எண்ணெய் உற்பத்தியில் தென்னாற்காடு முதல் இடம் வகிக்கவும் கோவிந்த அய்யர் என்பவர் முக்கியக் காரணமாக இருந்திருக்கிறார் என பேராசிரியர் கெ.குமார் சுட்டிக் காட்டுகிறார். அறியப்படாத இந்த ஆளுமையை பற்றி பழைய 'மஞ்சரி' இதழில் எம்.ஆர்.ராஜகோபாலன், ஒரு விரிவான கட்டுரை எழுதியிருக்கிறார்.

இன்று நாம் விரும்பிச் சாப்பிடும் கடலை உருண்டையைப் பிரபலமாக்கியதில் கோவிந்த ஐயருக்கு முக்கியப் பங்கு இருக்கிறது. விழுப்புரத்தில் இருந்து புதுச்சேரி செல்லும் வழியில் உள்ள சிறிய ஊர் வளவனூர். 1870–களில் அங்கே கோவிந்த ஐயர் என்ற இளைஞர் செக்கு நடத்தி வந்திருக்கிறார். இவரிடம் எண்ணெய் ஆட்டுவதற்காக பல ஊர்களில் இருந்தும் ஆட்கள் வண்டி போட்டு வந்து காத்திருப்பார்களாம்.

தோற்றத்தில் மிக எளியவர் கோவிந்த ஐயர். முழங்கால் வரை தொங்கும் நான்கு முழ வேட்டி, தோளில் ஒரு துண்டு. செருப்பு அணியாதவர். சிறு வயதில்

கொத்தவால் சாவடியில் வேலை செய்த அனுபவம் காரணமாக வேர்க்கடலையை வாங்கி எண்ணெய் ஆட்டி விற்கும் தொழிலில் ஈடுபட்டு வந்தார். அவருக்கு கொல்கத்தாவைச் சேர்ந்த சுலைமான் சாவாஜி என்ற வணிகரின் தொடர்பு உருவானது. அந்த நாட்களில் பர்மாவில் கடலை எண்ணெய்யை பிரதானமாக சமையலுக்குப் பயன்படுத்தி வந்தார்கள். ஆகவே பர்மாவுக்கு ஏற்றுமதி செய்ய உதவியாக சில பீப்பாய்கள் கடலை எண்ணெய்யைத் தனக்கு அனுப்புமாறு சாவாஜி, கோவிந்த ஐயரிடம் கேட்டிருந்தார்.

அப்போது தமிழ்நாட்டில் வேர்க்கடலை விளைச்சல் குறைவு. அத்துடன் பெரும்பாலும் கடலை எண்ணெய்யை விளக்கு எரிக்கத்தான் பயன்படுத்தினார்கள். அதைச் சமையலுக்குப் பயன்படுத்தலாம் என்பதை கோவிந்த ஐயர் தெரிந்து கொண்டு ஊர் ஊராகத் தேடிப்போய் சேகரித்து நான்கு பீப்பாய் கடலை எண்ணெய்யைத்தான் வாங்கி அனுப்ப முடிந்தது.

ஆனால், பர்மா சந்தையில் கடலை எண்ணெய்க்கு பெரிய கிராக்கி உள்ளது என சொன்ன சாவாஜி, மேலும் நூறு பீப்பாய்கள் எண்ணெய் வேண்டி, முன் பணம் கொடுத்தார். எப்படியாவது இதை சாதித்துக் காட்ட வேண்டும் என நினைத்த கோவிந்த ஐயர், தமிழகம் முழுவதும் பயணம் செய்து வேர்க்கடலையை சேகரித்தார். தானே மரச் செக்குகளில் ஆட்டி பீப்பாய்களில் எண்ணெய்யை நிரப்பினார்.

எண்ணெய் சேகரித்து அனுப்ப மரப் பீப்பாய் தேவைப் பட்டது. அந்த நாட்களில் பீப்பாய் செய்பவர்கள் கொச்சியில் தான் இருந்தார்கள். அவர்களை நேரில் சென்று சந்தித்து மரப் பீப்பாய்களை தயார் செய்தார். வேர்க்கடலைக்கு நல்ல லாபம் இருக்கிறது என்பதை அறிந்துகொண்டு, விவசாயிகளை வேர்க்கடலைப் பயிரிடும்படி ஊக்குவித்தார். 1850 முதல் 1870 வரை அன்றைய சென்னை மாகாணத்தில், வேர்க்கடலை குறைந்த அளவிலேயே பயிரிடப்பட்டது. ஆனால், கோவிந்த ஐயரின் இடைவிடாத முயற்சியால் கடலை உற்பத்தி அதிகமாகத் தொடங்கியது.

அவர் வெறும் வணிகராக மட்டுமின்றி, விவசாயிகளின் நலனில் அக்கறை கொண்டவராகவும் விளங்கினார். இதன் காரணமாக அவர், ஆப்பிரிக்காவின் மொஸாம்பீக் பகுதிகளில் பயிரிடப்படும் வேர்க்கடலை ரகம் ஒன்று, அதிக விளைச்சலை தரக்கூடியது என்பதை அறிந்து, தனது ஆட்களின் மூலம் மொஸாம்பீக்கில் இருந்து 300 மூட்டைகள் வேர்க்கடலையைத் தருவித்து விவசாயிகளுக்கு வழங்கினார். அதன் காரணமாக வேர்க்கடலை உற்பத்தி வேகமாக வளர்ச்சியடைந்தது. மூன்றே ஆண்டுகளுக்குள் இந்தக் கடலை ரகம் தென்னாற்காடு மாவட்டத்தில் முற்றிலுமாக நிலைபெற்றுவிட்டது.

தாது வருஷ பஞ்ச காலம் தென்னாற்காடு மாவட்டத்தை உலுக்கியது. அப்போது பல இடங்களில் உணவு வழங்கும் மையங்களை நிறுவிய கோவிந்த ஐயர், ஒவ்வொரு மையத்திலும் பசியுடன் வந்தவர்களுக்குச் கஞ்சியும், வெல்லப் பாகு வைத்துப் பிடித்த கடலை உருண்டையும் வழங்க ஏற்பாடு செய்தார். இவரது முயற்சியின் காரணமாக ஆயிரக்கணக்கானோர் பட்டினிச் சாவில் இருந்து காப்பாற்றப் பட்டனர். விளக்கு எரிக்க மட்டுமே பயன்படுத்தப்பட்டு வந்த வேர்க்கடலையை, உணவுப் பொருளாக மாற்றிய பெருமை கோவிந்த ஐயரையே சாரும் என்கிறார்கள். இப்படித்தான் தமிழகத்தில் கடலை எண்ணெய் சமையலில் முக்கிய இடம் பிடித்திருக்கிறது.

இன்று சமையல் எண்ணெய் வாங்கப் போகும் பெண்கள் பெரும்பாலும் தொலைக்காட்சி விளம்பரங்களை வைத்தே அதைத் தேர்வு செய்கிறார்கள். எந்த எண்ணெய்யில் என்ன விதமான சத்துகள் இருக்கின்றன, அதை எப்படி பயன்படுத்தப் போகிறோம் என்று யோசிப்பதே இல்லை. ஊடக கவர்ச்சியை மனத்தில் கொண்டு தவறான எண்ணெய்யை வாங்கி ஆரோக்கியத்தைக் கெடுத்துக் கொள்கிறார்கள்.

கொலஸ்ட்ராலை கட்டுப்படுத்துங்கள் எனக் கூறும் மருத்துவர்கள், ஆலிவ் எண்ணெய், தவிட்டு எண்ணெய் போன்றவற்றை உபயோகிக்கும்படியாக ஆலோசனை வழங்குகிறார்கள். இன்றைய உணவு சந்தையில் ஆலிவ் எண்ணெய்யும், சூரிய காந்தி எண்ணெய்யும் தவிட்டு

எண்ணெய்யுமே மரபான எண்ணெய்களுக்கு சவால் விடுகின்றன. சீனா, ஜப்பான் போன்ற நாடுகளில் அரிசித் தவிட்டு எண்ணெய் பரவலாக சமையலுக்குப் பயன்படுத்தப் படுகிறது. இதில் ஒரைசனால் என்னும் பொருள், கொழுப்பு சேர்வதைத் தடுப்பதால் இதய நோய் வராமல் இருக்க உதவும் என்று கருதப்படுகிறது. ஆகவே, இதை சந்தையில் பெரிய அளவில் விளம்பரப்படுத்தி விற்கிறார்கள்.

சூரியகாந்தி முதன்முதலில் மெக்சிகோவில் பயிரிடப்பட்டது. 16–ஆம் நூற்றாண்டுக்குப் பிறகே இந்தியாவில் அறிமுகமானது. 18–ஆம் நூற்றாண்டு வரை கிறிஸ்துவ தேவாலயங்களில் உபவாச நாட்களில் இந்த எண்ணெய் பயன்படுத்தப்பட்டது. அதன் பிறகு கடந்த 50 ஆண்டுகளில் தான் சூரியகாந்தி எண்ணெய் சந்தைப்படுத்தப்பட்டு, முக்கிய உணவுப் பொருளாக மாறியுள்ளது. நாம் சுத்தம் செய்யப்பட்ட எண்ணெய் என்று நினைத்துப் பயன்படுத்தும் ரிஃபைண்ட் ஆயிலில், உயிர்ச் சத்துகள் எதுவுமே இல்லை. அவை ரசாயன கலப்புடன் உருவாக்கப்படுகின்றன என்கிறார்கள் இயற்கை உணவு ஆர்வலர்கள்.

பாமாயில் தயாரிக்கப்படும் எண்ணெய்ப் பனை, ஆண்டுக்கு ஒரு ஹெக்டாரில் 4 முதல் 6 டன்கள் வரை எண்ணெய் கொடுக்கக் கூடியது. இது மற்ற எண்ணெய் வித்துப் பயிர்களுடன் ஒப்பிடுகையில், பல மடங்கு அதிக எண்ணெய் மகசூல் தர வல்லது. ஒரு ஹெக்டேரில் பயிரிடப்படும் எண்ணெய் பனையில் இருந்து 4 ஆயிரம் முதல் 6 ஆயிரம் கிலோ வரை எண்ணெய் கிடைக்கிறது.

ஆலிவ் எண்ணெய் என்பது ஆலிவ் மரத்தின் விதையில் இருந்து பிழிந்தெடுக்கப்படும் சாறு. இதற்கு திரவத் தங்கம் என்று பெயர். இந்த எண்ணெய், மத்தியத் தரைக்கடல் பகுதிகளில் அதிக அளவில் பயன்படுத்தப்படுகிறது. குறிப்பாக, இத்தாலி, கிரேக்கம், போர்ச்சுகல், துனீசியா, மொரோக்கோ ஆகிய நாடுகள் இதனை அதிக அளவில் தயாரிக்கின்றன. உலக ஆலிவ் எண்ணெய் உற்பத்தியில் ஸ்பெயின், இத்தாலி, கிரேக்கம் ஆகிய மூன்று நாடுகள் முக்கிய இடத்தை வகிக்கின்றன. சமையலுக்கும், உடல் நலம் பேணுவதற்கும், அழகு ஒப்பனைக்கும் பயன்படுத்தப்படுகிறது

ஆலிவ் எண்ணெய். ஒவ்வொரு எண்ணெய்க்கும் ஒரு கொதிநிலை உண்டு. புகையும் தருணத்தை வைத்து முடிவு செய்வார்கள். எண்ணெய்யை குறைவான வெப்ப நிலையில் தான் சமைக்க வேண்டும். அதிகமாக கொதிக்கவிட்டால், அது கெட்ட கொழுப்பாக மாற வாய்ப்பு உண்டு

தேங்காய் எண்ணெய் தயாரிப்பில் சல்ஃபர் பயன்படுத்தப் படுவது பற்றி மக்கள் அதிகம் அறிந்திருக்கவில்லை. தேங்காய் எண்ணெய் எடுக்க முற்றிய தேங்காயை உடைத்து, காய விடுவார்கள். அப்போது தேங்காய்ப் பருப்பில் பூஞ்சை வராமல் தடுக்க, சல்ஃபரை புகைக்கச் செய்கிறார்கள். இந்தப் புகை தேங்காய் முழுவதும் பரவி பூஞ்சை வராமல் தடுப்பதுடன், ஐந்து நாட்களில் உலர வேண்டிய பருப்பினை இரண்டு நாட்களில் காய வைத்து விடுகிறது. ஆகவே சல்ஃபர் கலந்த தேங்காய் பருப்பில் இருந்து, எண்ணெய் எடுத்து விற்கின்றனர். இது உடல் ஆரோக்கியத்துக்குக் கேடு தரக்கூடியது

வறுக்கவோ பொரிக்கவோ, ஒரு முறை பயன்படுத்திய எண்ணெய்யை திரும்பத் திரும்ப உபயோகிக்கக் கூடாது. அப்படிப் பயன்படுத்துவதால், 'டிரான்ஸ்ஃ பேட்டி ஆசிட்' அதிகமாகி, அது ரத்தக்குழாய்களில் கொழுப்பாகப் படியும் என்கிறார்கள் மருத்துவர்கள். சமையலில் எண்ணெய்யை பயன்படுத்தும் முறையில் விழிப்புணர்வு வர வேண்டும். எந்தக் காய்கறியை சமைத்தாலும், முதலில் ஆவியில் வேக வைத்துவிட்டு, பிறகு தாளிப்பதற்கு மட்டும் எண்ணெய் உபயோகிக்கலாம். ருசிக்காக எண்ணெய்யில் பொரித்த உணவுகளை விரும்பி சாப்பிடுவதை பெருமளவு குறைத்துக் கொள்ள வேண்டும். இவை யாவற்றையும்விட வெறும் விளம்பர கவர்ச்சியாக உணவுப் பொருள்களை வாங்குவது குறித்து விழிப்புணர்வு வர வேண்டும். அதுதான் உடல் ஆரோக்கியத்தின் முதல் படி!

23

கடவுளும் காபி கடைகளும்

திரைப்பட இளம் இயக்குநர் தனது புதிய திரைப்படம் குறித்து விவாதிப்பதற்காக என்னைச் சந்திக்க விரும்பினார். எங்கே சந்திக்கலாம் எனக் கேட்டேன். ‘காபி ஷாப்புக்கு வந்துவிடுங்கள், அங்கேதான் முழுப் படத்தின் திரைக்கதையும் எழுதினேன்’ என்றார். காபி பப் என்கிற நவீன காபி ஷாப்புகள் பண்பாட்டு மாற்றத்தின் நவீன அடையாளங்கள். அவர் குறிப்பிட்ட பன்னாட்டு நிறுவனத்தின் காபி ஷாப்புக்குப் போயிருந்தபோது மேற்கத்திய இசையும் இலவச இணைய வசதியுள்ள மேஜை ஒன்றில அவா தனியே அமர்ந்திருந்தார்.

எக்ஸ்பிரஸோ, ஐரீஷ், மோச்சா, லாத்தே, டபுள் ஷாட், ப்ளாட் வொயிட், அமெரிக்கானோ, காபச்சினோ, ஐஸ் காபி, என 30–க்கும் மேற்பட்ட சுவைகளில் காபி வகைகள் கொண்ட மெனுவை என்னிடம் நீட்டி, ‘உங்களுக்கு விருப்பமான காபியைச் சொல்லுங்கள்’ என்றார்.

வழக்கமான ஃபில்டர் காபி இங்கே கிடைக்காது என்பதால் காபி லாத்தே ஆர்டர் செய்தேன். லாத்தே காபி இத்தாலியின் சிறப்புப் பானம். அதில் பாலின்

நுரை மிக அதிகமாக இருக்கும். இத்தாலியர்களுக்கு மிகவும் விருப்பமான காபி அது.

கடந்த ஐந்து ஆண்டுகளில் சென்னையில் புதிது புதிதாக 100-க்கும் மேற்பட்ட காபி ஷாப்புகள் வந்துள்ளன. இத்தாலிய காபி, அமெரிக்கக் காபி வகை, அரபு வகைக் காபி, பிரெஞ்சு காபி, மொராகோ காபி எனச் சர்வதேச காபி விதங்கள் அத்தனையும் கிடைக்கின்றன.

நெடுஞ்சாலைகளில் நூறடிக்கு ஒரு கும்பகோணம் காபி கடை. இந்தியாவில் காபி விற்பனை ஆண்டுக்கு 1,400 கோடி ரூபாய். இது 2017-இல் 2,250 கோடியை தொடும் என்கிறார்கள். இவ்வளவு காபி மோகம் எப்படி உருவானது என வியப்பாக இருந்தது.

புதுமைப்பித்தனின் 'கடவுளும் கந்தசாமி பிள்ளையும்' சிறுகதையில் பூமிக்கு வரும் கடவுளை காபி சாப்பிடத்தான் அழைத்துப் போகிறார் கந்தசாமி பிள்ளை. கடவுளுக்கும் காபி ருசி பிடித்தேயிருக்கிறது.

கடவுள் காபியை எடுத்துப் பருகியபோது சோம பானம் குடித்த தேவ களை முகத்தில் தெறித்தது.

"நம்முடைய லீலை" என்றார் கடவுள்.

"உம்முடைய லீலை இல்லைங்காணும். ஹோட்டல்காரன் லீலை. அவன் சிக்கரிப் பவுடரைப் போட்டு வைத்திருக்கிறான்" என்றார் கந்தசாமிப் பிள்ளை

"சிக்கரிப் பவுடர் என்றால்...?" என்று சற்றுச் சந்தேகத்துடன் தலையை நிமிர்த்தினார் கடவுள்.

"சிக்கரிப் பவுடர், காபி மாதிரிதான் இருக்கும்; ஆனால், காபி அல்ல; சில பேர் தெய்வத்தின் பெயரைச் சொல்லிக் கொண்டு ஊரை ஏமாற்றிவருகிற மாதிரி" என்றார் கந்தசாமிப் பிள்ளை

இப்படிக் கடவுளே சிக்கரி கலந்த காபியை குடித்துத்தான் மனுஷனுடன் நட்புறவு ஏற்படுத்திக்கொள்ள வேண்டியதிருக்கிறது. அந்த அளவுக்கு காபி குடிப்பது கைவிட முடியாத பழக்கமாக மாறிவிட்டிருக்கிறது.

இன்றைக்கும் ஒரு நல்ல காபி குடிக்க வேண்டும் என்பதற்காக ஆட்டோ பிடித்து நல்ல காபி ஹோட்டல் தேடிப் போய்க் குடித்து வருபவர்கள் நிறையப் பேர் இருக்கிறார்கள். ஒரு கோப்பை காபி இருந்தால் போதும் காலை உணவு கூடத் தேவையில்லை என்றொரு ரகம் இருக்கிறது. 'இன்ஸ்டன்ட் காபி பொடியால் தயாரிக்கப்பட்ட காபியை மனுஷன் குடிக்க முடியாது, அது பேதி மருந்து போலிருக்கிறது' எனச் சலிப்பவர் பிறிதொரு வகை.

ஃபில்டர் காபியிலும் பசும் பால் கொண்டு தயாரிக்கப்படும் காபிக்கு நிகரில்லை எனக் கும்பகோணத்து வாசிகள் புகழ் பாடுகிறார்கள்.

சர்வதேச அளவில் விநோதமான காபி வகைகள் விற்பனைக்கு வந்துள்ளன. அதில் ஒரு வகை, புனுகுப் பூனைக்குக் காபிப் பழங்களை உண்ணக் கொடுத்து, அது மலம் கழிக்கும் போது வெளியேறும் கொட்டைகளை எடுத்து அதில் காபி தயாரிக்கிறார்கள். அந்தக் காபி நிகரற்ற ருசி கொண்டது என்கிறார்கள். அதன் விலை 4,000. இப்படி யானை, குரங்குகள், பறவைகள், விலங்குகளின் கழிவுகளில் இருந்து கிடைக்கும் காபி கொட்டைகளைக்கொண்டு காபி தயாரித்துக் குடிப்பது புதிய மோகமாகப் பரவி வருகிறது. ஐரோப்பாவில் காபி மார்டினி என்ற பெயரில் வோட்கா கலந்த காபி விற்கப்படுகிறது.

50 ஆண்டுகளுக்கு முன்பு வரை காபி குடிப்பது என்பது அந்தஸ்தின், உயர்சாதியின் அடையாளம். டீ குடிப்பவர்கள் என்றால் சாதாரண ஏழை எளிய மக்கள், உழைப்பாளிகள் என்று அர்த்தம். இன்றும் வட இந்தியாவில் காபி குடிப்பவர்கள் என்றால் மதராஸி என்றுதான் சொல்கிறார்கள். காரணம் தேநீர்தான் வட இந்தியாவில் அதிகம் அருந்தப்படுகிறது.

பெரும்பான்மை சைவ உணவகங்களில் இன்றும் டீ விற்பது கிடையாது. உணவிலும் சாதி கலந்திருக்கிறது; கவனமாகப் பின்பற்றப்படுகிறது நண்பர்களே. இன்றும் வீட்டுக்குள் பனங் கிழங்கு, பெல்லாரி வெங்காயம், கசகசா, சோம்பு போன்றவற்றை அனுமதிக்காத குடும்பங்கள் இருக்கவே செய்கிறார்கள். காரணம் பிடிக்காமல் போய் விட்டது என்பது

இல்லை. அது பிற்படுத்தப்பட்ட வகுப்பினர் பயன்படுத்துவது என்ற எண்ணம்.

நீங்கள் என்ன சாப்பிடுகிறீர்கள் என்பதைவைத்து நீங்கள் யார் என்பதை அடையாளம் கண்டுகொள்வதுடன் உங்களை எப்படி நடத்த வேண்டும் என்பதையும் முடிவு செய்து விடுகிறார்கள். ஒன்றாகக் கூடி உண்பதால் மட்டும் சாதி ஒழிந்துவிடுவது இல்லை.

உணவு எப்படிச் சமைக்கப்படுகிறது என்பதில் தொடங்கி பரிமாறப்படுவது வரை சாதியக்கூறுகள் கலந்துள்ளன. விருந்தினர்களுக்கு வெள்ளித் தட்டில் சாப்பாடு போடுவது கௌரவத்துக்கானது மட்டும் இல்லை. வெள்ளிக்குத் தீட்டில்லை என்ற சாதிய மனப் போக்கும் உள்ளடக்கியதே. உணவு அரசியலின் முக்கியக் குவிமையம் அது.

குடி தண்ணீரைக்கூட ஒன்றாகப் பகிர்ந்து கொள்ள அனுமதிக்காத இந்திய சமூகத்தில் தேநீரும் காபியும் அறிமுகமானதன் வழியே, ஒரே கடையில் அனைவரும் ஒன்றாக அமர்ந்து தேநீரை, காபியை குடிக்கும் விதம் உருவானது எளிய செயல் இல்லை. அது பண்பாட்டு மாற்றத்தின் அடையாளம் என்கிறார் உணவு ஆய்வாளர் ஜி.எல்.புவே. அதே நேரம் இரட்டைக் குவளை முறையும் காபி குடிப்பவன் உயர்ந்தவன் என்ற எண்ணம் உருவானதையும் நாம் கவனத்தில் கொள்ள வேண்டியிருக்கிறது.

பெரு நகரங்களில் முளைத்துக் கிளைவிட்டுள்ள காபி ஷாப் கலாச்சாரம் மாறிவரும் உணவுப் பண்பாட்டின் அடையாளம். காபி ஷாப் என்பது காபி குடிக்கச் செல்லுமிடம் இல்லை. அது இளம் தலைமுறையின் சந்திப்பு வெளி. அங்கே விருப்பமான பெண்ணுடன் அரட்டை அடிக்கவோ, அலுவல் சார்ந்து கூடி விவாதிக்கவோ, வணிகத் தொடர்புகளை உருவாக்கிக்கொள்ளவோதான் வருகிறார்கள்.

இந்தியாவின் முதல் காபி கடை 1780-இல் கல்கத்தாவில் தொடங்கப்பட்டது, அதைத் தொடர்ந்து ஜான் ஜேக்ஸனால் 1792-இல் மதராஸ் காபி ஹவுஸ் ஆரம்பிக்கப்பட்டது. இங்கே காபி குடிக்க வருபவர்கள் படிப்பதற்காக ஆங்கில நியூஸ்

பேப்பர்கள் தரப்பட்டன. இரண்டு நூற்றாண்டுகளில் உலக நாடுகள் எங்கும் காபி அடைந்துள்ள வளர்ச்சி பிரமிக்க வைக்கக்கூடியது.

காபிக் கொட்டையில் பல விதங்கள் உள்ளன. தரத்திலும் நிறைய வேறுபாடு இருக்கிறது. இவற்றில் ரோபஸ்டா, அரேபிகா செர்ரி, ப்ளான்டேஷன் 'ஏ', பீபிரி போன்றவை சில ரகங்கள். ஒரு கோப்பை காபியில் 80,140 மில்லி கிராம் வரை காஃபீன் என்ற ரசாயனப் பொருள் கலந்துள்ளது. அதிகம் காபி குடிப்பது பித்தத்தை அதிகரித்து வாந்தி, மயக்கம், தலைசுற்றல், அஜீரணம், நரம்பியல் கோளாறுகள் ஆகியவற்றை ஏற்படுத்தும் என்று மருத்துவர்கள் கூறுகிறார்கள்.

காபி எப்படி அறிமுகமானது என்பதைப் பற்றிப் பல்வேறு கட்டுக்கதைகள் கூறப்படுகின்றன. இதில் எத்தியோப்பியாவில் ஆடு மேய்த்துக் கொண்டிருந்த இடையர் சிலர் தங்களின் ஆடுகள் வழக்கத்துக்கு மாறான ஆற்றலுடன் இரவிலும் தூங்காமல் இருப்பதைக் கண்டு காரணத்தைத் தேடினார்கள்.

அப்போது அந்த ஆடுகள் காபிச் செடி இலைகளையும் பழங்களையும் உண்டதால்தான் இப்படி அதிக விழிப்புடனும் ஆற்றலுடனும் உள்ளது எனக் கண்டு தாங்களும் காபியை பயன்படுத்தத் தொடங்கினார்கள் என்கிறார்கள்.

இந்தச் சம்பவத்தை நிரூபணம் செய்ய எந்த ஆதாரமும் இல்லை. இது செவிவழிக் கதை என்றே எடுத்துக்கொள்ள வேண்டும். ஆனால், ஒன்பதாம் நூற்றாண்டிலே காபி எத்தியோப்பியாவில் அறிமுகமாகிவிட்டது என்பதைச் சான்றுகளுடன் வரலாற்று அறிஞர்கள் சுட்டிக்காட்டுகிறார்கள். அங்கிருந்து 15-ம் நூற்றாண்டு அளவில் பெர்சியா, துருக்கி, மற்றும் வட ஆப்பிரிக்காவுக்கும் காபி பரவியிருக்கக் கூடும். பின்பு அங்கிருந்து டச்சு வணிகர்கள் மூலம் ஐரோப்பாவுக்கு அறிமுகமானது.

அரபு நாடுகள் காபி செடியை யாரும் வெளிநாடுகளுக்குக் கொண்டு போகத் தடை விதித்திருந்தது. 1690-ல் அதை மீறி டச்சு வணிகர்கள் காபிச் செடியைக் கொண்டுபோய் ஜாவா நாட்டில் பயிர் செய்தார்கள்.

17-ஆம் நூற்றாண்டில் பாபா பூதன் என்ற சூஃபி ஞானி இந்தியாவிலிருந்து மெக்கா, ஏமன் நாடுகளுக்குப் பயணம் மேற்கொண்டு திரும்பி வரும்போது ரகசியமாக ஏழு காபிக் கொட்டைகளைக் கொண்டுவந்தார். அந்தக் காபி விதைகளைச் சிக்மகளூர் மாவட்டத்திலுள்ள சந்திரகிரி மலையில் பயிரிட்டார். அப்படித்தான் காபி இந்தியாவுக்கு அறிமுகமானது. அதனால்தான் இன்றும் கர்நாடகாவில் காபி புகழ்பெற்று விளங்குகிறது என்கிறார்கள்.

காபி வளர்ச்சியில் பிரிட்டிஷ் வணிகர்கள் அதிக ஈடுபாடு காட்டினார்கள். அவர்களின் முயற்சியின் காரணமாகவே இலங்கையிலும் இந்தியாவிலும் காபி வணிகப் பயிராக மாறியது.

கெய்ரோவில்தான் முதன்முதலில் காபி கடைகள் திறக்கப் பட்டன. 17-ஆம் நூற்றாண்டில் ஐரோப்பிய நகரங்களில் காபிக் கடைகள் ஆதிக்கம் செலுத்த தொடங்கின. காபி கடைகள் அரசியல் விவாதங்களுக்கான பொதுவெளியாக உருமாறின. அங்கே இலக்கிய மன்றங்கள் தொடங்கப்பட்டன. புகழ்பெற்ற எழுத்தாளர் வால்டேர் ஒரு நாளுக்கு 40 கோப்பை காபி சாப்பிட்டதோடு அதைப் புகழ்ந்து எழுதவும் செய்தார்.

இங்கிலாந்தில் காபி கடைகளில் பகல் இரவாக எழுத்தாளர்கள், கவிஞர்கள், அரசியல்வாதிகள் ஒன்றுகூடினார்கள். ஆகவே, முக்கியமான தபால்கள் காபி கடைகளின் முகவரிகளுக்கே அனுப்பி வைக்கப்பட்டன. பிரபல நாவலாசிரியரான ஆலிவர் கோல்டு ஸ்மித் தனது நாவலை ஒரு காபிக் கடையில் வைத்துதான் எழுதினார்.

காபி என்ற ஆங்கிலச் சொல் 1592-ல் டச்சு மொழிச் சொல்லான koffie என்பதில் இருந்து உருவானது. அதன் மூலச்சொல் qahwa என்ற அரபி சொல்லாகும்.

கிழக்கிந்திய கம்பெனியின் வணிகம் வழியாக இங்கிலாந்துக்குக் காபி 16-ஆம் நூற்றாண்டில் அறிமுகமானது. 1651-இல் இங்கிலாந்தின் முதல் காபி கடை புனித மைக்கேல் வீதி என்ற இடத்தில் டேனியல் எட்வர்ட் என்பவரால் ஆரம்பிக்கப்பட்டது. துருக்கி வணிகரின் முயற்சியால் இந்தக் கடை தொடங்கப்பட்டது.

இதனைத் தொடர்ந்து ஆக்ஸ்போர்ட்டில் உள்ள குயின்ஸ் லேனில் 1654-இல் இன்னொரு காபி கடை திறக்கப்பட்டது. அந்தக் கடை இன்றும் செயல்பட்டுவருவது குறிப்பிடத்தக்கது.

1675-க்குள் இங்கிலாந்தில் 3,000 காபி கடைகள் திறக்கப்பட்டன. காபி கடைகளில் வெட்டி அரட்டை அடிக்கிறார்கள். இதனால் தேவையற்ற மதச் சர்ச்சை உருவாகின்றன எனக் கருதிய மன்னர் இரண்டாம் சார்லஸ் காபி கடைகளை மூடும்படி உத்தரவிட்டார். அதன் காரணமாகக் காபி வணிகத்தில் சிறிய பின்னடைவு ஏற்பட்டது, ஆனால், காபி கடைகள் முழுமையாக மூடப்படவில்லை.

24

காபி எதற்காக நெஞ்சே?

பெண்களும் காபி கடைக்கு எதிராகப் போர்க்கொடி தூக்கிய சம்பவமும் நடந்தது. 'குடும்பப் பெண்கள் எவரும் காபி கடைகளுக்கு வரமாட்டார்கள். அங்கே பரத்தையர்கள் மட்டுமே வருவார்கள்' என்ற சூழ்நிலை நிலவியதால் பல காபி ஹவுஸ்களில் பெண்களுக்கு அனுமதி மறுக்கப்பட்டது. 'ஆண்கள் நேரம் போவது தெரியாமல் காபி குடித்துக்கொண்டு, வேசிகளுடன் அரட்டை அடித்துப் பொழுதைப் போக்குகிறார்கள். இதனால், இரவு தாமதமாக வீடு திரும்பும் ஆண்களின் செக்ஸ் ஆசை குறைந்து விட்டது' என மனைவிகள் போர்கொடி தூக்கினார்கள்.

காபி கடைகளுக்கு எதிராகப் பெண்கள் போராட்டம் நடத்தினார்கள். காபி குடிப்பதால் ஆண்மை பறி போகிறது என வழக்கு மன்றத்தில் புகார் அளிக்கப்பட்டு நீதிவிசாரணை நடைபெற்றது.

இன்னொரு பக்கம், ஜெர்மனியில் அறிமுகமான காபி கடைகளில் அதிகம் பெண்கள் கூடுகிறார்கள் என்பதால், ஆண்களுக்கு இடம் கிடைக்காமல் போனது. காபி கடைகள் காதலர்களின் மையமாக உருவானது.

ஆரம்ப காலத்தில் காபி விற்பனையை அதிகப்படுத்த வேண்டி அதை மருந்துப்பொருள் என விற்பனை செய்ய ஆரம்பித்தனர். சுவையூட்டும் பானமாக மட்டுமின்றி, நரம்புகளுக்குப் புத்துணர்வு தரும் மருந்து எனவும் விற்பனை செய்யப்பட்டது. ஆகவே, காபி மருந்துக் கடைகளில் வைத்து விற்கப்பட்டது.

17-ஆம் நூற்றாண்டில் டச்சு வணிகர்கள் மூலம் காபி ஜப்பானுக்கு அறிமுகமானது. அங்கே காபி பெரிய வரவேற்பு பெறவில்லை. 1888-இல்தான் டோக்கியோவில் முதன்முறையாக ஐரோப்பிய காபி கடை ஒன்று திறக்கப்பட்டது. அதற்கு முறையான வரவேற்பு இல்லாமல் போனதால், நான்கு வருடங்களில் மூடப்பட்டது. ஆனால், 1930-களுக்குப் பிறகு ஜப்பானில் மீண்டும் காபி மோகம் தலைதூக்கியது. 30 ஆயிரம் காபி கடைகள் நாடு முழுவதும் உருவாகின. மரபாக தேநீர் அருந்துகிற நாடாக இருந்தபோதும், இன்று ஜப்பான் உலகில் அதிகம் காபி குடிக்கும் நாடுகளில் ஒன்றாக அடையாளப்படுத்தப்படுகிறது.

காபி தோட்டங்களில் வேலை செய்வதற்காக, ஒரு மில்லியன் ஆப்பிரிக்க மக்கள் கொத்தடிமைகள் ஆக்கப்பட்டார்கள். கரிபீயத் தீவுகளில் காபி விளைவிக்க அடிமைகளே பயன் படுத்தப்பட்டார்கள். தேயிலைத் தோட்டத் தொழிலாளர்கள் போலவே காபி தோட்டங்களிலும் அடிமை முறை பரவலாக இருந்தது. இன்றும் சிக்மகளூரில் உள்ள காபி தோட்டங்களில், பழங்குடி மக்கள் கட்டாய உழைப்பு செலுத்த வேண்டிய சூழல் உள்ளது.

1615-இல் காபி ஐரோப்பாவுக்கு அறிமுகமானபோது, அது உடலையும் மனத்தையும் கெடுக்கும் பானம் என, அதை தடை செய்யும்படியாக போப் ஆண்டவரிடம் கத்தோலிக்கப் பாதிரிகள் முறையிட்டார்கள். ஆனால், அவர் காபியை தடை செய்ய மறுத்துவிட்டார்.

சீனாவுக்கு ஜெசுவிட் பாதிரியார்கள் மூலம் காபி 1800-களில் அறிமுகமானது. ஆரம்ப நாட்களில் சீனர்கள் எவரும் காபி கடைகள் வைப்பதற்கு முன்வரவில்லை என்பதால், இந்தக் கடைகளை மேற்கத்திய வணிகர்களே நடத்தினார்கள். சீன காபி ஐரோப்பிய காபிகளைப் போலின்றி வாசனைப்

பொருட்கள் சேர்க்கப்பட்டு புதிய நறுமணத்துடன் புகழ்பெறத் தொடங்கிய பிறகே, சீனர்கள் காபி கடைகளைத் தொடங்கினார்கள். இன்று உலகெங்கும் சீன காபி கடைகள் புகழ்பெற்று விளங்குகின்றன.

எத்தியோப்பியாவில் காபி குடிப்பது என்பது ஒரு சடங்கு. வீட்டுக்கு யாராவது விருந்தினர் வந்தால், அவர்களுக்கு என விசேஷமாக காபி தயாரிப்பார்கள். இதற்காக, காபி கொட்டைகள் வறுத்து அரைக்கப்பட்டு சூடாக காபி தயாரிக்கப்படும். இந்த காபி தயாரிக்க ஒரு மணி நேரமாகும். அப்படித் தயாரான காபியை உடனே குடித்துவிடக் கூடாது. விருந்தினர்கள் கொஞ்சம் கொஞ்சமாக காபியைக் குடித்து முடிக்க ஒன்றிரண்டு மணி நேரமாகும். குடிக்கக் குடிக்க காபியை நிரப்பிக்கொண்டே இருப்பார்கள். இதனால், ஒரு வீட்டுக்கு காபி குடிக்கப் போய்வருவதாக இருந்தால், நான்கு மணி நேரம் தேவைப்படும். அந்த அளவுக்கு காபி குடிப்பது எத்தியோப்பியாவில் பண்பாடாக மாறியிருக்கிறது.

உடனடியாகக் குடிப்பதற்கு ஏற்றார்போல இன்ஸ்டன்ட் காபி பவுடர் தயாரிப்பது 1771–இல் பிரிட்டனில் அறிமுகமானது. 1853–இல் அமெரிக்காவில் கேக் வடிவில் காபி பவுடர் தயாரிக்கப்பட்டது. நியூசிலாந்தைச் சேர்ந்த டேவிட் ஸ்ட்ராங் என்பவர் உடனடி காபித் தூளை சந்தையில் அறிமுகம் செய்தார்.

இந்தியாவின் காபி விளைச்சலில் கர்நாடகம், கேரளம், தமிழகம் மற்றும் வடகிழக்கு மாநிலங்கள் முதன்மையாக உள்ளன. இன்று இந்தியாவில் 25 ஆயிரம் காபி விளைவிப்போர் இருக்கிறார்கள். இவர்களில் 98 சதவிகிதம் பேர் சிறிய உற்பத்தியாளர்கள். 10 ஏக்கருக்கும் குறைவான நிலப்பரப்பில் காபி விளைவிப்பவர்கள். இந்தியாவில் 3,46,995 ஹெக்டேர் பரப்பில் காபி உற்பத்தி செய்யப்படுகிறது.

காபி விற்பனையை ஒழுங்கு முறை செய்வதற்காக இந்திய காபி வாரியம் உருவாக்கப்பட்டு, அதன் வழிகாட்டுதலில் காபி உற்பத்தி நடைபெறுகிறது. இது போலவே காபி உற்பத்தியாளர்களின் கூட்டுறவு சங்கம் மூலம் இந்தியா முழுவதும் காபி கடைகள் திறக்கப்பட்டன.

எஸ். ராமகிருஷ்ணன்

இந்தியன் காபி ஹவுஸ் எனப்படும் இந்தச் சங்கிலித் தொடர் காபி கடைகள் 1957-இல் அறிமுகமாகின. இந்தியன் காபி ஹவுஸ் கடை புதுடெல்லியில் 1957 அக்டோபர் 27-இல் திறக்கப்பட்டது. அதன் தொடர்ச்சியாகப் புதுச்சேரி, திருச்சூர், லக்னோ, நாக்பூர் மும்பை, கொல்கத்தா, பூனே, சென்னை என இந்தியா முழுவதும் காபி கடைகள் திறக்கப்பட்டு மிகுந்த வரவேற்பு பெற்றன. இன்று கேரளத்தில் மட்டும் 52 இந்தியன் காபி ஹவுஸ்கள் செயல்படுகின்றன.

யுத்த காலத்தில் காபியின் விலை உயர்ந்த காரணத்தால், சிக்கரி கலந்து குடிக்கும் பழக்கம் உருவானது. சிக்கரி எனப்படும் தாவரம் பீகார், பஞ்சாப், இமாசலப்பிரதேசம், அசாம், மகாராஷ்டிரம், குஜராத், தமிழ்நாடு, ஒடிசா, உள்ளிட்ட மாநிலங்களில் பயிரிடப்படுகிறது. இதன் வேரில் இருந்தே சிக்கரி பொடி தயாரிக்கிறார்கள். சிக்கரியில் காஃபீன் கிடையாது. அதை காபியுடன் கலந்தால், வாசனை தூக்கி நிற்கும். அதனால் சிக்கரி கலந்த காபியை பலரும் விரும்புகின்றனர்.

நீராவி மூலம் காபி தயாரிக்கும் எக்ஸ்பிரஸோ இயந்திரம் காபியைப் பிரபலப்படுத்தியது. எக்ஸ்பிரஸோ இயந்திரம் டூரின் நகரத்தைச் சேர்ந்த ஆஞ்சலோ மோரியோன்டோவால் 1884-இல் அறிமுகப்படுத்தப்பட்டது. அந்த இயந்திரத்தை சற்று மாற்றி, நவீனமாக வடிவமைப்பு செய்தவர் லூயி பெஸிரா. இவர் மிலனை சேர்ந்தவர். இவரது தயாரிப்பை பேவோனி நிறுவனம் விலைக்கு வாங்கிச் சந்தையில் அறிமுகப்படுத்தியது.

ஃபில்டர் காபி தயாரிக்கும் மெஷின் 1908-இல் அறிமுகமானது. ஜெர்மனியைச் சேர்ந்த மெடில்டா என்ற பெண்மணி ஃபில்டர் காபி தயாரித்தார். இந்த ஃபில்டர் மெஷினை மெடில்டா குடும்பத்தினரே சந்தைப்படுத்தினார்கள்.

1833-இல் தானியங்கி காபி இயந்திரத்தை டாக்டர் எர்னெஸ்ட் தயாரித்தார். இன்று காபி கடைகளில் பயன்படுத்தப்படும் எக்ஸ்பிரஸோ மெஷின்களை உருவாக்கியவர் அக்கிலஸ் ககியா.

இன்று பெரும்பான்மை சாலையோரக் கடைகளில் பேப்பர் கப்களில் காபி தருகிறார்கள். பேப்பர் கப்களில் காபி குடிப்பது தவறானது. காரணம், மெழுகு பூசப்பட்ட கப்பில் சூடான காபி நிரப்பப்படும்போது, சூட்டில் மெழுகு உருகி காபியுடன்

கலந்துவிடுகிறது. அதைக் குடித்தால் வயிற்றுவலி உருவாக வாய்ப்பு அதிகம்.

காபி தயாரிக்கும் இயந்திரங்களின் வளர்ச்சி ஒரு பக்கமும், ஊடகங்களில் தரப்படும் விளம்பரங்கள் மறுபுறமுமாக, காபியை முக்கிய விற்பனைப் பொருளாக்கியுள்ளன.

காபி கடைகளில் விற்பனை செய்வதற்கு என்றே விசேஷ கேக்குகள், ரொட்டிகள் உருவாகின. காபி கடைகளில் படிப்பதற்கென, காபி டேபிள் புக்ஸ் எனும் அழகிய புத்தகங்கள் வடிவமைக்கப்பட்டன. காபி குடிப்பது நம்பிக்கையின், புத்துணர்வின் அடையாளமாக ஊடகங்களால் முன்னிறுத்தப்படுகிறது. அது ஒரு மாயையே. இன்றைய காபி மோகத்தின் பின்னால் வணிக நிறுவனங்களின் 50 ஆண்டு இடைவிடாத விளம்பரங்கள் காரணிகளாக உள்ளன.

இன்றைக்கு எது நல்ல காபி என்பதைவிட, அது எந்தப் பன்னாட்டு நிறுவனத்தின் காபி என்பதை நோக்கி கவனம் திருப்பப்பட்டிருக்கிறது. அதுதான் வணிகத்தின் தந்திரம்.

காப்பி எதற்காக நெஞ்சே!
காப்பி எதற்காக?
கையினில் சுக்குடன் மல்லி இருக்கையில்
காப்பி எதற்காக?

– என்றார் பாவேந்தர் பாரதிதாசன்.

இந்தத் தலைமுறைக்கு, பாரதிதாசனையும் தெரியாது, சுக்கு காபியும் பிடிக்காது. பிராண்டட் காபி ஷாப் ஒன்றில், ஒரு நாளைக்கு ஒரு லட்சம் ரூபாய்க்கு விற்பனை செய்கிறார்கள். அதில் 86 சதவிகிதம் இளைஞர்களே வாடிக்கையாளர்கள் என்கிறது ஒரு புள்ளிவிவரம்.

எதிர்காலத்தில் ஒரு நபரின் ஒரு நாள் சம்பளம் ஒரு காபியின் விலையாக இருக்கும் என்கிறார்கள். காலம் போகிற போக்கைப் பார்த்தால், அது நடந்துவிடும் என்றே தோன்றுகிறது.

25

பாலும் பவுடரும்

ஒவ்வொரு நாளும் காலையில் வீட்டுக் கதவைத் திறக்கும்போது வாசலில் உள்ள கூடையில் பால் பாக்கெட் கிடக்கிறது. பால் கொண்டுவந்து தருபவரின் முகத்தைக்கூடப் பார்த்தது கிடையாது. தனியார் நிறுவனத்தால் உற்பத்தி செய்யப்படும் இந்தப் பால் நூறு கிலோ மீட்டர் தூரத்தில் கறக்கப்பட்டு, பாக்கெட்டில் அடைக்கப்பட்டு நகரில் விநியோகம் செய்யப்படுகிறது. நகர வாழ்வில் மாடு, ஆடு போன்றவற்றைக் கண்ணில் பார்ப்பதே அரிது.

குழந்தைகள், பெரியவர்கள் என வேறுபாடின்றி அருந்தும் பால்தான் இன்றைய உணவுச் சந்தையில் அன்றாடம் அதிகம் விற்பனையாகும் திரவப் பொருள். தனியார் நிறுவனங்கள் கைக்குப் போய்க்கொண்டிருக்கும் முக்கியமான உணவுப் பொருளும் பாலே.

ஒருகாலத்தில் கூட்டுறவு சங்கங்கள்தான் பால் உற்பத்தியில் முன்னணியில் இருந்தன. கடந்த 15 ஆண்டுகளில் கூட்டுறவு சங்கங்கள் மெல்லப் பின்னுக்குத் தள்ளப்பட்டுத் தனியார் பால் பண்ணைகள், கார்ப்பரேட் நிறுவனங்கள் பால் உற்பத்தியில் பெரிய அளவில் வளர்ந்து நிற்கின்றன.

பால் மற்றும் பால் பொருட்களின் உற்பத்தி வழியாக ஆண்டுக்கு 3.6 லட்சம் கோடி ரூபாய் பணம் ஈட்டப்படுகிறது. பால் உற்பத்தியில் இந்தியா தன்னிறைவு பெற்றுள்ளது என்றபோதும், பால் விற்பனையில் உருவாகிவரும் பலத்த போட்டியும் வணிகத் தந்திரங்களும் நுகர்வோர்களை முட்டாள் ஆக்கவே செய்கின்றன.

உலகின் எல்லா உணவுப் பண்பாடுகளிலும் பாலும் பால் சார்ந்த வெண்ணெய், நெய், தயிர், பன்னீர் போன்ற உணவுப் பொருட்களும் முக்கியப் பங்கு வகிக்கின்றன.

உணவுக்காக மனிதர்கள் மற்ற விலங்குகளிடம் இருந்து பாலைப் பெறும் வழக்கம் கற்காலத்திலேயே தொடங்கியது என்கிறார்கள். 3,000 ஆண்டுகளுக்கு முன் ஆடுகள், மாடுகளின் பால் பயன்படுத்தப்பட்டதாக வரலாற்றுக் குறிப்புகள் இருக்கின்றன. அதன்பின் பால் தருவதற்காகவே விலங்குகள் வீடுகளில் வளர்க்கப்பட்டன.

ஒரு லிட்டர் பாலில் 30 முதல் 35 கிராம் புரதம் உள்ளது. அத்துடன் கால்சியம், பாஸ்பேட், மெக்னீசியம், சோடியம், பொட்டாசியம், சிட்ரேட், வைட்டமின்கள் ஏ, பி6, பி12, சி, டி, கே, ஆகியவையும் தயாமின், நியாசின், பயோட்டின், ரிபோபிளவின் ஆகிய அமிலங்களும் கலந்துள்ளன. அத்துடன் பாலில் ஏராளமான கார்போஹைட்ரேட்கள் உள்ளன. லாக்டோஸ் பாலுக்கு இனிப்புச் சுவையைத் தருகிறது.

உலகிலேயே அதிகப்படியான பால் மற்றும் அதை அடிப்படையாகக் கொண்ட பொருட்களைத் தயாரிப்பதில் இந்தியாவே முதலிடத்தில் இருக்கிறது.

இந்தியாவில் பால் உற்பத்தியை அதிகப்படுத்தும் வெண்மைப் புரட்சிக்கு வித்திட்டவர்களில் வர்கீஸ் குரியன் முக்கியமானவர். கேரளாவில் பிறந்த இவர், சென்னை லயோலா கல்லூரியில் இயற்பியல் துறையில் பட்டம் பெற்றவர். பின்னர், கிண்டி பொறியியல் கல்லூரியில் இயந்திரவியல் துறையில் பட்டம் பெற்றார்; அமெரிக்காவின் மிச்சிகன் பல்கலைக்கழகத்தில் உலோகவியல் துறையில் பட்டம் பெற்று இந்தியாவுக்கு வந்ததும், அவர் கொஞ்ச காலம் டாட்டா நிறுவனத்தில் வேலை செய்தார்.

குஜராத்தில் கைரா மாவட்டத்தில் ஆனந்த் என்ற இடத்தில், மாவட்ட கூட்டுறவுப் பால் உற்பத்தியாளர் சங்கத்தை 1940-இல் திரிபுவன் படேல் தொடங்கிய நாளில் இருந்து அமுல் வரலாறு தொடங்குகிறது. ஆனந்த் பால் கூட்டுறவு இணையம் என்பதே அமுல் என அழைக்கப்படுகிறது.

பொறியாளராகப் பணியாற்றி வந்த வர்கீஸ் குரியன் தனது பதவியைத் துறந்து, அமுல் நிறுவனத்தில் இணைந்து மிகப் பெரிய வெண்மைப் புரட்சி உருவாகக் காரணமாக இருந்தார். இந்தப் பணிக்கு பிரதமர் லால்பகதூர் சாஸ்திரியும் அமிர்தா படேலும் காட்டிய ஊக்கமே முக்கிய உறுதுணையாக அமைந்தன.

சுமார் 30 ஆண்டுகள் வர்கீஸ் குரியனும் அமிர்தா படேலும் ஆற்றிய சேவையால் கூட்டுறவு இயக்கம் கொடிகட்டிப் பறந்து பால் பஞ்சம் தீர்ந்தது.

உலகெங்கும் பசுவின் பாலில் இருந்தே பால் பவுடர் தயாரிக்கப்பட்ட நிலையில், முதன்முறையாக எருமைப்பாலில் இருந்து பால் பவுடர் தயாரித்தது வர்கீஸ் குரியன்தான். இந்தியா முழுமைக்கும் பால் உற்பத்தியில் முன்னோடியாக விளங்கிய வர்கீஸ் குரியன், பால் குடிக்கப் பிடிக்காதவர் என்பது தனி விஷயம்.

குரியனின் முயற்சியால் இந்தியா முழுவதும் பால் கூட்டுறவு சங்கங்கள் வளர்ச்சி அடைந்தன. ஆனால், கடந்த 10 ஆண்டுகளில் உலகமயமாதலைக் காரணம் காட்டி பால் உற்பத்தியில் தனியாருக்கு உரிமம் வழங்கப்பட்டது. அதன் பிறகு கூட்டுறவு பால் உற்பத்தி பாதிக்கப்படத் தொடங்கியது.

சமீபத்தில் சீனாவில் கலப்படப் பால் பவுடர் விற்பனை செய்யப்பட்டதால், 53 ஆயிரம் குழந்தைகள் பாதிக்கப் பட்டனர். விற்பனைக்கு அனுப்பப்பட்ட பால் பவுடர்களில் மெலமைன் என்ற ரசாயனம் இருப்பது கண்டறியப்பட்டுள்ளது. இந்தப் பால் பவுடரை உட்கொண்ட சீனக் குழந்தைகளுக்குத் திடீரென உடல் உபாதைகள் ஏற்பட்டதால், அவர்கள் மருத்துவமனையில் அனுமதிக்கப்பட்டனர். அதில் நான்கு குழந்தைகள் உயிரிழந்தனர். வணிகச் சந்தையின் போட்டியே இதற்கான முக்கியக் காரணம் என்கிறார்கள்.

இந்தியாவில் காலாவதியான பால் பவுடர் டின்களை விற்பதும், அதைக் கண்டுகொள்ளாமல் வாடிக்கையாளர்கள் வாங்கிப்போவதும் நடைமுறையாக உள்ளது. ஒவ்வொரு ஆறு மாதங்களுக்கு ஒருமுறையும் காலாவதியான பால் பவுடர்கள் நூற்றுக்கணக்கில் சுகாதார அதிகாரிகளால் கைப்பற்றப்படும் செய்தி நாளிதழ்களில் வெளியாகின்றன. ஆனாலும், இதுகுறித்து இன்னமும் மக்களிடம் விழிப்பு உணர்வு உருவாகவில்லை. மற்றொரு புறம் பிரபலமான பால் பவுடர் நிறுவனங்களின் போலிகள் விற்பனையாவதும் நடந்துகொண்டுதான் இருக்கின்றன.

சந்தையில் இன்று 10–க்கும் மேற்பட்டவிதங்களில் பால் விற்பனைக்குக் கிடைக்கின்றன. இதில் அல்ட்ரா ஹை டெம்பரேச்சர் பிராசஸிங் எனப்படும் முறையில் மிகை வெப்பத்தால் சூடாக்கப்பட்டு தயாரிக்கப்படும் ஹிபிஜி பால், ஆறு மாதங்களுக்குக் கெட்டுப்போகாது என்கிறார்கள்.

உணவுப் பண்பாடு என்றாலே பெரியவர்களுக்கான உணவு முறைகளைப்பற்றித்தான் பேசுகிறோம். ஆனால், நாம் கவனம் கொள்ளாத, அதிகம் அக்கறை கொள்ள வேண்டிய உணவு முறை குழந்தைகளுக்கான உணவு.

இந்தியாவில் ஆண்டுக்கு 20 முதல் 25 மில்லியன் குழந்தைகள் பிறக்கின்றன. குழந்தைகளுக்கான உணவுச் சந்தையின் மதிப்பு ஆண்டுக்கு 19,400 கோடி ரூபாய். அதிகப் போட்டியின்றி இந்தச் சந்தையைத் தனது கட்டுபாட்டுக்குள் ஒன்றிரண்டு பெரிய நிறுவனங்கள் வைத்துள்ளன.

மற்ற உணவுப் பொருட்களைப்போல உள்ளூர் தயாரிப்பு கள் குழந்தை உணவில் அதிகம் விற்பனையாவதும் இல்லை. பிரசவித்த பெண் உட்கொள்ள வேண்டிய உணவுகள் குறித்தும் குழந்தைகளின் ஆரம்ப உணவுப் பழக்கம் குறித்தும் இன்னும் போதுமான விழிப்புணர்வு ஏற்படவில்லை.

குழந்தைகளுக்குக் கட்டாயம் தாய்ப்பால் கொடுக்க வேண்டும் என்பதைக்கூட விளம்பரப்படுத்தித்தான் சொல்ல வேண்டியிருக்கிறது. வேலைக்குச் செல்லும் பெண்களில் பலர் ஒன்றிரண்டு மாதங்களுக்குப் பிறகு குழந்தை வளர்ப்பில்

கவனம் செலுத்த முடிவது இல்லை. ஆண்களுக்குக் குழந்தைகள் என்பது கொஞ்சுவதற்கான விஷயம் மட்டுமே. அதன் அடிப்படை உணவுகள், உடல்நலம், உறக்கம் குறித்து அறிந்துகொள்ள விரும்பும் ஆணைக் காண்பது அபூர்வம்.

மாறிவரும் குடும்பச் சூழலில் கைக்குழந்தைகளுக்கு உணவு கொடுத்து தூங்கவைத்து வளர்த்தெடுப்பது பெரும் சவாலாக உருமாறியிருக்கிறது. அதிலும், காதல் திருமணம் செய்து கொண்டவர்களில் பலர் தங்கள் குழந்தையைப் பார்த்துக் கொள்ள அம்மா தன்னோடு இல்லையே என ஆதங்கப் படுவதும், இதற்காகத் தெரிந்தவர் யாராவது வந்து உடன் வாழ மாட்டார்களா என ஏங்குவதும் வெளிப்படையான பிரச்னை .

பள்ளிக்குச் செல்லும் வயது வரை குழந்தைகளுக்குத் தரப்படும் உணவு வகைகள் பற்றிய அடிப்படை அறிதல்கூட பலரிடமும் இல்லை. ஊடக விளம்பரங்களையும் இதழ்களில் வெளியாகிற தகவல்களையும் மட்டுமே நம்புகிறார்கள்,

தாய்ப்பால் போதவில்லை. ஆகவே, பால் பவுடர்களை வாங்கிப் புகட்டுகிறோம் என்று கூறுபவர்கள் எந்த அடிப்படையில் குழந்தைக்கான பால் பவுடர் டின்னை தேர்வுசெய்கிறார்கள் என்றால், வெறும் விளம்பரங்களின் துணையைக் கொண்டு மட்டுமே. அதில் எவ்வளவு புரதச் சத்து, கால்சியம், கொழுப்பு உள்ளது. குழந்தையின் ஆரோக்கியத்துக்கு ஏற்றதா என்பதைப் பற்றி, துளிகூட சிந்திப்பது இல்லை.

முந்தைய காலங்களில் கிராமப்புறங்களில் அரிதாக யாரோ ஒருவருக்குத் தாய்ப்பால் போதவில்லை எனப் பால்பவுடர் டின் வாங்குவார்கள். அப்படியும் பால் டின் கிடைக்காது; தட்டுப்பாடாக இருக்கும். அதற்காக மருந்துக் கடையில் சொல்லி வைத்து வாங்குவார். இன்று அப்படி இல்லை.

பல்பொருள் அங்காடியில் பால் பவுடர் விதவிதமான டின்களிலும் பாக்கெட்டுகளிலும் பல்வேறு எடைகளில் வைக்கப்பட்டிருக்கின்றன. கூடவே, நிறைய இலவசப் பொருட்களும் தருகிறார்கள். கவர்ச்சிகரமான விளம்பரத்தால் பால் பவுடர்கள் விற்பனை செய்யப்படுகின்றன.

முன்பெல்லாம் தாய்ப்பால் குறைவாக உள்ள பெண்கள் பசும்பாலைக் காய்ச்சி குழந்தைகளுக்குத் தருவார்கள். இன்றுள்ளது போல பேபி ஃபார்முலாக்கள் அன்று கிடையாது. புட்டிப் பால் குடித்த வளர்ச்சியும், தாய்ப்பால் குடித்து வளர்ந்த குழந்தையின் வளர்ச்சியும் ஒன்றுபோல் இருப்பது இல்லை. உடலின் நோய் எதிர்ப்பு சக்தி மாறுபடுகிறது என்கிறார்கள்.

தாய்ப்பாலுக்கு நிகராக எதுவும் இல்லை. புதிய புதிய ஃபார்முலா உணவுகளைத் தாய்ப்பாலுக்கு நிகரானது என்று வணிக விளம்பரங்கள் உரத்துக் கூவுகின்றன. ஆனால், தாய்ப்பால்தான் குழந்தைகளுக்கு ஏற்ற ஒரே உணவு. குழந்தை களுக்குப் பால் தருவதற்காகப் பிரசவித்த பெண்கள் சிறப்பு உணவு வகைகளை எடுத்துக்கொள்ள வேண்டும்.

இதற்காகப் பாலில் பூண்டுகளை மெல்லியதாக நறுக்கிப் போட்டு வேகவைத்து, அதில் கொஞ்சம் சர்க்கரை கலந்து பால்கோவா போலத் தயாரித்துச் சாப்பிடுவார்கள். அசைவ உணவுக்காரர்களுக்கு 'பிள்ளை சுறா' மீன் மிகவும் சிறந்தது. இது பால் சுரப்பினை அதிகமாக்கும் என்பார்கள். இப்படியான சிறப்பு உணவுகளை வீட்டில் செய்வதற்கு மாற்றாக, டின்களில் அடைக்கப்பட்ட தாய்மார்களுக்கான உணவு வகைகளைக் கடைகளில் வாங்கி உண்கிறார்கள்.

தாய்ப்பாலுக்கு மாற்றாகப் பசும்பால் இருந்த நிலை மாறி, பால் பவுடர்கள் இந்தியாவுக்குள் அறிமுகமாகி நூறு ஆண்டுகளே கடந்துள்ளன. பால் பவுடர் எப்படி உருவானது, எப்படி இவ்வளவு பெரிய சந்தையை அது கைப்பற்றியது என்பது சுவாரஸ்யமான சரித்திரம்.

26

பவுடர் பாலின் கதை

மார்க்கோ போலோ தனது பயணக் குறிப்பில் சீனாவில் உள்ள போர் வீரர்கள் சூரிய வெப்பத்தில் பாலைச் சுண்ட வைத்துப் பசை போலாக்கித் தங்களுடன் கொண்டு சென்றதாகக் கூறுகிறார். 1802–ஆம் ஆண்டு ரஷ்யாவின் ஓசிப் கிர்க்கோவ்ஸ்கி என்பவர் முதன்முதலாகப் பாலை காய்ச்சி பவுடர் செய்வதை அறிமுகப்படுத்தினார். 1832–ல் பால்பவுடர் விற்பனை தொடங்கியது.

1865, ஜஸ்டிஸ் வான் லிபெக் என்பவர் குழந்தைகளுக்கான சிறப்புப் பால் பவுடரை அறிமுகம் செய்தார். அது லிபெக் ஃபார்முலா என அழைக்கப்பட்டது. 19–ஆம் நூற்றாண்டின் மத்தியில்தான் பால் பவுடர் விற்பனை தனித் தொழிலாக வளரத் தொடங்கியது.

பால் டின்களில் தொடங்கி ஃபார்முலா வரை வளர்ந்துள்ள குழந்தைகள் உணவின் வரலாற்றைத் தெரிந்துகொள்ளும் முன், தாய்ப்பால் தருவது எப்படி உலகெங்கும் மரபாகப் பின்பற்றி வந்தது என்பதை அறிந்துகொள்ள வேண்டும்.

குழந்தைகளுக்குத் தாய்ப்பால் கொடுப்பது உலகெங்கும் நடைமுறையில் இருக்கும் தொன்மையான பழக்கம். இதன் பின்னால் அறியப்படாத வரலாற்றுத் தகவல்கள் இருக்கின்றன.

கி.மு. 950–களில் கிரேக்கத்தில் உயர் வகுப்புப் பெண்கள் தாய்ப்பால் தர மறுத்து தாதிகளைப் பணிக்கு அமர்த்திக் கொள்வார்களாம். தாதிகள்தான் மூன்று வயது வரை குழந்தைகளுக்குப் பால் கொடுக்க வேண்டும்.

தாதிகள் ஆண்குழந்தை பெற்றவராக இருக்க வேண்டும். 25 வயது முதல் 35 வயதுக்குள்ளாக இருக்க வேண்டும் என்ற விதியிருந்தது. அதே நேரம் தாதி தனது குழந்தைக்கு ஒன்பது மாதங்கள் பால் கொடுத்த பிறகே, அவள் வேறு குழந்தைக்குப் பால் தர அனுமதிக்கப்படுவாள். அடிமைகளுக்கு இந்த விதி பொருந்தாது.

பைபிளில்கூடப் பாரோ மன்னரின் மகள் மோசஸை வளர்ப்பதற்காக ஒரு தாதியை நியமித்திருந்தாள் என்ற செய்தி இடம்பெற்றுள்ளது. கி.மு. 300–களில் ரோம் சாம்ராஜ்யத்தில் திருமணம் செய்துகொள்ளாமலே குழந்தை பெற்றுக்கொள்வது அனுமதிக்கப்பட்டது. இப்படிக் குழந்தை கள் பெற்றுக்கொண்ட பெண்கள், அதைப் பராமரிக்க வழியின்றித் தூக்கி எறிந்துவிடுவார்களாம்.

அநாதைகளாக வீசி எறியப்பட்ட குழந்தைகளுக்குத் தாய்ப்பால் கொடுத்துக் காப்பாற்றுவதற்கு எனத் தனித் தாதிகள் இருந்தார்கள். அவர்கள் அடிமையாக இருந்த பெண்கள், இவர்கள் அநாதை குழந்தைகளுக்குப் பால் கொடுத்து வளர்த்து எடுப்பதற்கு அவர்களுக்கு அரசே ஊதியம் அளித்தது.

தாதிகள் பால் கொடுப்பதற்கு ஏற்றவர்களா எனப் பரிசோதனை செய்ய, அவர்கள் மார்பில் விரல் நகத்தால் கீறி பாலின் தன்மை எப்படியிருக்கிறது, பால் எவ்வளவு வேகமாகச் சுரக்கிறது எனப் பரிசோதனை செய்து பார்ப்பார்களாம். அதில் தேர்வு செய்யப்படும் பெண்ணே குழந்தைக்குப் பால் தர அனுமதிக்கப்படுவாள்.

ரோமில் மருத்துவராக இருந்த ஓரிபசியஸ், தாதிகளுக்கான உடற்பயிற்சிகளை உருவாக்கி இருக்கிறார். குழந்தைகளுக்குப் பால் தருவதற்காகத் தகுந்த உடல் ஆரோக்கியம் வேண்டும். அதற்காகச் சில அவசியமான உடற்பயிற்சிகளைத் தாதிகள் மேற்கொள்ள வேண்டும் என, சில பயிற்சிகளை வரையறை செய்திருக்கிறார்.

இதற்கு எதிர்ப்புக்குரல் உருவானது. 'பெற்ற தாயே தனது குழந்தைக்குப் பால் தர வேண்டும். தாதிகளால் பால் தரப்படும் பிள்ளைகள் அவர்களின் இயல்பைப் பெற்றுவிடு கிறார்கள். ஆகவே, அதைத் தடுத்து நிறுத்த வேண்டும்' என்ற எதிர்ப்புக்குரல் உருவானது. ஆனால், அது முழுமையாக நடைமுறைப்படுத்தப்பட இயலவில்லை.

17–ஆம் நூற்றாண்டில் பதிவு பெற்ற தாதிகள் மட்டுமே குழந்தை வளர்ப்பில் பயன்படுத்த வேண்டும் என்ற சட்டம் ஃபிரான்ஸில் உருவானது. இதன்படி தாதிகள் முறையான மருத்துவப் பரிசோதனைகள் செய்துகொண்டு சான்றிதழ் பெற வேண்டும். தான் வளர்க்கும் குழந்தை இறந்து போய் விட்டால் தாதி கடுமையாகத் தண்டிக்கப்படுவாள் என்ற சட்டம் நடைமுறையில் இருந்தது.

விக்டோரியா யுகத்தில் இங்கிலாந்தில் தாதிகளாக வேலை செய்த பலரும், இள வயதில் முறையற்ற உறவின் காரணமாகக் குழந்தை பெற்றவர்கள். தங்களின் வாழ்க்கைப் பாட்டுக்காகக் குழந்தை வளர்ப்பில் ஈடுபட்டார்கள்.

தாதிகளை வைத்துக்கொள்வது பணக்கார குடும்பங்களின் நடைமுறையாக இருந்ததைத் தொழில் புரட்சி மாற்றி அமைத்தது. தொழில் புரட்சியின் காரணமாக நகரங்களை நோக்கி ஏழை எளிய மக்கள் குடியேறத் தொடங்கியதும், வீட்டில் குழந்தைகளைக் கவனித்துக்கொள்வதற்காக விவசாயக் குடும்பத்தைச் சேர்ந்த பெண்களைத் துணைக்கு அழைத்து வரப்பட்டனர். இவர்களுக்கு மிகக் குறைவான சம்பளமே வழங்கப்பட்டது.

பால் பவுடர் அறிமுகமானதும், பால் பாட்டில்கள் விற்பனைக்கு வந்ததும், ரப்பர் காம்புகள் அறிமுகமானதும் தாதிகளின் முக்கியத்துவம் குறையத் தொடங்கியது. 17–ஆம்

நூற்றாண்டு வரை தோல் அல்லது மரத்தால் செய்யப்பட்ட புட்டிகளே பால் கொடுப்பதற்குப் பயன்படுத்தப்பட்டன. 18-ஆம் நூற்றாண்டில் பீங்கானில் பால் கோப்பைகள் செய்யப்பட்டன.

கண்ணாடி தொழிற்சாலைகளின் வரவுக்குப் பிறகே குழந்தைகளுக்கான பால் புகட்டுவதற்கான பாட்டில்கள் செய்யப் பட்டன. 1851-இல் ஃபிரான்ஸில் பால் புகட்டும் கண்ணாடி பாட்டில் விற்பனைக்கு வந்தது. அப்போது அதன் முனையில் கார்க் பொருத்தப்பட்டிருந்தது.

இங்கிலாந்தில் குழந்தைகள் குடிப்பதற்கு ஏற்றாற்போல வாழைப்பழ வடிவ பாட்டில் அறிமுகமானது. அது சந்தையில் நல்ல வரவேற்பை பெற்றது. 1845-ல் தான் ரப்பரில் செய்யப்பட்ட உறிஞ்சு காம்பு பாட்டிலில் பொருத்தப் பட்டது.

1894-இல் இரண்டு பக்கமும் முனை கொண்ட பாட்டில் தயாரிக்கப்பட்டது. இதன் ஒரு முனையில் ரப்பர் காம்பு மாட்டப்பட்டது. கழுவி பயன்படுத்த எளிதாக இருந்த காரணத்தால் இது உடனடியாகப் பரவியது.

18-ஆம் நூற்றாண்டில்தான் முதன்முறையாகத் தாய்ப்பாலில் என்ன சத்துகள் இருக்கின்றன என்பது அறிவியல் பூர்வமாக ஆராயப்பட்டது. அதன் விளைவாகவே அதற்கு இணையாக எந்தப் பால் உள்ளது என சோதிக்க பசு, எருது, ஆடு கழுதை போன்றவற்றின் பால் பரிசோதனை செய்யப்பட்டன. தாய்ப்பாலுக்கு நிகரான ஒன்று செயற்கையாக உருவாக்கப்பட வேண்டும் என்ற எண்ணம் உருவானது. இன்றும் அதற்கான ஆராய்ச்சிகள் தொடர்ந்து கொண்டுதான் இருக்கின்றன.

முழுப் பால் சுமார் 87.5 சதவிகித நீர் அடங்கியது. பாலில் உள்ள நீர்த் தன்மையை அகற்றி, அதைப் பொடியாக மாற்றும் தொழில் நுட்பம் அறிமுகமானதால் பால் உற்பத்தியில் பெரிய மாற்றம் உருவானது.

100 லிட்டர் பாலை இப்படி நீர்த்தன்மை அகற்றிப் பொடியாக்கினால் 13 கிலோ பால் பவுடர் கிடைக்கும் என்கிறார்கள். இன்று பால் பவுடர் உற்பத்தியில் நியூசிலாந்து

முக்கிய இடம் வகிக்கிறது. பாலை பவுடர் ஆக்குவதால் அதில் உள்ள கொழுப்பு சத்து ஆக்டைஸ்டு கொலஸ்ட்ராலாக மாறிவிடுகிறது. இது உடல் நலத்துக்கு ஏற்றது இல்லை எனவும் மருத்துவர்கள் கூறுகிறார்கள்.

கடந்த காலங்களில் குழந்தை இரண்டு வருடங்கள் வரை தாய்ப்பால் குடித்திருக்கின்றன. இன்று அதிகபட்சம் ஆறுமாத காலம் தாய்ப்பால் புகட்டுகிறார்கள். சில குழந்தைகள் வாரக்கணக்கில் மட்டும் தாய்ப்பால் குடிக்கிறார்கள். பிறகு, புட்டிப்பால்தான்.

‘தோல் சீவி வேகவைத்த ஆப்பிளை, குழந்தைகளுக்கு, ஆறு மாதங்களுக்குப் பிறகு தரலாம். சத்து மாவு, கோதுமை, ஜவ்வரிசி கூழ் போன்றவையும் கொடுக்கலாம். ஏழு அல்லது எட்டு மாதங்களில் மசிக்கப்பட்ட காரட், உருளைக் கிழங்கு, ஊரையும் உறவுகளையும் இழந்து வரும் இன்றைய பெருநகர வாழ்க்கையில் மூத்தோர் வழியாக அறிந்துகொள்ள வேண்டிய உணவுப் பழக்கம், குழந்தை வளர்ப்பு, உயிரினங்களிடம் காட்ட வேண்டிய அக்கறை, பரஸ்பர நேசம் போன்ற எதையும் நாம் கற்றுக்கொள்ளவே இல்லை. அதன் விளைவுதான் இன்றைய உணவுக் கோளாறுகளும் மருத்துவப் பிரச்னைகளும்.

ஆகவே, சரியான உணவைத் தேர்வுசெய்வது என்பது மட்டும் இதற்குத் தீர்வாகிவிடாது. ஆரோக்கியமான உணவை நமக்கு அறிமுகம் செய்த உறவுகளும் சொந்த மனிதர்களும் நமது குழந்தைகளுக்கும் வேண்டும் என்ற எண்ணமும் அன்பும் உருவாக வேண்டும் என்பதே இதற்கான மாற்று.

27

பிஸ்கட் பிடிக்கிறதா?

சென்ட்ரல் ரயில் நிலையத்தில் இருந்தபோது ஓர் அறிவிப்பைத் தொடர்ந்து கேட்டேன்... 'ரயில் பயணத்தில் கவனமாக இருங்கள். மயக்க மருந்து கலந்த பிஸ்கட் கொடுத்து ஏமாற்றிவிடுவார்கள்' என்றது அந்தக் காவல் துறை அறிவிப்பு.

ஒரு பக்கம் பயணம் பாதுகாப்பில்லாமல் போய்விட்டதே என்ற அச்சம் எழுந்தபோதும் மறுபக்கம் முகம் தெரியாதவர் கொடுத்தால்கூட பிஸ்கட்டை ஏன் சாப்பிட விரும்புகிறோம் என்ற எண்ணமும் கூடவே வந்தது.

இலக்கியக் கூட்டமோ, கருத்தரங்குகளோ, தொலைக்காட்சி நேர்காணலோ, அறிந்தவர் வீட்டுக்குப் போனாலோ... ஒரே மாதிரியான பிஸ்கட்தான் சாப்பிடத் தருகிறார்கள். காகிதத்தை தின்பது போல ஒரு ருசி.

பிஸ்கட் நம் காலத்தின் சகல நேர நிவாரணி. அழுகிற குழந்தையாக இருந்தாலும் அழையாத விருந்தாளியாக இருந்தாலும் பிஸ்கட்தான் ஒரே தீர்வு.

எஸ். ராமகிருஷ்ணன்

உப்பு பிஸ்கட், மிளகு பிஸ்கட், ஓம் பிஸ்கட், ராகி பிஸ்கட், சாக்லேட் பிஸ்கட். க்ரீம் பிஸ்கட், வேஃபர், ஓட்ஸ் பிஸ்கட், குருவி பிஸ்கட், தேன் கலந்த பிஸ்கட், பழ பிஸ்கட், ஏலக்காய், பிஸ்கட், தேங்காய் பிஸ்கட் இப்படி நூற்றுக்கும் மேற்பட்ட ரகங்கள், சுவைகள்.

பேச்சிலர் வாழ்க்கையில் திருவல்லிக்கேணி மேன்ஷனில் வசித்தபோது நண்பர்கள் பிஸ்கட்டை பசி தாங்கி என்பார்கள். பசிக்கிற நேரத்தில் ஒன்றிரண்டு பிஸ்கட்டுகளைச் சாப்பிட்டு பசியை ஆற்றிக்கொள்ள வேண்டும் என்பது எழுதப்படாத விதி. அவசர உதவிக்காக எப்போதும் கோதுமை பிஸ்கட்டுகள் அறையில் கிடக்கும்.

இந்த பிஸ்கட்டுகளில் ஒன்றை ஒருமுறை காகத்துக்கு உணவாகப் போட்டேன். வேகமாக வந்து அதை கொத்திப் பார்த்த காகம் இதை மனுஷனால் மட்டும் சாப்பிட முடியும் என்பது போல முகத்தைத் திரும்பிக்கொண்டு காலால் உதறி தள்ளிவிட்டு கரைந்தபடியே பறந்தது. சில பிஸ்கட் ரகங்களைப் பசி இல்லாத நேரங்களில் மனிதர்களால் ஒரு துண்டுகூட சாப்பிட முடியாது என்பதே உண்மை.

எனது நண்பர்களில் ஒருவர் எப்போதும் தனது காரில் ஐந்து ரூபாய் பிஸ்கட் பாக்கெட்டுகள் நிறைய வைத்திருப்பார். எதற்கு என கேட்டதற்கு, ‘சாலை சிக்னலில் நின்று பிச்சை எடுப்பவர்களுக்குக் காசு கொடுப்பதற்குப் பதிலாக பிஸ்கட் பாக்கெட்டுகள் தந்துவிடுவேன். காசு கொடுப்பதைவிட பசியைப் போக்குவதே முக்கியம் என நினைக்கிறேன்’ என்றார். ஆச்சர்யமாகவும் புது வழியாகவும் இருந்தது.

இவரைப் போலவே இன்னொரு நண்பர் அலுவலகம் கிளம்பும்போது இரண்டு பிஸ்கட் பாக்கெட்டுகள் வாங்கி பைக்கில் வைத்துக்கொள்வார். காரணம் கேட்டபோது, ‘சேல்ஸ்மேனாக வேலை செய்கிறேன். நாங்கள் போகிற வீடுகளில் உள்ள நாய்களை சமாளிக்கத் தினமும் இரண்டு பாக்கெட் பிஸ்கட் தேவைப்படுகிறது’ என்றார்.

எப்படி எல்லாம் பிஸ்கட் பயன்படுகிறது பாருங்கள்.

சமீபத்தில் ஒரு பிரபல பிஸ்கட் கம்பெனியின் விளம்பரத்தில் நடிப்பதற்காக இந்தி திரையுலக நட்சத்திரம் ஒருவருக்கு 12 கோடி ரூபாய் சம்பளம் என நாளிதழில் செய்தி வெளியாகி இருந்தது. எதற்காக பிஸ்கட்டை இப்படி விளம்பரப்படுத்து கிறார்கள்? ஒரு நடிகருக்கு 12 கோடி பணம் தரப்படுகிறது என்றால், அந்தச் சுமையை யார் மீது ஏற்றுவார்கள்? இன்னொரு டி.வி. விளம்பரத்தில் பிஸ்கட் சாப்பிடுவதை ஆர்காசம் போல் காட்டுகிறார்கள்.

உணவுப் பொருட்களின் விற்பனையை அதிகப்படுத்த ஊடக விளம்பரங்களில் எல்லா தந்திரங்களையும் கையாளு கிறார்கள். அவர்களின் குறி சிறார்கள் மற்றும் இளைஞர்கள். ஆண்டுக்கு 10 ஆயிரம் கோடிக்கும் மேலாக உணவு விளம்பரங் களுக்குச் செலவிடப்படுகின்றன. இவ்வளவு விளம்பரம் செய்து ஏன் உணவுப்பொருளை விற்கிறார்கள்? இப்படி விற்கப்படும் பொருளின் தரம் மற்றும் அதன் பக்கவிளைவுகள் பற்றி ஏதாவது விழிப்புணர்வு நம்மிடம் இருக்கிறதா என்ன?

பீட்சா சாப்பிடுங்கள், பிஸ்கட் சாப்பிடுங்கள், நூடுல்ஸ் சாப்பிடுங்கள், சாக்லெட் தின்னுங்கள், குளிர்பானம் குடியுங்கள் என்று 24 மணி நேரமும் விளம்பரங்கள் நம் வீட்டு ஹாலுக்குள் ஒலித்தபடியே இருந்தால் பள்ளிப் பிள்ளைகளின் மனதைப் பாதிக்காமலா இருக்கும்?

அதன் விளைவு இன்று 80 சதவிகித பள்ளி மாணவர்கள் இடைவேளையின்போது ஐந்து ரூபாய் பாக்கெட் என விற்கும் பிஸ்கட்டுகள் மட்டுமே சாப்பிடுகிறார்கள். அதுதான் பிஸ்கட் விற்பனை மிகவும் உயர்ந்து போனதற்கான முக்கியக் காரணம்.

பள்ளிக்கூடம் செல்லும் பிள்ளைகளின் லஞ்ச் பாக்ஸை பற்றி பெற்றோர்கள் பெரிதாக கவனம் கொள்வதே இல்லை, பெரும்பான்மை பிள்ளைகள் சத்து குறைவான, போதுமான சரிவிகித உணவு இல்லாத மதிய உணவைத்தான் கொண்டு போகிறார்கள். கீரைகள், பச்சைக் காய்கறிகள், சிறு தானியங்கள் உண்ணுகின்ற மாணவர்களைக் காண்பது அரிதாக இருக்கிறது.

'டோட்டோசான் ஜன்னலில் ஒரு சிறுமி' என்ற ஒரு ஜப்பானிய

நூல் தமிழில் மொழியாக்கம் செய்யப்பட்டு வெளியாகி யிருக்கிறது. ஒவ்வொரு பெற்றோரும் மாணவரும் அவசியம் படிக்க வேண்டிய புத்தகம் இது என்பேன்.

டெட்சுகோ குரோயாநாகி என்ற பெண், தான் படித்த டோமாயி என்ற பள்ளியைப் பற்றி இந்த நூலில் பகிர்ந்திருக்கிறார். இந்தப் பள்ளியில் வகுப்பறையாக ரயில் பெட்டிகள் மாற்றி அமைக்கப்பட்டிருந்தன. இந்தப் பள்ளியில் பயின்ற டோட்டோசான், மாணவர்கள் மீது இந்தப் பள்ளி எந்த அளவு அக்கறை காட்டியது என்பதற்கு ஓர் உதாரணம் சொல்கிறார்.

வீட்டில் இருந்து மாணவர்கள் கொண்டுவரும் மதிய உணவில் என்ன இல்லையோ, அதைப் பள்ளியே தயாரித்து மாணவர்களுக்கு வழங்குவது வழக்கமாக இருந்தது. அதாவது மாணவர்களின் ஆரோக்கியத்துக்குத் தேவையான காய்கறி, மீன், முட்டை போன்றவற்றைப் பள்ளியே சமைத்து ஒவ்வொரு மாணவரின் டிபன் பாக்ஸிலும் எது குறைகிறதோ அதை சாப்பிடப் பரிமாறுவார்கள். இதனால் மாணவர்களுக்கு சரிவிகித உணவு முறையாக கிடைப்பதுடன் பள்ளி தங்கள் மேல் எவ்வளவு அக்கறையாக உள்ளது என்பதும் உணர்த்தப்படுகிறது.

அதன் காரணமாகவே குழந்தைகள் உணவை வீணடிப்பது இல்லை. ஒரு பருக்கையைக்கூட சிதறுவதில்லை. குச்சிகளைக் கொண்டு சாப்பிடப் பழக்குவது என்பது ஓவியம் வரையக் கற்றுத்தருவதற்கு இணையானது. இரண்டிலும் கவனமும் அக்கறையும் தேவை என்கிறார் யமாகுசி என்ற கல்வியாளர்.

பள்ளிக் குழந்தைகள் எடுத்துச்செல்லும் பிஸ்கட்டுகளில் அவர்கள் உடல்நலத்துக்கான புரதம், கொழுப்பு மற்றும் இதர பொருட்கள் எந்த அளவில் உள்ளன, அவை போதுமானவையா, பழங்கள், முளைக்க வைத்த தானியங்கள் ஆகியவை பிஸ்கட்டுகளுடன் கொடுத்து அனுப்பலாமா என்பதைப் பற்றி பெற்றோர் அக்கறை கொள்ள வேண்டும்.

மாணவிகள் என்ன சாப்பிடுகிறார்கள் என்பதைப் பற்றி எந்தப் பள்ளியும் அக்கறை கொள்வது இல்லை. அசைவம் சாப்பிடக் கூடாது, துரித உணவுகள் கூடாது என்ற கட்டுப்பாடுகள் தான் இருக்கிறது. ஆரோக்கியமான உணவைத்தான் குழந்தைகள் சாப்பிடுகிறார்களா என பள்ளிகள் கண்காணிப்பது இல்லை. அதில் அக்கறை செலுத்துவதும் இல்லை.

சில பள்ளி வளாகத்தில் செயல்படும் கேன்டீன்களும் விடுதிகளிலும் தயாரிக்கப்படும் உணவு வகைகள் மோசமான தரத்தில் இருக்கின்றன. அது மாணவர்களின் ஆரோக்கியத்துக்கு ஊறு விளைவிக்கும் என்பதைக்கூட பள்ளி கண்டு கொள்வது இல்லை.

நாலு பிஸ்கட்டும் பாலும் கொடுத்துவிட்டால் பையன் தானே வளர்ந்துவிடுவான் என்ற தவறான கற்பிதம் நிறைய பெற்றோர்களுக்கு இருக்கிறது. மருத்துவர்கள் இதற்கு மாற்றான அறிவுரைகள் கூறும்போது கீரை, பழம், காய்கறிகள் எல்லாம் பையன் சாப்பிட மாட்டான் என பெற்றோர்களே ஒதுக்கிவிடுகிறார்கள்.

பிஸ்கட் நமக்கு பிடித்தமான உணவுதான், ஆனால், தேவையான உணவா என்று நாம் யோசிக்கத்தான் வேண்டி இருக்கிறது.

100 வருஷங்களுக்கு முன்பு பிரிட்டிஷ் ஆட்சியாளர்களின் வழியேதான் பிஸ்கட் நமக்கு அறிமுகமானது. ஆரம்ப காலங்களில் அதை நோயாளிகளின் உணவு என்றே வகைப்படுத்தி வைத்திருந்தார்கள். பின்பு அது பணக்காரர்களின் சிறு தீனியாக உருமாறியது... விருந்துகளில் பரிமாறப்பட்டது.

இன்றும் சென்னையில் காலை எழுந்தவுடன் பிஸ்கட் உடன் டீ சாப்பிடும் பழக்கம் அடித்தட்டு மக்கள் பலரிடமும் காணப்படுகிறது. பொறை டீ, பிஸ்கட் டீ, பன் டீ என ஏதாவது ஒன்றுடன்தான் காலையைத் தொடங்குகிறார்கள். பிரிட்டிஷ் காலத்துப் பழக்கம் இன்னமும் நம்மை விட்டுப் போகவில்லை.

சிறு வயதில் குருவி பிஸ்கட் என்ற ஒன்றை விரும்பிச் சாப்பிட்டிருக்கிறேன். குருவி, யானை, ஒட்டகம், சிங்கம்

போன்ற வடிவங்களில் தயாரிக்கப்படும் பிஸ்கட் யாருடைய கற்பனை என அப்போது தெரியாது. வளர்ந்த பிறகே அந்த பிஸ்கட்டுக்குப் பின்னாலும் ஒரு வரலாறு இருப்பதை அறிந்தேன்.

விலங்குகளின் வடிவத்தில் பிஸ்கட் தயாரிக்கும் பழக்கம் இங்கிலாந்தில் தான் துவங்கியது. ஆரம்ப காலங்களில் யானை, கரடி, ஒட்டகம், குரங்கு, புலி, முதலை என 54 வகையான விலங்குகளின் வடிவங்களில் பிஸ்கட்டுகள் செய்யப்பட்டன. பிரிட்டனில் இருந்து அமெரிக்கா சென்ற இந்த யானை பிஸ்கட்டுகளை பெர்னாம் சர்க்கஸ் கம்பெனி தனது விளம்பரத்துக்காகப் பயன்படுத்தியது. சர்க்கஸ் பார்க்கப் போகிறவர்கள் விலங்கு வடிவ பிஸ்கட்டுகளை வாங்கிச் சாப்பிட விரும்பினார்கள். அதனால் இந்த பிஸ்கட்டுகள் புகழ்பெறத் தொடங்கின.

அதன் பிறகு கிறிஸ்துமஸ் காலங்களில் சிறார்களை மகிழ்விப்பதற்காக விலங்கு வடிவ பிஸ்கட்டுகள் கொண்ட டின்கள் பரிசுப் பொருளாக உருமாறின. இப்போதும் அது போன்ற டின்னில் அடைத்த விலங்கு வடிவ பிஸ்கட்டுகள் விற்பனை செய்யப்படுகின்றன. ஆனால், இதில் 54 விலங்கு களின் உருவமில்லை, 26 மட்டுமே உள்ளன. புதிதாக எந்த விலங்கின் வடிவத்தில் பிஸ்கட் தயாரிக்கலாம் என சிறார்க ளிடமே ஆலோசனை கேட்ட பிஸ்கட் கம்பெனிகள் சூப்பர் ஹீரோக்கள், மற்றும் ஏலியன்ஸ் உருவங்களில் தற்போது பிஸ்கட் தயாரிக்கிறார்கள்.

பிஸ்கட் சாப்பிடுவது நல்லதா, கெட்டதா என்ற வாதப் பிரதிவாதங்கள் உள்ளன. அதன் நன்மை தீமையை முடிவு செய்வது அத்தனை எளிதானது அல்ல....

28

டீயும் பிஸ்கட்டும்

பிஸ்கட் என்ற ஆங்கிலச் சொல் பெஸ்கட் என்ற பிரெஞ்சு சொல்லில் இருந்து உருவானது. இதன் மூலச் சொல் லத்தீன் மொழியில் இருந்து பெறப்பட்டது என்கிறார்கள். லத்தீனில் பிஸ்க் கோட்டாமா என்றால் இருமுறை சுட்டது என்று பொருள். அதிலிருந்தே பிஸ்கட் உருவாகியிருக்கிறது. அமெரிக்கா மற்றும் கனடா ஆகிய நாடுகளில் குக்கீஸ் என்றும் மற்ற ஆங்கிலம் பேசும் நாடுகளில் பிஸ்கட் என்றும் அழைக்கப்படுகிறது. ஸ்காட்லாந்தில் குக்கீ என்றால் 'பன்'னை மட்டுமே குறிக்கும் என்கிறார்கள்.

பிஸ்கட் சந்தையைப் பொறுத்தவரை இன்று பெரிய நிறுவனங்களுக்குப் போட்டியாக சிறு தயாரிப்பு நிறுவனங்கள் நிறைய பெருகிவிட்டிருக்கின்றன. அதிலும் கிராமப்புற சந்தையைக் குறிவைத்து சிறிய பிஸ்கட் கம்பெனிகள் நிறைய செயல்படுவதால் அதற்கென தனிச்சந்தை உருவாகியிருக்கிறது. என்றாலும், இந்தியாவின் பிஸ்கட் தயாரிப்பில் 70 விழுக்காட்டை இரண்டு தனியார் நிறுவனங்களே கைவசம் வைத்துள்ளன.

பிஸ்கட் தயாரிப்பின் வரலாறு ரோமில் தொடங்குகிறது.

கோதுமையில் செய்த சிறிய துண்டுகளான ரொட்டியை தேனில் தொட்டுச் சாப்பிடும் பழக்கம் அவர்களுக்கு இருந்தது. அந்த நாட்களில் பிஸ்கட்டுகளில் இனிப்பு சேர்க்கப்படவில்லை. விற்பனைப் பொருளாக மாறவும் இல்லை. வீட்டில் மட்டுமே பிஸ்கட்டுகள் தயாரிக்கப்பட்டன. 16–ம் நூற்றாண்டில்தான் பிஸ்கட், விற்பனைப் பொருளாக மாறியது.

அதன் பிறகு கடற்படை வீரர்களுக்கான உணவாக பிஸ்கட் மாறியது, கடற்பயணத்தில் கெட்டுப்போகாத உணவுப் பொருளாக பிஸ்கட் இருந்ததே இதற்கான முக்கியக் காரணம். ஆனால், அந்த பிஸ்கட்டுகள் இன்று நாம் சாப்பிடுவது போல மிருதுவாக இல்லை. கடினமான பிஸ்கட்டுகளுக்கு பதிலாக இனிப்பும் முட்டையும் சேர்த்து மிருதுவான பிஸ்கட்டுகளைத் தயாரிப்பதில் பெர்ஷியர்கள் அக்கறை காட்டினார்கள். அதன் காரணமாகப் புதிய வகை மென் பிஸ்கட்டுகள் தயாரிப்பது தொடங்கியது.

15 மற்றும் 16--ஆம் நூற்றாண்டுகளில் துறவிகள் தங்களின் உணவாக பிஸ்கட்டை வைத்திருந்தார்கள். துறவிகளுக்காகவே விஷேசமான பிஸ்கட்டுகள் மடாலயங்களில் தயாரிக்கப் பட்டன. அதை விரத நாட்களில் பயன்படுத்தி வந்தார்கள். 1595–இல் டீ போல் என்ற ஆர்மீனியத் துறவி ஒருவர் தனது விரத நாட்களில் சாப்பிட்ட பிஸ்கட் பற்றி எழுதியிருக்கிறார். 17–ஆம் நூற்றாண்டில் யூதர்களால் உருவாக்கப்பட்ட ஜோடன் கேக் என்ற குக்கீ யூத துறவிகளின் விருப்ப உணவாக இருந்தது.

தொழில் புரட்சியின் வழியாக ஈஸ்ட் தயாரிப்பு எளிதானது. பிஸ்கட்டை எம்போஸ் செய்யவும் விரும்பிய வடிவத்தில் வெட்டுவதற்கும் உரிய இயந்திரங்கள் உருவாக்கப்பட்டன. தாமஸ் விகர்ஸ் என்பவர் இந்த இயந்திரங்களை உருவாக்கினார். புதிய இயந்திரங்களின் வருகையால் பிஸ்கட் செய்வது தனித் தொழிலாக வளர ஆரம்பித்தது. அதற்கான சந்தை உருவானது. ஆகவே, பிஸ்கட்டுகளை எளிய மக்களும் வாங்கி உண்ணத் தொடங்கினார்கள்.

டீயில் பிஸ்கட்டை முக்கிச் சாப்பிடும் பழக்கம் இங்கிலாந்தில் தான் பிரபலமானது. 19–ஆம் நூற்றாண்டில் உழைக்கும் மக்களே டீயில் பிஸ்கட்டை ஊறவைத்து சாப்பிட்டு

வந்தார்கள். ஆகவே, அதை பிரபுக்கள் மோசமான பழக்கம் என ஒதுக்கி வைத்தார்கள். பணக்கார விருந்தில் டீயில் பிஸ்கட் முக்கிச் சாப்பிட அனுமதி மறுக்கப்பட்டது.

ஆனால், டீயில் ஊறிய பிஸ்கட்டின் சுவை பலருக்கும் பிடித்திருக்கவே, அது அனைவருக்குமான பழக்கமாக உருமாறியது. இதற்காகவே விசேஷ பிஸ்கட்டுகள் தயாரிக்கப் பட்டன. அப்படி அறிமுகமானதே ரபெக. இது போர்த்துக்கீசிய சொல்லான ரோஸ்காவில் இருந்து உருவானது. இந்தியாவிலும் பிரிட்டிஷ் மூலமாகவே ரஸ்க் அறிமுகமானது.

பிஸ்கட்டை எவ்வளவு நேரம் டீயில் முக்கி வைத்திருப்பது என்பது ஒரு கலை. கவனம் தப்பினால் பிஸ்கட் டீயில் விழுந்து கரைந்துவிடும். இதுகுறித்து இயற்பியல் அறிஞர்கள் ஆய்வு செய்திருக்கிறார்கள் என்கிறார் உணவியல் ஆய்வாளர் மெக்கலன்.

தானியங்களின் துகள்கள் ஒன்று சேர்ந்தே பிஸ்கட் உருவாகி இருக்கிறது. மண் பானையில் இருப்பது போன்றே, பிஸ்கெட்டிலும் நுண்மையான துவாரங்கள் இருக்கின்றன. டீயில் ஊறும்போது பிஸ்கட்டில் உள்ள இந்த பிணைப்புகள் தளர்ந்துவிடுகின்றன. அதனால் கனம் அதிகமாகி பிஸ்கட் நெகிழ்ந்து தேநீரில் விழுந்துவிடுகிறது.

இதற்குக் காரணமான இயற்பியல் உண்மைகள் குறித்து லென் ஃபிஷர் என்கிற இயற்பியலாளர் விரிவான கட்டுரை எழுதியிருக்கிறார். அதில் அவர் டீயில் எப்படி பிஸ்கட்டை முக்கிச் சாப்பிடுவது என்பதற்கு ஒரு டிப்ஸ் தருகிறார்.

அதாவது, ‘பிஸ்கட்டை தேநீரில் செங்குத்தாக முக்குவதை விட படுக்கைவாட்டில் சாய்வாக முக்கினால், அதன் அடிப்புறம் மட்டுமே ஈரமாகும்; மேல் பகுதி அதே மொறுமொறுப்புடன் நனையாமலிருக்கும். ஆகவே பிஸ்கட் உடைந்து விழாது. சுவைப்பதற்கும் எளிதாக இருக்கும்’ என்கிறார்.

பிஸ்கெட்டை ஊறவைத்து சுவைப்பதற்காகவே இந்தோனேஷியாவில் டிம்டாம் ஸ்லாம் என்றொரு விழா நடக்கிறது, அதில் பெரும்திரளாக மக்கள் கூடி பிஸ்கெட்டை டீயில் முக்கிச் சாப்பிடுகிறார்கள்.

16–ஆம் நூற்றாண்டு வரை சந்தையில் சர்க்கரை கிடைப்பது எளிது இல்லை. அது விலை உயர்ந்த பொருள் என்பதால் இனிப்பு சேர்க்காத பிஸ்கட்டுகள் அதிகம் தயாரிக்கப்பட்டன. அதில் சுவைக்காகத் தேனைத் தொட்டுக்கொள்வார்கள்.

ஓட்ஸ் மற்றும் கோதுமையில் வெண்ணெய் கலந்தே பிஸ்கட்டுகள் தயாரிக்கப்பட்டன. தற்போது ராகி, சோளம் உள்ளிட்ட பல்வேறு தானியங்களில் பிஸ்கட்டுகள் தயாரிக்கப் படுகின்றன. பிரெஞ்சு எழுத்தாளர் மார்சல் புருஸ் தனது நாவலில் தேநீரில் தனக்கு விருப்பமான சிறிய கேக்கை முக்கிச் சாப்பிடுவது குறித்த நினைவுகளைத் துல்லியமாக எழுதியிருக்கிறார்.

மனிதர்களுக்கு பிஸ்கட் பிடித்திருப்பது போலவே நாய்களுக்கும் பிஸ்கட் சாப்பிட பிடித்தேயிருக்கிறது. இன்று அதிகம் விற்பனையாகும் எலும்புத் துண்டு வடிவில் உள்ள நாய் பிஸ்கட்டுகள் இங்கிலாந்தில்தான் அறிமுகமாயின.

இங்கிலாந்தில் ஜேம்ஸ் ஸ்பிராட் என்பவர் 1890–களில் நாய்களுக்கு என மாமிசம் கலந்த விசேஷ ரொட்டிகளைத் தயார் செய்து விற்றுவந்தார். அந்த நாட்களில் நாய்களுக்கான சிறப்பு உணவு வகைகள் தயாரிப்பது காப்புரிமை பெற்றிருந்தது. அதை மீறி ஜேம்ஸ்பிராட் நாய்கள் உணவைத் தயாரித்தார் என அவர் மீது வழக்குத் தொடுக்கப்பட்டது. நீதிமன்றத்தில் ஜேம்ஸ் பிராட்டுக்கு நியாயம் கிடைக்கவில்லை, அவர் அமெரிக்காவுக்கு சென்று அங்கே தனது நாய் ரொட்டிகளை விற்பனை செய்யத் தொடங்கி பிரபலமானார்.

1908–ல் பென்னட் என்பவர் இறைச்சிக் கடை ஒன்றில் மீதமான இறைச்சிகளை அரைத்து அதை கோதுமை மாவுடன் சேர்த்து ரொட்டி செய்து நாய்களுக்குப் போடு கிறார்கள் என்பதை அறிந்து, அதே பாணியில் நாய்களுக்குப் பிடித்தமான எலும்புத்துண்டு வடிவ பிஸ்கட்டுகளை தயாரிக்கத் தொடங்கினார்.

வளர்ப்பு பிராணிகளுக்காகப் பணம் செலவிட விரும்பிய வசதி படைத்தவர்கள் இந்த நாய் பிஸ்கட்டுகளை விரும்பி வாங்கத் தொடங்கினார்கள். 1910–ல் இதற்கென தனி நிறுவனத்தைத் தொடங்கிய பென்னட், உலகின் முக்கியமான நாய் உணவு

தயாரிப்பு நிறுவனமாக உருமாற்றினார்.

இந்தியாவின் முதல் பிஸ்கட் கம்பெனியாக அறியப்படும் பிரிட்டானியா, 1892-இல் கல்கத்தாவில் உள்ள ஒரு சிறிய வீட்டில் ரூபாய் 295 முதலீட்டில் ஆரம்பிக்கப்பட்டது, 1910-ஆம் ஆண்டு மின்சார வசதி கிடைக்கவே பிரிட்டானியா பிஸ்கட் தன்னை தொழில் நிறுவனமாக வளர்த்துக் கொள்ளத் தொடங்கியது. இதன் காரணமாக இரண்டாம் உலகப்போரின்போது ராணுவ வீரர்களுக்குத் தேவையான பிஸ்கட்டுகளை தயாரித்து விநியோகம் செய்வதற்கு இந்த நிறுவனத்துக்கு உரிமை வழங்கப்பட்டது. இன்று பிஸ்கட் சந்தையில் 4,000 கோடி வர்த்தகம் செய்யும் பிரமாண்ட நிறுவனமாக வளர்ந்தோங்கி நிற்கிறது.

மக்ரோன் எனப்படும் நாவில் இட்டால் கரைந்துவிடும் பிஸ்கட் வகையை அறிமுகப்படுத்தியவர்கள் பெர்ஷியர்கள். 16-ஆம் நூற்றாண்டில் ஐரோப்பாவுக்குக் கொண்டு செல்லப்பட்டுப் புகழ்பெறத் தொடங்கிய மக்ரோன் பாரீஸில் புது ருசி கொண்டது. பிரபல கேக் தயாரிப்பாளரான மெய்சன் லாடுரே தயாரிப்பில் உருவான மக்ரோன்கள் ஐரோப்பா முழுவதும் புகழ் பெற்றிருந்தன. இன்றும் பிரெஞ்சு மக்கள் மக்ரோனை விரும்பி உண்ணுகிறார்கள்.

இது போலவே ஐபோன் குக்கி எனப்படும் புதுவிதமான பிஸ்கட் ஒன்று மேற்கு ஜப்பானில் இப்போது மிகவும் பிரபலமாகியுள்ளது. குமிகோ குடோ என்ற பேக்கரி தயாரிப்பாளர் ஐபோன் வடிவ பிஸ்கட்டைத் தயாரித்து விற்பனை செய்து வருகிறார். ஒரு ஐபோன் பிஸ்கட்டின் விலை 33 அமெரிக்க டாலர். அதாவது 1,985 ரூபாய், இந்த பிஸ்கட்டுக்காகப் பலரும் முன்பதிவு செய்து இரண்டு மாதங்கள் வரை காத்திருக்கிறார்கள்.

முழுவதும் எண்ணெய்யில் பொரித்த சமோசா, பஜ்ஜி, வடை போன்றவற்றுக்கு மாற்று என்ற அளவில் பிஸ்கட்டுகளை நாம் ஏற்றுக்கொள்ளலாம். அதிலும் ஓட்ஸ் மற்றும் ராகியில் செய்த பிஸ்கட்டுகள் ஆரோக்கியத்துக்கு உகந்தவை என்கிறார்கள்.

பிஸ்கட் பல நாட்கள் கெட்டுப் போகாமல் இருப்பதற்காகச் சேர்க்கப்படும் ரசாயனங்கள் சிலருக்கு ஒவ்வாமையை ஏற்படுத்துகின்றன. தொடர்ந்து பிஸ்கட் மட்டுமே சாப்பிடுகிறவர்களுக்கு வயிற்று உபாதைகள் உருவாகின்றன. டின்களில் அடைத்து விற்கப்படும் பிஸ்கட்டுகள் முறையாகப் பராமரிப்பு செய்யப்படாத காரணத்தால், அதை சாப்பிடுகிறவர்களுக்கு உடல் சீர்கேட்டை ஏற்படுத்துகின்றன என மருத்துவர்கள் கூறுகிறார்கள்.

மாறிவரும் உணவுச் சூழலில் பாக்கெட்டுகளில் அடைத்த பிஸ்கட்டுகளைவிட சிறுதானியங்களில் செய்த ரொட்டி, சுண்டல், அடை போன்றவை ஆரோக்கியத்துக்கான உறுதுணையாக இருக்கும் என்கிறார்கள். பிஸ்கட் அறிமுகமாவதற்கு முந்தைய காலங்களில் நமது மூதாதையர்கள் அவற்றைத்தானே சாப்பிட்டு வந்தார்கள்?

29

இது கோழிதானா?

வனராஜா, சோனாலி, தேவேந்திரா, விஷால், தன்ராஜா, உத்தம், ஸ்வேதா, பியர்ல், கிரிஷிப்ரோ, கிரிராஜா. சுவர்ண தாரா இவை எல்லாம் யாருடைய பெயர்கள் எனத் தெரிகிறதா? அத்தனையும் பிராய்லர் கோழி இனங்களின் பெயர்கள்.

சாலையோர தள்ளுவண்டி கடைகள் தொடங்கி ஸ்டார் ஹோட்டல்கள் வரை எங்கு சென்றாலும் சிக்கன்தான் முக்கிய உணவுப் பொருளாக இருக்கிறது.

கிரில் சிக்கன், ஃபிங்கர் சிக்கன், செட்டிநாடு சிக்கன், சிக்கன் 65, முந்திரி சிக்கன், சில்லி சிக்கன், போன்லெஸ். தந்தூரி, ஆப்கானி, சிக்கன் டிக்கா, சிக்கன் நக்கட்ஸ் நாட்டுக் கோழி வறுவல், சிக்கன் ஹலீம், சிக்கன் மொகல், கடாய் சிக்கன், அராப் சிக்கன்... என நூற்றுக்கணக்கான வகைகளில், ருசிகளில் கோழி இறைச்சி சமைத்து சாப்பிடப்படுகிறது. இந்தியாவில் கோழிக் கறி சாப்பிடுகிற பழக்கம் பல நூற்றாண்டுகளாக இருந்து வந்தபோதும், கடந்த 50 வருஷங்களுக்குள்தான் கோழி அன்றாடம் சாப்பிடும் உணவுப் பொருளாக

மாறியிருக்கிறது. அதற்கு முக்கியமான காரணம், பிராய்லர் கோழி வருகை.

சென்னை, பெங்களூரு, மும்பை போன்ற பெருநகரங்களில் கோழி இறைச்சி மட்டுமே சாப்பிடுவதற்காக நிறைய கடைகள் திறக்கப்பட்டிருக்கின்றன. அதில் இளைஞர்கள் அலைமோதுகிறார்கள். தட்டு நிறைய பொரித்த கோழியை வாங்கி வைத்துக்கொண்டு சாப்பிடுகிறார்கள். எண்ணெய்யில் பொரித்த கோழிக் கறி இன்று நொறுக்குத் தீனியாக மாறியிருக்கிறது. எந்த விருந்துக்குப் போனாலும் சிக்கன் பிரியாணி இடம்பெறுகிறது. குடிமக்களின் ஆதரவால் சிக்கன் விற்பனை பெரிதும் சூடுபிடித்திருக்கிறது.

சிக்கன் 65 என்ற உணவே சென்னையில்தான் அறிமுகம் ஆனது என்கிறார்கள். 65 நாட்கள் ஆன கோழியின் கறி என்பதால் இந்தப் பெயர் வந்தது எனவும், அப்படியில்லை ராணுவ வீரர்களின் உணவுப் பட்டியலில் 65 எண் இடப்பட்ட கோழிக் கறி என்பதால் இந்தப் பெயர் வந்தது என்றும் இரண்டு விதமாகக் கூறுகிறார்கள்.

தயிரும் மசாலாவும் சேர்ந்து செய்யப்படும் தந்தூரி சிக்கன், டெல்லியில் உள்ள மோதி மஹால் ஹோட்டலில்தான் முதலில் அறிமுகமாகியிருக்கிறது. இதை அறிமுகப்படுத்தியவர் குந்தன் லால் குஜ்ரால். இவர் பெஷாவரைச் சேர்ந்தவர். ரொட்டி சுடுவதற்கான தந்தூரி அடுப்பைப் பயன்படுத்தி இவர் கோழியைச் சமைத்திருக்கிறார். அதன் ருசி பிடித்துப் போகவே, தந்தூரி சிக்கன் தயாரிப்பதில் அவர் பிரபலமானார்.

இந்தியப் பிரிவினையின்போது இவர் பாகிஸ்தானில் இருந்து இந்தியா வந்துவிடவே, டெல்லியின் தாரியா கஞ்ச் பகுதியில் ஓர் உணவகத்தைத் தொடங்கி தந்தூரி சிக்கனை விற்பனை செய்தார். நேரு, கென்னடி, நிக்ஸன் உள்ளிட்ட பிரபலங்கள் பலருக்கும் தந்தூரி சிக்கன் பிடித்துப்போகவே, டெல்லியில் பிரபலமான உணவாக மாறியது என்கிறார் மதுர் ஜாப்ரே. இதேபோல சிக்கனைச் சமைக்கும் முறை தார் பாலைவனத்தில் உள்ள பாத்தி இன மக்களிடமும் காணப்படுகிறது. இதன் மாறுபட்ட விதம் ஆர்மீனியாவிலும் உள்ளது என்கிறார்கள்.

கோழிக் கறியை சமைப்பதில் ஒவ்வொரு நாட்டுக்கும் ஒருவிதம் இருக்கிறது. சீனர்கள் வேகவைத்த கோழி இறைச்சியைத் தான் விரும்புகிறார்கள். ஆப்பிரிக்க மக்கள் பாமாயிலில் பொரித்த கோழியை அதிகம் விரும்பிச் சாப்பிடுகிறார்கள். ஐரோப்பிய நாடுகளில் கோழி இறைச்சியில் மிளகுதான் சேர்க்கப்படுகிறது; மிளகாய் பயன்படுத்துவது இல்லை. தந்தூரி அடுப்பில் வாட்டிய கோழிகள், அரபு நாடுகளில் பிரபலம். ஸ்காட்லாந்தில் கொழுப்பில் வேகவிட்ட கோழி இறைச்சியே முக்கிய உணவு.

ஜப்பானியர்கள் கோழியை வேகவைத்து அந்தத் தண்ணீருடன் சோயா சாறு சேர்த்துச் சாப்பிடுகிறார்கள். பிலிப்பைன்ஸில் அன்னாசி பழங்களைச் சேர்த்து கோழி சமைப்பதைக் கண்டிருக்கிறேன். மலேசியாவில் தேங்காய் எண்ணெய்யில் பொரித்த கோழி கிடைக்கிறது. தைவானின் இரவு நேர உணவகங்களில் சமைக்கப்படும் கோழிகளில் மதுவகைகள் சேர்க்கிறார்கள். கொரிய கோழிக் கறியில் பூண்டும் துளசி இலைகளும் சேர்க்கப்படுகிறது. வட இந்தியாவில் கோழிக் கறியை சமைக்கிற விதமும் தென்னிந்திய சமையலும் முற்றிலும் வேறுபாடானது. அதிலும் குறிப்பாக மதுரையைச் சுற்றிய கிராமப்புறங்களில் சமைக்கப்படும் கோழிக் குழம்பின் சுவை நிகரற்றது.

கோழி எப்படி இந்த நூற்றாண்டின் மிக முக்கிய உணவாக மாறியது? உணவுச் சந்தையில் எந்தப் பொருளை உலகெங்கும் விற்க வேண்டும், எப்படி விற்க வேண்டும் என்பதற்கு அமெரிக்காவே முன்னோடி. சிக்கன் விற்பதும் அவர்கள் தொடங்கி வைத்த வணிகமே. அதை ஆஸ்திரேலியர்கள் அடுத்த கட்டத்துக்குச் கொண்டுசென்றார்கள். விளைவு... இன்று உலகெங்கும் ஃபிரைடு சிக்கன் கடைகள் தனிச் சந்தையாக வளர்ந்து நிற்கின்றன.

அன்று நாட்டுக் கோழிகள் மட்டுமே விரும்பி சாப்பிடப்பட்டன. அதிலும் நோயாளிகள் ஆரோக்கியம் பெறுதவற்கே கோழிச்சாறு கொடுப்பது வழக்கமாக இருந்தது. திடீரென விருந்தினர் வந்துவிட்டார்கள் என்றாலோ, வீட்டுக்கு மாப்பிள்ளை வந்திருக்கிறார் என்றாலோதான், கோழி அடித்து

குழம்பு வைப்பார்கள். கோழியை இப்படி முழுமையாக எண்ணெய்யில் பொரித்து சாப்பிடுவதை எனது பால்யத்தில் நான் கண்டதே இல்லை. சாலையோரம் தள்ளுவண்டிகளில் சிக்கன் விற்கப்படுவது, கடந்த 10 ஆண்டுகளுக்குள் ஏற்பட்ட மாற்றமே.

இரண்டு மூன்று நாட்கள் தொடர்ச்சியாக கோழி சாப்பிட்டால் உடம்பு அதிக சூடாகிவிடும் என, வீட்டில் சமைக்க மாட்டார்கள். இன்று பேச்சிலர்களாக வாழும் பெரும்பான்மை இளைஞர்கள், அன்றாடம் கோழி இறைச்சி சாப்பிடுகிறார்கள். வீடுகளில் கூட வாரம் மூன்று நான்கு முறை சமைக்கப்படுகிறது.

நாட்டுக் கோழி, லெக்கான் கோழி என்ற இரண்டு விதங்கள் தான் ஆரம்ப காலங்களில் இருந்தன. கடைகளில் முட்டை வாங்கப் போகும்போது, லெக்கான் கோழி முட்டை என வெள்ளைவெளேர் எனத் தனியாக அடுக்கி வைத்திருப்பார்கள். விலையும் குறைவு. நாட்டுக் கோழி முட்டையின் நிறம் லேசாக மஞ்சள் படிந்திருக்கும். லெக்கான் கோழிகளைச் சாப்பிடுவது என்பது கௌரவக் குறைச்சலாகக் கருதப் பட்டது.

கோயில் விழாக்களில். விருந்துகளில் நாட்டுக் கோழி மட்டுமே சமைக்கப்பட்டது. லெக்கான் கோழிகள் நமது ஊரின் நாட்டுக் கோழிகளைவிட தளதளவென வளரக் கூடியவை. அவற்றின் கறி ருசிக்காது என்றே பெருவாரியான மக்கள் நம்பிவந்தார்கள். அந்த நாட்களில் லெக்கான் என்றால், இத்தாலியில் உள்ள ஒரு துறைமுகம் என கோழி சாப்பிட்ட ஒருவருக்கும் தெரிந்திருக்காது.

மத்திய இத்தாலியில் உள்ள லெக்கான் என்ற துறைமுகத்துக்கு 1828-இல் வந்து இறங்கிய கோழி ரகமே லெக்கான். பண்ணைகளில் வளர்க்கப்படும் பிராய்லர் கோழிகள், நாட்டுக் கோழிகளைப் போல முட்டையிலிருந்து தாய்க் கோழியின் சூட்டினால் பொரிந்து வருவது இல்லை. மின் உஷ்ணத்தால் பொரிக்கப்பட்டு, வளர்க்கப்படும் கோழிகளாகும். ஒரு கோழி 72 வாரத்தில் வரை சுமார் 300 முட்டைகள் வரை இடக்கூடும். ஒன்றரை கிலோ அளவு

கோழி வளர்வதற்கு, முன்பு 98 நாட்கள் ஆகும். ஆனால், இப்போது 37 நாளில் வளர்ந்துவிடுகிறது. காரணம், அதற்குத் தரப்படும் உணவுகள் மற்றும் செயற்கை மருந்துகள்.

இவற்றை கோழி என்றே சொல்லக் கூடாது. இவை ரசாயன உரம் போட்டு வளர்க்கப்படும் ஓர் உணவுப் பொருள் அவ்வளவே!

30

ஆம்லெட் திருவிழா!

பிராய்லர் கோழிகளைப் பற்றிய தனது ஆய்வுக் கட்டுரையில் வழக்கறிஞர் சுந்தரராஜன் நிறைய தகவல்கள் தருகிறார். அதில் தமிழ் இலக்கியத்தில் சங்க இலக்கியம் முதல் சமீபத்திய திரைப்பட பாடல்கள் வரை கோழிகள் குறித்து நிறைய எழுதப்பட்டுள்ளன. மதம் கொண்ட யானையை சேவல் ஒன்று வென்றதாகக் கூறப்படும் தொன்மக் கதை ஒன்றின் விளைவாக உறையூருக்கு கோழியூர் என்ற பெயர் வந்ததாக சிலப்பதிகாரத்தில் இளங்கோவடிகள் கூறுகிறார்.

பதார்த்த குண சிந்தாமணி நூலில், 'கோழிக் கறியானது அதை உட்கொள்வோருக்கு உடல் சூட்டைக் கொடுக்கும். மந்தத்தைப் போக்கும். உடல் இளைக்கச் செய்யும். போகம் விளைவிக்கும்' எனக் குறிப்பிடப் பட்டிருக்கிறது.

பிராய்லர் கோழிகளுக்குப் பறக்கத் தெரியாது. குஞ்சுகளைக் காப்பாற்றத் தெரியாது. விடியலில் கூவத் தெரியாது. அதற்கான உணவை தேடிப் பெறத் தெரியாது. குஞ்சு பொரித்த நாளிலிருந்து கூண்டிலோ, மிகக் குறைவான இட வசதி கொண்ட பண்ணை

களிலோ வளர்க்கப்படுவதால் இந்தக் கோழிகளுக்கு, நாட்டுக் கோழிகளைப்போல் நடக்கவும் ஓடவும்கூட தெரியாது ஆகவே, இவற்றை கோழி என்றே கூற முடியாது.

அமெரிக்காவின் டியூக்கேன் பல்கலைக்கழகத்தின் உயிர்ம வேதியியல் துறை பேராசிரியர் டாக்டர் பார்த்தா பாசு என்பவர் மேற்கொண்ட ஆய்வில், பிராய்லர் கோழிகளின் செழுமையான தோற்றத்துக்காக அளிக்கப்படும் ரோக்ஸார்சோன் என்ற மருந்து மனிதர்களுக்குப் புற்றுநோயை உருவாக்க வல்லது என்கிறார். இந்தத் தகவல்களை சுந்தரராஜன் கூறுகிறார்.

எப்படி உணவுத் தேவைக்காக மீன் உற்பத்தி செய்யப்படுகிறதோ, காய்கறிகள் உற்பத்தி செய்யப் படுகின்றனவோ, அதுபோலவே கோழிகளும் உற்பத்தி செய்யப்படுகின்றன. உலகெங்கும் கோழிப் பண்ணைகள் முக்கியத் தொழிலாக வளர்ந்து விட்டிருக்கின்றன. இந்தியா கோழி உற்பத்தியில் ஐந்தாவது இடத்திலிருக்கிறது. முட்டை உற்பத்தியில் மூன்றாவது இடத்திலிருக்கிறது. ஆண்டுக்கு 55.64 பில்லியன் முட்டைகள் உற்பத்தி செய்யப்படுகின்றன. 64,89,000 டன் கோழி இறைச்சி விற்பனையாகிறது. இந்தியாவில் 307.07 மில்லியன் கோழிகள் இருக்கின்றன. புரதச் சத்து கிடைப்பதற்குக் கோழிகளே உறுதுணை என்கிறார்கள் கோழி உற்பத்தியாளர்கள்.

பிராய்லர் கோழிகளின் வருகையால் நாட்டுக் கோழி இனங்கள் மெல்ல அழிந்து வருகின்றன. விவசாயம் பொய்த்துப் போனது இதற்கு இன்னொரு காரணம். நாட்டுக் கோழிகளைப் பாதுகாக்க வேண்டும் என்று குரல் கொடுக்கிறார்கள் சூழலியல் அறிஞர்கள்.

ஒரு பக்கம் பிராய்லர் கோழிகள் உற்பத்தி பற்றி விவாதங்கள் நடந்துகொண்டிருக்கும்போது இன்னொரு பக்கம் கோழிக் கறியை விதவிதமான சுவைகளில் சுடச்சுட பரிமாறும் பன்னாட்டு உணவகங்கள் ஆடம்பரமான கடைகளாக பெருகி வருகின்றன.

இந்தியாவில், பொரித்த கோழிக் கறி மட்டும் விற்பனை செய்யும் வணிகத்தின் வழியே ஆண்டுக்கு 718 கோடி ரூபாய் கிடைக்கிறது என்கிறார்கள். இந்த உணவுத் தயாரிப்பில்

என்னென்ன பொருட்கள் சேர்க்கப்படுகின்றன, எந்த அளவில் சேர்க்கப்படுகின்றன என்பது ரகசியம். இதை அறிந்து கொள்ளாமல் சாப்பிடுவது அறியாமையில்லையா? உண்மையில் சுவையூட்டுவதற்காகவும் கோழிக் கறி கெட்டுப் போகாமல் பாதுகாத்து வைக்கப்படுவதற்கும் ஏகப்பட்ட ரசாயன உப்புகள் சேர்க்கப்படுகின்றன. அவை நம் உடலில் ஒவ்வாமையை ஏற்படுத்தக் கூடும் என்கிறார்கள்.

எதிர்காலத்தில் கோழிக் கறி மட்டுமே தனித்த உணவாக சாப்பிடப்படும் சூழ்நிலை உருவாகும். அது போலவே கோழிக் கறியை பவுடர் செய்து விற்பனை செய்வார்கள். அதை தண்ணீரில் கலந்து குடித்துக்கொள்ள நேரிடும் என்கிறார் உணவியலாளர் மார்க்கெரட்.

கிராமப்புற வாழ்க்கையில் வீட்டைச் சுற்றி நிறைய புழுக்களும் பூச்சிகளும் இருக்கும். அவை வீட்டுக்குள் வந்து விடாமல் தடுக்கவே வாசலில் கோழிகளை வளர்த்தார்கள். சின்னஞ் சிறு புழுக்களைக்கூட கவனமாக கோழி கொத்தி சாப்பிட்டு விடும் என்பதால், அது மனிதர்களுடன் கூடவே வாழ்ந்தது. கோழி இடும் முட்டைகளை மனிதர்கள் முழுமையாகச் சாப்பிட்டுவிட மாட்டார்கள். அதை அடைகாக்க வைத்து குஞ்சு பொரிக்கச் செய்வார்கள்.

கோழி தன் குஞ்சுகளுடன் ஒன்றாக இரை எடுக்க சுற்றுவதும் பருந்தைக் கண்டால் குஞ்சை பாதுகாப்பதும் தாய்மையின் அடையாளம். கோழி வளர்ப்பு பண்பாட்டின் கூறாகவே இருந்து வந்திருக்கிறது. இன்று எல்லாமும் வணிகமயமாகிப் போனது போலவே கோழிகளும் வணிகப் பொருள் ஆகிவிட்டன. ‘கோழி எப்படி சப்தம் போடும் என்று இன்று நகரங்களிலுள்ள குழந்தைகளுக்குத் தெரியாது. அவர்கள் கோழியை உண்ணும் பொருளாக மட்டும் பார்க்கிறார்கள். அது ஒரு பறவை என்பதேகூட ஆச்சர்யமாகத் தான் இருக்கும்’ என்கிறார் செம் மலர் ஆசிரியர் எஸ்.ஏ.பெருமாள்.

கோழியைப் போலவே முட்டையும் இந்த நூற்றாண்டின் முக்கியமான உணவுப் பொருளாகிவிட்டிருக்கிறது.

நாளொன்றுக்கு சாலையோர புரோட்டா கடையில் 10

முதல் 15 தட்டுகள் வரையில் முட்டைகள் காலியாகின்றன. ஒரு தட்டில் 30 முட்டை இருக்கும். 15 தட்டு என்றால் 450 முட்டைகள் வரை சாதாரணமாக ஒரு புரோட்டா கடையில் காலியாகிறது. புரோட்டா சாப்பிட வருகிறவர்களில் ஆம்லெட், ஆஃப் பாயில் இல்லாமல் சாப்பிடுகிறவர்கள் குறைவு.

14–ஆம் நூற்றாண்டில் இஞ்சியையும் மூலிகைகளையும் ஒன்று சேர்த்து ஆம்லெட் செய்திருக்கிறார்கள். ஒருமுறை நெப்போலியன் தனது படையுடன் வரும்போது தெற்கு பிரான்ஸில் உள்ள ஒரு தங்கும் விடுதியில் அவருக்கு இரவு உணவு கொடுத்திருக்கிறார்கள். அதில் ஆம்லெட் இடம் பெற்றிருக்கிறது. அதன் சுவையில் மயங்கிய நெப்போலியன் அந்த ஊரில் கிடைத்த ஒட்டுமொத்த முட்டைகளையும் சேர்த்து தனது படை வீரர்களுக்காகப் பெரிய ஆம்லெட் செய்து தரும்படி கட்டளை இட்டிருக்கிறார். அந்த பழக்கமே இன்றும் ஈஸ்டர் ஆம்லெட் என ஊர் ஒன்று கூடி ஆம்லெட் செய்து பகிர்ந்து உண்ணும் பழக்கமாக உருமாறியிருக்கிறது.

1651–இல் பிரான்ஸின் பியரே பிரான்கோஸ் என்பவர் முட்டைகளைக் கொண்டு 60 விதமான உணவுகளை எப்படி சமைப்பது என்றொரு புத்தகம் எழுதினார். அது பிரபலமாகிய தன் காரணமாக முட்டை விற்பனை அதிகமாகியது.

1834–இல் சீனாவின் காண்டோன் துறைமுகத்துக்குள் அந்நிய நாட்டு கப்பல்கள் அனுமதிக்கப்பட்டன. இங்கிலீஷ் கப்பல் ஒன்று சரக்கு ஏற்றிக்கொண்டு காண்டோன் துறைமுகத்துக்கு வந்தது. அந்தக் கப்பல் திரும்பி வரும்போது விக்டோரியா மகாராணிக்குப் பரிசாகக் கோழிகள் கொடுத்து அனுப்பி வைக்கப்பட்டன. அந்தக் கோழி இனம் அதன் முன்பு ஐரோப்பாவில் அறிமுகமாகாத ஒன்று. இங்கிலாந்தில் கண்காட்சியாக வைக்கப்பட்ட அந்தக் கோழியை, பல்லாயிரம் மக்கள் வேடிக்கை பார்த்துப் போனார்கள்.

கோழி வளர்ப்பில் முதல் இடத்தில் அமெரிக்காவும் இரண்டாம் இடத்தில் சீனாவும் மூன்றாவது இடத்தில் பிரேசிலும் நான்காம் இடத்தில் மெக்சிகோவும் ஐந்தாவது இடத்தில் இந்தியாவும் உள்ளன.

கூண்டில் அடைத்து கோழிகளை வளர்ப்பது தவறு என

விலங்கு நல வாரியம் எழுப்பிய குரலைத் தொடர்ந்து ஐரோப்பிய ஒன்றியம், கூண்டு கோழி வளர்ப்பு முறையை தமது சார்பு நாடுகளில் தடைச் செய்திருக்கிறது. ஆஸ்திரியா 2004-ஆம் ஆண்டு முதல் கூண்டு கோழி வளர்ப்பு முறையைத் தடை செய்துள்ளதாகக் கூறுகிறார்கள்.

கோழி சாப்பிடுவது உடலுக்கு நல்லது என்றாலும், அளவோடு அறிந்து சாப்பிட வேண்டும். இரவு இரண்டு மணிக்கு சாலையோரக் கடையில் கசட்டு எண்ணெய்யில் பொரித்து எடுத்த காரமான சிக்கனை சாப்பிட்டால் வயிறு உபாதை கட்டாயம் ஏற்படும். ஆனால், பலரும் அதைப்பற்றி யோசிப்பதே இல்லை. நாக்குக்கு அடிமையானவர்களைப் போலவே நடந்து கொள்கிறார்கள் என்பதே வருத்தப்பட வேண்டிய விஷயம்.

31

உருளைக்கிழங்கு உலகை இணைக்கிறது

'உருளைக்கிழங்கு சாப்பிடப் பிடிக்கும் என்றால் உலகில் எந்த நாட்டுக்கும் நீங்கள் போய் வரலாம். எல்லா ஊர்களிலும் விதவிதமான சுவைகளில் உருளைக்கிழங்கில் செய்த உணவு கிடைக்கும். சாப்பாட்டுப் பிரச்னையை ஓரளவு சமாளித்துவிடலாம்' என்கிறார் பிராட் ஜான்சன். இவர் ஒரு பயண எழுத்தாளர். உணவு பற்றி எழுதுவதற்காக நிறைய நாடுகளைச் சுற்றியிருக்கிறார்.

பிராட் சொல்வது உண்மை என்பதை நானும் உணர்ந்திருக்கிறேன். விமானப் பயணத்தில் தரப்படும் பெரும்பான்மை உணவு வகைகளை வாயில் வைக்க முடியாது. அதிலும் ஐரோப்பிய பயணங்களில் தரப்படும் உணவு பெரும்பாலும் இத்தாலிய வகையாக இருக்கும். அவற்றை என்னால் சாப்பிட முடியாது. ஆகவே, வேகவைத்த உருளைக் கிழங்குடன் ஒரு துண்டு ரொட்டி. கடுங்காப்பி குடித்து பசியை தணித்துக்கொள்வேன்.

ஒரு காலத்தில் கைதிகளுக்கும் பன்றிகளுக்கும் மட்டுமே உணவாகப் போடப்பட்ட உருளைக்கிழங்கு, இன்று உலகில் அதிகம் சாப்பிடப்படும் பொருளாக

மாறியிருக்கிறது. பைபிளில் உருளைக்கிழங்கு பற்றி எதுவும் குறிப்பிடப்படவில்லை என்பதால், அதை சாப்பிடக் கூடாது என்ற நம்பிக்கை மதவாதிகளிடம் இருக்கிறது. ஆனால், 16–ஆம் நூற்றாண்டுக்குப் பிறகு உருளைக்கிழங்கு புகழ்பெறத் தொடங்கி மக்களின் பஞ்சம் போக்கும் நிவாரணியாக மாறியது.

உருளைக்கிழங்கை நேரடியாகச் சாப்பிடுவதை விடவும் சிப்ஸாக, பிரெஞ்சு ஃபிரையாக சாப்பிடுவதையே இளம் தலைமுறையினர் விரும்புகிறார்கள். பாக்கெட்டுகளில், டின்களில் அடைத்து விற்கப்படும் சிப்ஸ் விற்பனை சக்கை போடு போடுகிறது. இந்தியாவில் ஒரு மனிதன் ஓர் ஆண்டில் 16 கிலோ உருளைக்கிழங்கு சிப்ஸ் சாப்பிடுகிறான்.

ஆண்டுக்கு சிப்ஸ் விற்பனை மட்டும் 2,500 கோடி ரூபாய் என்கிறார்கள். அதிகம் சிப்ஸ் சாப்பிடாதீர்கள், உடல் குண்டாகிவிடும், ஆரோக்கியக் கேடு என மருத்துவர்கள் ஆலோசனைகள் சொல்கிறார்கள். ஆனால், சிப்ஸ் விற்பனை குறையவே இல்லை. இதற்கான முக்கியக் காரணம் மரபான நமது சிற்றுண்டிகள், நொறுக்குத் தீனிகள் மறைந்து போனதே.

எந்த நாட்டு உணவகத்துக்குப் போனாலும் ஏதாவது ஒரு விதத்தில் உருளைக்கிழங்கு சாப்பிடக் கிடைக்கிறது. வேக வைத்த உருளைக் கிழங்கில் ஒரு சாதாரண வாழைப்பழத்தில் இருக்கும் நார்ச்சத்தைப்போல ஐந்தரை மடங்கு கூடுதல் நார்ச்சத்து உள்ளது. இதுபோலவே, புரதம் மற்றும் வைட்டமின் சி அதிகம் இருக்கிறது. ஆகவே, விரும்பி உண்ணப்படுகிறது என்கிறார்கள்.

ஜெர்மனியில் உருளைக்கிழங்கின் நடுவில் துளையிட்டு அதில் வெண்ணெய்யை நிரப்பி அப்படியே பொரித்துத் தருகிறார்கள். வெண்ணெய் வழியும் இந்த முழு உருளைக்கிழங்குகளை ஆளுக்கு 15 முதல் 20 வரை சாப்பிடுகிறார்கள். ஜெர்மனியர்களுக்கு உருளைக்கிழங்கில் தோல் இருக்கக் கூடாது.

17–ஆம் நூற்றாண்டில் போர்த்துகீசியர்களின் வருகையால்தான் இது இந்தியாவுக்கு அறிமுகமானது. சூரத் பகுதியில் முதன்

முறையாக உருளைக்கிழங்கு பயிரிடப்பட்டது. மொகலாய சக்ரவர்த்தி ஜஹாங்கிர் ஆட்சிக் காலத்தில் பிரிட்டிஷ் தூதுவராக இருந்த தாமஸ் ரோவின் மதகுருவான எட்வர் டெரி இதுகுறித்த நேரடி குறிப்பை எழுதியிருக்கிறார். வாரன் ஹேஸ்டிங் தனது ஆட்சிக் காலத்தில் உருளைக்கிழங்கு உற்பத்தியை அதிகப்படுத்த நடவடிக்கை எடுத்திருக்கிறார். அப்போதுதான் மலைகளில் இதைப் பயிரிடுவது தொடங்கியது.

போர்த்துக்கீசியர்களுக்கு முன்பாக சீனர்கள் வழியாக உருளைக்கிழங்கு இந்தியாவுக்கு அறிமுகமானது என்றும் சில ஆய்வாளர்கள் கருதுகிறார்கள். நெல், கோதுமை, சோளம் இவற்றுக்கு அடுத்த படியாக உருளைக்கிழங்கு உலகெங்கிலும் பரவலாகப் பயிரிடப்படுகிறது. அந்நிய செலாவணி ஈட்டித்தரும் முக்கிய வணிகப் பயிராகவும் விளங்குகிறது.

இப்போது அத்தியாவசிய உணவுப் பொருள் பட்டியலில் உருளைக்கிழங்கும் வெங்காயமும் சேர்க்கப்பட்டுள்ளன. இந்தியாவில் ஒரு தனி நபர் ஆண்டுக்கு 23.5 கிலோ உருளைக்கிழங்கைச் சாப்பிடுகிறார் என்கிறார்கள். உலகிலே அதிகம் இதைச் சாப்பிடுகிறவர்கள் பொலிவியர்கள். ஒருவரே ஆண்டுக்கு 90 கிலோ சாப்பிடுகிறார் என்கிறார்கள்.

மாறிவரும் உணவுச் சூழலில் பிரெஞ்சு ஃபிரை அல்லது சிப்ஸ் சாப்பிடுவதை இளையோர் விரும்புகிறார்கள். இதை சாப்பிடுவதற்காகவே பன்னாட்டு உணவகங்களைத் தேடிப் போகிறார்கள்.

பூரி புகழ்பெறத் தொடங்கிய பிறகே உருளைக்கிழங்கு தமிழகத்தில் பிரபலமானது. பூரி மசாலாவை தோசையில் வைத்து சுடப்படும் மசாலா தோசைகள் மைசூரில் இருந்தே தமிழகத்துக்கு அறிமுகமாகின.

உருளைக்கிழங்கு இன்னமும் கடவுளின் உணவாக மாறி விடவில்லை. சாமிகள் இன்னமும் நாட்டுக் காய்கறிகள்தான் சாப்பிட்டுக்கொண்டிருக்கிறார்கள். மனுஷன்தான் மாறி விட்டான்.

அமெரிக்க பயணத்தின் போது, ஒரு மெக்சிகன்

உணவகத்தின் வாசலில், ‘உலகம் உருளைக்கிழங்கால் இணைக்கப்பட்டிருக்கிறது’ என அறிவிப்புப் பலகை ஒன்றைக் கண்டேன். உண்மை. நம் காலத்தில் உணவுதான் உலகை இணைக்கும் பாலம். நாம் சீன உணவு வகைகளை விரும்பிச் சாப்பிடுவது போல சீனர்கள் இந்திய தோசையையும் வடையையும் சாப்பிட விரும்புகிறார்கள். இத்தாலிய உணவு வகைகள் நம் குழந்தைகளுக்குப் பிடித்துப் போயிருக்கிறது. இத்தாலியப் பெண்களுக்கு இந்திய மசாலா கோழிக்கறி பிடித்திருக்கிறது. எல்லைக்கோடுகள் போட்டு நாடுகள் பிரிக்கப்பட்ட போதும் உணவு வகைகள் அவற்றை அழித்து ஒன்று சேர்த்து விடுகின்றன. பசியோடு உள்ள மனிதன் எல்லா நாடுகளிலும் ஒன்றுபோலதான் இருக்கிறான்.

எண்ணெயிலிட்டு பொரித்த உருளைக்கிழங்கு பிரெஞ்சு ஃபிரைஸ் என அழைக்கப்பட்ட போதும் அதற்கும் பிரான்ஸுக்கும் ஒரு தொடர்பும் இல்லை. அதை உருவாக்கியவர்கள் பெல்ஜியத்தைச் சேர்ந்தவர்கள். 1850–களில் இருந்தே அவர்கள் உருளைக்கிழங்கை எண்ணெய்யில் பொரித்து விரும்பி சாப்பிட்டிருக்கிறார்கள். மிக மெல்லியதாக வெட்டுவதற்குத் தான் ‘பிரெஞ்ச் கட்’ என்பார்கள். பெல்ஜியத்தில் பிரெஞ்சு மொழி பேசுபவர்கள் அதிகம் என்பதால், மெலிதாக வெட்டப்பட்ட உருளைக்கிழங்குகளுக்கு பிரெஞ்சு ஃபிரைஸ் என பெயர் வந்துவிட்டது.

மெக்கேன் ஃபுட்ஸ் என்கிற கனடா நாட்டு நிறுவனம் மிக அதிகமான அளவில் பிரெஞ்சு ஃபிரைஸைத் தயாரிக்கிறது. உருளைக்கிழங்கைப் பதப்படுத்தும் 30 தொழிற்சாலைகள் இவர்கள் வசமுள்ளன.

உருளைக்கிழங்கின் தாயகம் என தென் அமெரிக்க கண்டத்தில் உள்ள பெருவை கூறுகிறார்கள். ஓர் உருளைக்கிழங்கு வேக ஆகும் நேரத்தைக்கொண்டு, இன்கா இனமக்கள் தங்களின் காலக் கணக்கை உருவாக்குகிறார்கள். அந்த அளவு அவர்களின் முக்கிய உணவாக இருந்திருக்கிறது.

மிஷனரிகள் மலைவாழ் மக்களைத் தேடி பெருவின் அடர்ந்த காட்டுக்குள் போனபோது அவர்களுக்கு உணவாக அறிமுகமாகியிருக்கிறது உருளைக்கிழங்கு. அதைப்

பயன்படுத்தி மாய மந்திரங்கள் செய்ய முடியும், அதன் வழியே சாத்தானை வசியப்படுத்த முடியும் என ஸ்பானிய ரசவாதிகள் நினைத்தார்கள்.

இன்றும் பெருவில் நவம்பர் 1-ம் நாள் பூமியில் உருளைக்கிழங்கு ஒன்றை விதைத்து பூமித் தாயின் கருணை வேண்டி விவசாயிகள் பிரார்த்தனை செய்கிறார்கள்.

ஆண்டிஸ் மலையில் வசிக்கும் குவாச்சா இனத்தவர்கள் 140-க்கும் மேற்பட்ட உருளைக் கிழங்கு ரகங்களை விவசாயம் செய்கிறார்கள். பெருவில் மட்டும் 2,800 விதமான உருளைக்கிழங்குகள் இருப்பதாகக் கூறுகிறார்கள். இதில் சில மருத்துவத்துக்காக மட்டுமே பயன்படுத்தப்படு கின்றன.

குவாச்சா இனத்தில் பெண் பார்க்கப்போகும் போது உருளைக்கிழங்கை, பெண்ணை உரிக்கச் சொல்கிறார்கள். அவள் கச்சிதமாக உரித்திருந்தால்தான் நல்ல பெண் என தேர்வு செய்வார்களாம். அதுபோலவே உருளைக்கிழங்கு தண்ணீரில் நாலைந்து நாட்கள் ஊறப்போடுவார்களாம். அப்போது தான் அது மிருது தன்மை அடையும் என்கிறார்கள். 15-ஆம் நூற்றாண்டில்தான் உருளைக்கிழங்கு ஐரோப்பாவில் அறிமுகப்படுத்தப்பட்டது.

டார்வின் தனது கடற்பயணத்தின் போது இனிப்பு உருளைக்கிழங்குகள் சாப்பிடுவதைக் கண்டதாக எழுதுகிறார், சர் பிரான்சிஸ் ட்ரேன். தனது பயணக்குறிப்பில் இத்தாலியில் இருந்து இங்கிலாந்துக்கு உருளைக்கிழங்கு விவசாயம் கொண்டுபோகப்பட்டிருக்கிறது என்ற தகவலைக் குறிப்பிடுகிறார். பவேரிய யுத்தகாலத்தில் போர்வீரர்கள் பசியைப் போக்கிக்கொள்ள உருளைக்கிழங்கை தோண்டி எடுத்து அவித்துச் சாப்பிட்டார்கள் என்ற தகவலைக் காணமுடிகிறது.

பிரான்ஸின் மருந்தியல் நிபுணரான ஏ.பர்மெண்டியர் ஜெர்மனில் கைதியாக இருந்த நாட்களில் உருளைக்கிழங்கு பற்றி அறிந்திருக்கிறார். விடுதலையான பிறகு அவர் பிரான்ஸுக்குச் சென்று பயிரிடத் தொடங்கினார் என

மில்லேயின் நூல் குறிப்பிடுகிறது.

ரஷ்யாவின் பீட்டர் அரசன் உருளைக்கிழங்கு சாப்பிடுவதில் அதிக விருப்பம் கொண்டிருந்திருக்கிறான். ஆனால், மதத் துறவிகள் உருளைக்கிழங்கினை சாத்தானின் ஆப்பிள் என்றும் ஈடன் தோட்டத்தில் விலக்கப்பட்ட கனி என்றும் கூறி, அதை சாப்பிடுவதில் இருந்து தடுத்து வைத்திருந்தனர்.

32

சிப்ஸ்... சிப்ஸ்... சிப்ஸ்...

16-ஆம் நூற்றாண்டில் ஐரோப்பிய கடல் பயணிகள் உருளைக் கிழங்கை பிலிப்பைன்ஸ் நாட்டில் அறிமுகப்படுத்தினர். 17-ம் நூற்றாண்டில் இந்தோனேஷியாவின் ஜாவா தீவுப் பகுதிகளில் அறிமுகமானது. அப்போதுதான் இந்தியாவுக்கும் உருளைக்கிழங்கு வந்து சேர்ந்தது.

உலகளவில் உருளைக்கிழங்கு உற்பத்தி 315 மில்லியன் மெட்ரிக் டன்கள். இதில் நான்கில் ஒரு பகுதி, அதாவது 79 மில்லியன் மெட்ரிக் டன்களை சீனா உற்பத்தி செய்கிறது. அடுத்த இடம் ரஷ்யாவுக்கு. இந்தியா மூன்றாம் இடத்தில் உள்ளது.

உருளைக்கிழங்கு உற்பத்தி மற்றும் விற்பனையை முறைப்படுத்துவதற்காக சர்வதேச மையம் ஒன்று பெரு நாட்டின் தலைநகர் லிமா நகரில் ஏற்படுத்தப்பட்டுள்ளது. இந்தியாவில் இதற்கான ஆராய்ச்சி மையம் சிம்லாவில் உள்ளது.

வேகவைத்து உப்பும் நெய்யும் சேர்த்து தரப்படும் சால்ட் பொட்டேட்டோ நியூயார்க்கில் மிகவும்

பிரபலம். பிரெஞ்சு ஃபிரைஸ் மற்றும் ஹாஷ் பிரெளன்ஸ் அமெரிக்காவின் எல்லா உணவகங்களிலும் அதிகம் விற்பனையாகின்றன.

இத்தாலியில் இதனுடன் இறைச்சி சேர்த்து, உணவாகப் பயன்படுத்தப்படுகிறது. உருளைக்கிழங்கு ஆம்லெட் ஐரோப்பிய உணவு வகைகளில் சிறப்பானது. இங்கிலாந்தில் அவித்துக் கூழாக்கப்பட்ட உருளைக்கிழங்கும் மீனும் விரும்பி உண்ணப்படுகிறது. ரஷ்யா, போலந்து போன்ற நாடுகளில் முழுமையாக வேகவைத்து, பின்னர் மூலிகைப் பொருட்களை சேர்த்து உணவாகப் பயன்படுத்துகிறார்கள். தோல் நீக்கி வேகவைத்து அத்துடன் சீஸ் சேர்த்து தண்ணீருடன் கொதிக்க வைத்து, சூப்பாக குடிக்கிறார்கள் உக்ரேனியர்கள்.

நேரடியாக சமைத்து உண்ணப்படுவதைவிட, சிப்ஸாக விற்கப்படும் உருளைக்கிழங்கின் அளவு அதிகம் என்கிறார்கள். 1853–இல் ஜார்ஜ் கிரம் என்பவரே முதன்முறையாக சிப்ஸ் தயாரிக்க ஆரம்பித்தார். தனது வாடிக்கையாளர்களை சந்தோஷப்படுத்த அவர் உருளைக்கிழங்கை வட்டமாக வெட்டி பொரித்துத் தந்தார். அதுவே சிப்ஸ் ஆக மாறியது.

1910–களின் பிறகே சிப்ஸ் விற்பனைப் பொருளாக மாறியிருக் கிறது. 1930–களில்தான் இயந்திரத்தின் உதவியால் சிப்ஸ் தயாரிப்பது ஆரம்பமாகியிருக்கிறது.

இன்று இந்தியாவில் மட்டும் இரண்டு லட்சம் பேருக்கும் மேலாக சிப்ஸ் வணிகத்தில் ஈடுபட்டிருக்கிறார்கள். உலக அளவில் சிப்ஸ் தயாரிப்பில் புகழ்பெற்ற பத்து நிறுவனங்கள் இந்தியாவில் நேரடியாக விற்பனை செய்கின்றன.

உருளைக்கிழங்கு நல்லதா கெட்டதா என வாதப் பிரதி வாதங்கள் நடந்து கொண்டே இருக்கின்றன. உடல்பருமனை அதிகரிக்கிறது, வாயுத்தொல்லையை உருவாக்குகிறது, வயிற்று நோய்கள் உருவாகின்றன என இதன் விளைவுகள் பற்றி கூறுகிறார்கள். ஆனால், 'உருளைக்கிழங்கு மருத்துவ குணம் கொண்டது. அதை வேகவைத்துச் சாப்பிடுங்கள். ரோஸ்ட், சிப்ஸ் என்று முழுவதுமாக எண்ணெய்யில் பொரித்தெடுத்து சாப்பிடாதீர்கள்' என்றே மருத்துவர்கள்

கூறுகிறார்கள்.

1845–ஆம் ஆண்டு மேற்கு அயர்லாந்து பகுதியில் ஏற்பட்ட பெரும் உணவுப் பஞ்சம் வரலாற்று முக்கியத்துவம் வாய்ந்தது. அப்போது ஏறத்தாழ ஒரு மில்லியன் மக்கள் பட்டினியாலும் நோயாலும் இறந்தார்கள். பட்டினியில் இருந்து பிழைப்பதற்காக, வாழ்வு தேடி ஒரு மில்லியன் மக்கள் தம் நாட்டைவிட்டு வேறு நாடுகளுக்கு, குறிப்பாக அமெரிக்காவுக்கு இடம்பெயர்ந்தனர்.

12–ஆம் நூற்றாண்டில் கத்தோலிக்க மதத் தலைவரான போப், பிரிட்டன் அரசுக்கு கொடையாக அளித்த நாடு அயர்லாந்து. இதனால், இங்கிலாந்தின் நிலப்பிரபுக்கள் அயர்லாந்தில் நிறைய நிலங்களை கைவசப்படுத்தி, பெரும் பண்ணைகளுக்கு உரிமையாளர்களாக மாறினார்கள். இவர்களின் பண்ணையில் வேலைசெய்யும் கூலிகளாக அயர்லாந்தின் விவசாயிகள் இருந்தார்கள். சிலர் குத்தகைக்கு நிலத்தை எடுத்து விவசாயம் செய்தார்கள். சோளமும் உருளைக் கிழங்கும் முக்கியப் பயிர்கள். இவர்களிடம் இருந்து நிலப்பிரபுக்கள் விளைச்சலில் 80 சதவிகிதத்தைப் பறித்துக்கொண்டார்கள். ஆகவே, அவர்களுக்கு மிஞ்சியது எல்லாம் உருளைக்கிழங்கு மட்டுமே.

அயர்லாந்து மக்களுள் பெரும்பான்மையானவர்கள் கத்தோலிக்க சமயத்தைக் கடைப்பிடித்தவர்கள். ஆனால். போப்பின் தலைமையை ஏற்க மறுத்து தனியொரு சபையாக 15–ஆம் நூற்றாண்டில் இங்கிலாந்தில் கிறிஸ்தவச் சீர்திருத்த இயக்கம் தொடங்கப்பட்டது. சீர்திருத்தத் திருச்சபையை ஜான் விக்லிஃப், ஜேன் ஹஸ், மார்ட்டின் லூதர், ஜான் கால்வின் முதலியவர்கள் முன்நின்று நடத்தினர்.

பாவங்கள் செய்தவர்கள் பணம் கொடுத்து பாவ மன்னிப்பு செய்து கொள்ளலாம் என போப் அறிவித்தார். அதை சீர்திருத்தத் திருச்சபையினர் கண்டித்தனர். அதோடு மக்களிடம் போய் நன்கொடையாகப் பணம் வசூலிக்கக் கூடாது எனவும் போராடினார்கள். அவர்களின் எதிர்ப்புக் குரலை போப் கண்டுகொள்ளவே இல்லை. ஆகவே, மார்ட்டின் லூதர் தலைமையில் புதியதொரு பிரிவாக ப்ரோட்டஸ்டன்ட் என்கிற பெயரில் சீர்திருத்தசபை உருவானது. பைபிள்

மட்டுமே புனிதமானது, போப்பின் ஆணைகள் பின்பற்றப்பட வேண்டியது இல்லை என இவர்கள் கருதினார்கள்.

17–ஆம் நூற்றாண்டில் இங்கிலாந்து ப்ரோட்டஸ்டன்ட் சபையைத் தழுவியதும், அயர்லாந்தில் வாழ்ந்த கத்தோலிக்கரின் உரிமைகள் பறிக்கப்பட்டன. அவர்கள் நிலத்தை உடைமையாகக் கொண்டிருக்க தடை விதிக்கப்பட்டது. நிலத்தை வாங்கினாலோ குத்தகைக்குக் கொடுத்தாலோ தண்டனை வழங்கப்பட்டது. இதனால், அயர்லாந்து நாட்டு விவசாயி கூலிகளாக மாறினர். கத்தோலிக்கருக்கு வாக்குரிமை மறுக்கப்பட்டது. அவர்களுக்கு அரசு வேலைகள் கொடுக்கப்படவில்லை. புறநகர்ப் பகுதியில்தான் வசிக்க முடிந்தது. அவர்கள் கல்வி பெறவும் அனுமதிக்கப்படவில்லை .

விவசாயம் தவிர வேறு வேலை வாய்ப்புகள் கத்தோலிக்கர்களுக்கு அளிக்கப்படவில்லை. இதனால் அயர்லாந்தில் தொழில் வளர்ச்சி தடைபட்டது. அயர்லாந்து முழுமையிலும் உருளைக் கிழங்குப் பயிரிடப்பட்டது. தினசரி உணவாகவே உருளைக் கிழங்கு உண்ணப்பட்டது. அயர்லாந்தில் உள்ள காடுகளை ப்ரோட்டஸ்டன்ட்டுகள் அழித்து, மரங்களை வெட்டி லண்டன் கொண்டுசென்றனர்.

காடுகள் அழிந்துபோனதால் குளிர்காலத்தில் உருவாகும் மூடுபனி உருளைக்கிழங்கு பயிர்கள் மீது படிந்தது. இதனால், பூஞ்சணை நோய்கள் உருவாக ஆரம்பித்தது. இதன் விளைவாக அயர்லாந்து முழுமையிலும் பஞ்சம் தலைவிரித்தாடியது. இத்துடன் காலரா, பரவியதால் சாவு எண்ணிக்கை அதிகமானது. கூட்டம் கூட்டமாக மக்கள் பஞ்சம் பிழைக்கப்போனார்கள். கிட்டத்தட்ட 20 லட்சம் ஐரிஷ் மக்கள் வட அமெரிக்காவுக்கு இடம்பெயர்ந்திடும் நிலை. இந்தச் சம்பவம் அயர்லாந்தின் வரலாற்றில் ஒரு முக்கியத் திருப்புமுனையாகக் கருதப்படுகிறது. இதன் பின்னணியில் உருளைக்கிழங்கு இருந்திருக்கிறது.

பொரித்த உருளைக்கிழங்கு, சிப்ஸ் விற்கும் பன்னாட்டு நிறுவனங்கள் தங்களின் விற்பனையைப் பெருக்கிக்கொள்ள தாங்களே இந்தியாவில் நேரடியாக உருளைக்கிழங்கு உற்பத்தியில் இறங்கியிருக்கிறார்கள். இதற்காக குஜராத்திலும் பீகாரிலும் நிலத்தைக் கையகப்படுத்தி உள்ளூர் விவசாயிகளைக்

கொண்டு தங்களுக்குத் தேவையான உருளைக்கிழங்கை உற்பத்தி செய்ய முயன்றுவருகிறார்கள். இந்தியாவுக்கும் அந்த ஆபத்து வராது என சொல்ல முடியாது.

தமிழ்நாட்டில் திண்டுக்கல், நீலகிரி, கிருஷ்ணகிரி, ஈரோடு பகுதிகளில் இது விளைவிக்கப்படுகிறது. இதில் திண்டுக்கல் மற்றும் நீலகிரியில் 90 சதவிகிதம் உருளைக்கிழங்கு உற்பத்தி செய்யப்படுகிறது. மேட்டுப்பாளையம்தான் இதன் முக்கிய சந்தை. தோண்டி எடுக்கப்பட்ட உருளைக்கிழங்கு குளிர்சாதன பெட்டகத்தில் ஆறு மாதங்கள் வரை பாதுகாக்கப் படுகின்றன.

ஃபேஸ்புக், ட்விட்டர் என பொழுதைப்போக்கும் இன்றைய வாழ்க்கை முறையை பொட்டேட்டோ சிப்ஸ் கல்ச்சர் என விமர்சகர்கள் அழைக்கிறார்கள். காரணம், எவ்வளவு சிப்ஸ் சாப்பிட்டாலும், சாப்பிட்ட திருப்தியே இருக்காது. அப்படித்தான் ஃபேஸ் புக்கில் நேரம் செலவழிப்பதும் திருப்தியே தராது என்கிறார்கள்.

'சந்தையில் விற்பனையாகும் காய்கறிகளில் ஒன்று இது' என அலட்சியமாகக் கருத முடியாது. அது, உலகம் முழுவதுமான உணவுப் பண்பாட்டின் பிரதிநிதி!

33

பீட்சாவும் பர்கரும்

எந்த ஒரு புதிய உணவுப் பொருளையும் மேல்தட்டு அல்லது அடித்தட்டு மக்களிடம் அறிமுகப்படுத்தி அங்கீகாரம் பெறுவது கடினமானது. ஆனால், மத்திய தர வர்க்கத்தில் அந்தப் பிரச்சனையே இல்லை. அவர்கள் எந்தப் புதிய உணவையும் எளிதாக அங்கீகரித்து ஏற்றுக் கொண்டு விடுவார்கள். ஆகவே, பன்னாட்டு உணவு நிறுவனங்கள் இந்தியாவில் உள்ள 25 கோடி மத்தியதர வர்க்கத்தினரைத்தான் குறிவைக்கின்றன. இவர்களால்தான் பன்னாட்டு உணவு வகைகள் இந்தியாவில் அறிமுகமாகிக் காலூன்றின.

மத்தியதர வர்க்கத்தின் மாறிவரும் உணவுப் பழக்கமே சமகால உடல் நலப் பிரச்னைகளுக்கு முக்கியக் காரணி. அடித்தட்டு மக்கள் இன்னமும் தங்களின் மரபான உணவு வகைகளில் இருந்து பெரிதும் மாறிவிடவில்லை. தங்களின் உழைப்புக்கு ஏற்றார் போலவே உணவைத் தேர்வு செய்கிறார்கள். மேல்தட்டினர் உணவு என்பது சாப்பிடும் பொருள் இல்லை. அந்தஸ்து மற்றும் ஆடம்பரத்தின் அடையாளம் என்பதால் அவர்கள் சுவையைப் பிரதானப்படுத்துகிறார்கள். தேர்வு செய்து சாப்பிடுகிறார்கள்.

ஆனால், மத்தியதர வர்க்கம் தங்களின் மரபான உணவு பழக்கத்தை கைவிட்டு புதிய புதிய உணவு வகைகளைத் தேடுகிறார்கள். ஆரோக்கியம் குறித்த கவலையின்றி துரித உணவுகளை ரசித்து சாப்பிடுகிறார்கள். அதன் விளைவுதான் துரித உணவுப் பழக்கம் சிற்றூர் வரை பரவியிருக்கிறது.

மத்தியதர வர்க்கம் ஏன் புதிய உணவு வகைகளின் மீது இத்தனை மோகம் கொண்டிருக்கிறது. முக்கியமான காரணம், அவர்கள் தங்கள் வாழ்க்கைச் சூழலை மாற்றிக் கொள்வதன் அடையாளமாக உணவைக் கருதுகிறார்கள். பன்னாட்டு உணவு வகைகளை ருசிப்பதன் மூலம் தங்களின் வாழ்க்கைத் தரம் உயர்ந்துவிட்டதாகக் கற்பனை செய்து கொள்கிறார்கள்.

இன்னொரு பக்கம் இதே மிடில் கிளாஸ்தான் துரித உணவுகளைச் சாப்பிட்டு உடல் நலம் கெட்டுப்போய் விட்டது என கூச்சலும் இடுகிறார்கள். அவசரமாக இயற்கை உணவுகளைத் தேடிப் போகிறார்கள். உணவுச் சந்தையின் போக்கைத் தீர்மானிப்பதில் இந்திய மத்திய தர வர்க்கமே முக்கியக் காரணியாக உள்ளது.

ஒரு புதிய உணவு வகையை விளம்பரப்படுத்தும்போது அது மத்திய தர வர்க்கத்துக்குப் பிடிக்கும் படியாக உருவாக்கவே முயற்சிக்கிறோம். காரணம், அவர்கள் அங்கீகரித்து விட்டால் அன்றாட விற்பனையில் பிரச்னையிருக்காது. மத்தியதர வர்க்கம் விளம்பர மோகம் கொண்டது. எளிதாக அவர்களை கவர்ந்து விடலாம் என்கிறார் உணவுப்பட விளம்பரங்களை எடுக்கும் சுபத்ரா முகர்ஜி.

பீட்சா, பர்கர், ஹாட் டாக், ஸ்பாஹெட்டி போன்ற பன்னாட்டு உணவு வகைகள் எந்த தானியத்தில் தயாரிக்கப்படுகின்றன என்று கூட அதன் வாடிக்கையாளருக்குத் தெரியாது. தெரிந்து கொள்ளவும் கூச்சப்படுவான். ஆகவே, விளம்பரங்கள்தான் ஒரே தூண்டில்.

வெறுமனே விளம்பரம் செய்வதுடன் 20 சதவித சலுகை, ஒன்று வாங்கினால் இன்னொன்று இலவசம் என கூப்பன்கள் தந்தால் வியாபாரம் எளிதாக விருத்தி அடையும். சலுகைக்காகவே மக்கள் உணவை வாங்க வருவார்கள். அன்றாடம் நாம்

காணும் விளம்பரங்கள் இத்தகைய அழகிய பொய்களே. இந்தப் பொய்கள் நம் ஆரோக்கியத்தைக் கெடுக்கக் கூடியவை. இதற்கு விலையாக நாம் மருத்துவர்களுக்குப் பல லட்சம் தரப் போகிறோம் என்ற அபாயத்தை உணரவில்லை.

இத்தனை காலமாக நாம் சாப்பிட்டு வருகிற இட்லிக்கு எப்போதாவது இப்படி விளம்பரம் செய்யப்படுகிறதா என்ன? அன்றாடம் நாம் சாப்பிடும் சோறு குறித்து எப்போதாவது டிவி–யில் விளம்பரம் வருகிறதா? உணவைப் பல கோடிகள் செலவழித்து விளம்பரப்படுத்துகிறார்கள் என்றாலே அதன் பின்னே கொள்ளை லாபம் அடிக்கும் வணிகநோக்கம் ஒளிந்திருக்கிறது என்றே அர்த்தம்.

இப்படி ஊடக விளம்பரங்களின் வழியே அறிமுகமாகி இன்று சிற்றூர் வரை விரிந்து பரவியிருக்கின்றன பீட்சா கடைகள். இரண்டாயிரத்தின் முன்பு வரை மும்பை, சென்னை, பெங்களூரு போன்ற பெருநகரங்களில் கூட ஒன்றிரண்டு பீட்சா கடைகள் மட்டுமே இருந்தன. ஆனால், கடந்த 13 வருஷங்களில் ஒரு வீதியில் நான்கு கடைகள் இருக்கின்றன. சில வணிக வளாகங்களில் உள்ளூர் உணவு வகைகளே கிடையாது.

பீட்சா கடைகளில் வரிசையில் நின்று காத்திருக்க வேண்டியிருக்கிறது. பள்ளி மாணவர்கள் யூனிஃபார்மோடு பீட்சா சாப்பிட வந்து நிற்கிறார்கள். ஆண்டுக்கு 1,500 கோடி ரூபாய்களுக்கு பீட்சா விற்பனையாகிறது என்கிறார்கள்.

உலகின் அனைத்து முன்னணி பீட்சா தயாரிப்பாளர்களும் இந்தியாவுக்குள் நுழைந்துவிட்டார்கள். கன்னியாகுமரியில் தொடங்கி இமயமலையின் அடிவாரம் வரை அவர்களின் கடைகள் காணப்படுகின்றன. 30 நிமிஷங்களில் வீடு தேடி வந்து பீட்சா சப்ளை செய்கிறார்கள். பள்ளி – கல்லூரி மாணவர்கள், இளைஞர்களே பெருவாரியான வாடிக்கையாளர்கள்.

பீட்சாவும் பர்கரும் இப்போதே சாப்பிடப் பழகிக் கொண்டால் அமெரிக்காவுக்கு வேலை செய்யப்போனால் எளிதாக இருக்கும். அங்கே உணவுப் பிரச்னை வராது என்கிறார்கள். கணிப்பொறியியல் படிக்கும் மாணவர்கள், இப்படி ஒரு

கற்பிதம் இவர்கள் மனதில் ஆழமாக வேர் ஊன்றப்பட்டு விட்டது.

மத்திய தர வர்க்கம் தனது உணவை எப்படி தேர்வு செய்கிறது. ஒவ்வொரு மாதமும் தனது வருமானத்தில் பத்து சதவிகிதத்தைப் புதிய உணவு வகைகளை ருசித்துப் பார்க்க அவர்கள் ஒதுக்குகிறார்கள். 'தங்களின் வருமானத்தைச் செலவு செய்வதில் உணவுக்கு அதிக முக்கியத்துவம் தருவது மிடில் கிளாஸ் இயல்பு' என்கிறார் சமூக ஆய்வாளர் சதீஷ் தேஷ்பாண்டே.

மாறிவரும் இந்தியாவின் உணவுப் பண்பாடு என்ற கட்டுரையில் ஆஷிஷ் நந்தி, 'மத்திய தர வர்க்க மக்கள் உணவை மாற்ற விரும்புகிறார்கள். இதற்கு முக்கியக் காரணம் ஊடகங்களில் வெளியாகும் விளம்பரங்கள். உலகமயமாக்கலின் விளைவுகளில் இதுவும் ஒன்று. இந்தியாவில் ஒவ்வொரு மாநிலத்துக்கும் அதற்கென தனியே உணவுப் பண்பாடு இருக்கிறது. அதிலும் ஒவ்வொரு பிராந்தியத்துக்கும் விசேஷமான உணவு வகைகள் இருக்கின்றன. அந்த அடையாளங்களை அழித்து ஒட்டுமொத்த இந்தியாவுக்கும் ஒரே உணவுப் பழக்கத்தை ஏற்படுத்தவே இந்த வணிக முயற்சிகள் செயல்படுகின்றன' என்கிறார்.

இதை மறுத்து சித்ரா பானர்ஜி தனது இந்தியாவின் உணவுப் பண்பாடு என்ற நூலில், 'எப்போதுமே இந்திய மக்கள் வெளியில் இருந்து வரும் உணவு வகைகளை ஏற்றுக் கொள்ளக்கூடியவர்கள். அரபு நாடுகளில் இருந்தும் ஐரோப்பியர்களிடம் இருந்தும் அறிமுகமான உணவு வகைகள் இந்தியாவில் ஏற்றுக்கொள்ளப்பட்டிருக்கின்றன. இது இந்திய மக்களின் தாராள மனப் போக்கைக் காட்டக்கூடியது. அதே நேரம் ஒவ்வாத உணவு வகைகளை இந்தியா ஒரு போதும் ஏற்றுக்கொள்வது இல்லை. பன்னாட்டு உணவு வகைகள் இந்தியாவுக்கு ஏற்ப மாற்றம் செய்யப்படுகின்றன. சைவம் மட்டுமே சாப்பிடும் ஜெயின் இனத்தவர்களுக்காக ஜெயின் பீட்சா என சைவ உணவு விற்கப்படுவது இந்த மாற்றத்தின் அடையாளமே' என்கிறார்.

இந்திய உணவுச் சந்தையில் அதிகம் விற்பனையாகும் சமையல் புத்தகங்களை பற்றிய தனது ஆய்வுக் கட்டுரையில்

அர்ஜுன் அப்பாதுரை, 'கடந்த 20 ஆண்டுகளாக சமையல் புத்தகங்களின் விற்பனை அதிகரித்துள்ளது. இதற்கு முக்கியக் காரணம் புதிய உணவு வகைகளை வீட்டில் எப்படி சமைப்பது என்ற தேடுதலே. குறிப்பாகப் பன்னாட்டு உணவகங்களில் விற்கப்படும் உணவுகளை வீட்டில் செய்யும் முறையை தெரிந்து கொள்ள பலரும் ஆசைப்படுகிறார்கள். முன்பு இது போன்ற தேடுதல் மேல்தட்டு வர்க்கத்தில் மட்டுமே காணப்படும். இன்று மத்தியதர வர்க்கமே சமையல் புத்தகங்களை அதிகம் வாங்குகிறார்கள். இது மாறிவரும் உணவுப் பண்பாட்டின் அடையாளமே' என்கிறார்.

ஒரு பக்கம் சாப்பாட்டுக்கு வழியில்லாமல் போராடி உணவைப் பெறக்கூடிய ஏழ்மையான சூழ்நிலை. மறுபக்கம் பீட்சா சாப்பிடலாமா அல்லது பர்கரா என யோசிக்கும் நிலை. இந்த முரண் தான் இன்றைய இந்தியாவின் அடையாளம்.

34

பீட்சா உருவானது எப்படி?

90-களின் ஆரம்பத்தில்தான் பீட்சா இந்தியாவில் விற்பனை செய்யப்பட்டது. 'பீட்சா' ஓர் இத்தாலிய உணவு. லத்தீன் மொழி சொல்லான பின்சா என்பதிலிருந்து பீட்சா வந்திருக்கலாம்.

எகிப்தியர்கள் மற்றும் மத்திய கிழக்குப் பகுதியில் வசித்த மக்கள் சுடுமண் அடுப்புகளில் சுடப்பட்ட கெட்டியான தட்டை ரொட்டியை உணவாக உண்டுவந்தனர். கிரேக்க, ரோமானிய மக்கள் இந்த ரொட்டிகளின் மீது ஆலிவ் எண்ணெய் மற்றும் மூலிகைகளைச் சேர்த்து சாப்பிட்டனர்.

கி.மு. 3-ஆம் நூற்றாண்டில் எழுதப்பட்ட ரோம சாம்ராஜ்ஜிய சரித்திரத்தில் இது போன்ற தட்டை ரொட்டியைச் சமைத்து சாப்பிடும் பழக்கம் பற்றிய குறிப்பு காணப்படுகிறது.

கி.மு. 6-ஆம் நூற்றாண்டில் பாரசீக மன்னர் மாவீரன் டாரியஸ் தனது படைவீரர்களுக்குத் தட்டை ரொட்டிகளின் மீது பாலடைக் கட்டிகளையும் பேரீச்சம் பழங்களையும் வைத்து தந்ததாகவும் அது 'பீட்சா'வுக்கு முன்னோடி என்றும் கூறுகிறார்கள்.

மார்கஸ் கேவியஸ் அபிசியஸ் எழுதிய நூலிலும் சிக்கன், பாலடைக்கட்டி, மிளகு, எண்ணெய் போன்றவற்றை ரொட்டியின் மீது பரப்பி சுடப்பட்டது குறிப்பிடப் படுகிறது.

தென்மேற்கு இத்தாலியில் உள்ள நேப்பிள் பிராந்தியத்தை சேர்ந்த மக்கள் கடுமையான உழைப்பாளிகள். அவர்கள் வறுமையான சூழலில் வாழ்ந்த காலத்தில் பசிதாங்கக் கூடிய உணவாக இந்தத் தட்டையான ரொட்டிகள் இருந்தன. ஆகவே, அவற்றை விரும்பி உண்டார்கள். அப்படித்தான் இத்தாலியில் பீட்சா பிரபலமாகத் தொடங்கியது.

1889–இல் நேப்பிள் நகருக்கு வருகை தந்த உம்பர்தோ அரசரும் அவரது மனைவி ராணி மார்கரீட்டாவும் பிரெஞ்சு உணவு வகைகளுக்கு பதிலாக ருசியான இத்தாலிய உணவு வகைகளை சமைத்து தரும்படியாக ஆணையிட்டனர்.

சமையற்காரரான 'ரஃபேல் எஸ்போசிடோ' மன்னரை மகிழ்விக்க எண்ணி மூன்று விதமான தட்டையான ரொட்டிகளை தயார் செய்தார். ஒன்றில் ரொட்டி மீது பன்றி இறைச்சியை பரவ விட்டிருந்தார். மற்றொன்றில் பாலாடைக்கட்டி, மற்றொன்றில் தக்காளி மற்றும் துளசி இலை. பாலாடைக்கட்டி சேர்ந்த கலவையைப் பரவ விட்டிருந்தார்.

இதில் தக்காளி மற்றும் பாலாடைகட்டி சேர்ந்த ரொட்டி மகாராணிக்கு மார்கரீட்டாவுக்குப் பெரிதும் பிடித்துப் போனது. ஆகவே, இது இத்தாலியில் பிரபலமாகத் தொடங்கியது. இன்றும் அந்த வகை பீட்சாவை மார்கரீட்டா பீட்சா என்றே அழைக்கிறார்கள்.

18–ஆம் நூற்றாண்டில் பீட்சாவில் தக்காளி சேர்க்கப்படவில்லை, வீட்டில் தயாரிக்கப்பட்ட உணவாகவே இருந்தது. உணவகங்களில் பீட்சா தயாரிக்கப்பட்ட போதே தக்காளி இணைந்து கொண்டது என்றும் கூறுகிறார்கள். குறிப்பாக நேப்பிள் நகரில் வசித்த ஸ்பானிய ராணுவ வீரர்கள் பீட்சாவைத் தேடி வந்து சாப்பிட்டார்கள். அதற்காகவே உடனடியாக பீட்சா தயாரிக்கும் பழக்கம் உருவானது.

இது போலவே பீட்சா மரியானா என்ற உணவை மீனவர்கள் கடலுக்குச் செல்லும்போது உடன் கொண்டு போயிருக்கிறார்கள். ஆரம்ப காலங்களில் வீதியில் விற்கப்படும் உணவாகவே பீட்சா இருந்திருக்கிறது. விலை ஒரு பென்னி. ஆகவே, அதை ஏழைகளின் உணவு என்று அழைத்திருக்கிறார்கள். இன்று ஏழைகளால் தொடமுடியாத உணவாக மாறியுள்ளது பீட்சா.

இரண்டாம் உலகப் போரின் போது சர்வாதிகாரி முசோலினி, 'இத்தாலிய மக்கள் அதிகம் பீட்சா சாப்பிட வேண்டாம். அதனால் தானிய பஞ்சம் ஏற்பட்டுவிடும்' என்றார். அத்துடன் பீட்சா தயாரிப்பதைக் குறைக்கும் படியாகவும் கட்டளைப் பிறப்பித்தார். ப்யூச்சரிஸ்ட் எனப்படும் ஓவியக் குழுவினர், பீட்சாவுக்கு எதிராக ஓவியங்களை வரைந்து விழிப்பு உணர்வு ஏற்படுத்தினார்கள். இத்தாலியில் சண்டையிடுவதற்காக வந்த பிரிட்டிஷ் துருப்புகளுக்கு பீட்சா பிடித்துப்போய்விடவே அவர்கள் அதை தங்கள் நாட்டிலும் பிரபலப்படுத்தினர் எனக் கூறுகிறார்கள்.

இன்று இத்தாலியில் ஒரு நாளைக்கு ஏழு மில்லியன் பீட்சா சாப்பிடப்படுகின்றன. வட இத்தாலியைச் சேர்ந்த பிரிவினைவாதம் பேசும் ஆயுதக் குழுக்கள் பீட்சாவை தென் இத்தாலிய உணவு என்று கூறி அதை கைவிடும்படியாக குரல் எழுப்புகிறார்கள். 1995–இல் பீட்சாவின் புகழை உலகம் அறியச் செய்யும்படியாக 10 நாட்கள் பீட்சா திருவிழாவை நேபிள்ஸ் நகரம் நடத்தியது. அதை பீட்சா ஒலிம்பிக் என்றார்கள்.

போனில் ஆர்டர் செய்த 30 நிமிஷங்களுக்குள் வீட்டில் பீட்சா டெலிவரி செய்யும் பழக்கம் 1960–களில் அறிமுகமானது. 19–ஆம் நூற்றாண்டில் அமெரிக்காவுக்கு இடம்பெயர்ந்த இத்தாலியர்கள் அங்கே பீட்சாவை அறிமுகம் செய்தார்கள். இரண்டாம் உலகப் போருக்குப் பின்னர் பீட்சா உலகம் முழுதும் பரவியது. இப்படித்தான் 'பீட்சா' உலகெங்கும் பிரபலமடைந்தது. எழுத்தாளர் அலெக்சாண்டர் டூமாஸ் நேபிள் நகருக்கு விஜயம் செய்தபோது அங்கே பீட்சாவை விரும்பி சாப்பிட்டதாகத் தனது நூலில் எழுதியிருக்கிறார்.

பீட்சாக்களை மட்டும் விற்கும் கடை 'பிஸ்ஸாரியா' என்று அழைக்கப்படுகிறது. தக்காளி, பூண்டு, துளசி மற்றும் ஆலிவ் எண்ணெய், பன்றி, மாடு, கோழி இறைச்சி மற்றும் முட்டையைக் கொண்ட மொஸெரெல்லா சீஸ் ஆகியவற்றைக் கொண்டு பல்வேறு விதமான பீட்சாக்கள் தயாரிக்கப்படுகின்றன. சாபவுலோ நகரத்தை பீட்சாவின் தலைநகரம் என்கிறார்கள். அங்கே 6,000 பீட்சா கடைகள் இருக்கின்றன. சாபவுலோவில் ஜூலை 10-ஆம் நாளை பீட்சா தினமாகக் கொண்டாடுகிறார்கள்.

பீட்சா என்ற சொல்லை மொழிபெயர்க்கத் தேவை இல்லை. உலகில் எந்த நாட்டுக்குச் சென்றாலும் அச்சொல்லை தெரிந்து வைத்திருக்கிறார்கள், தென் அமெரிக்காவில் பீட்சாவை தேசிய உணவாகவே ஏற்றுக் கொண்டிருக்கிறார்கள். அங்கே பல்வேறு ருசிகளில், அளவுகளில் பீட்சா சாப்பிட கிடைக்கிறது.

பிரேசலின் பீட்சா இத்தாலிய சுவையில் இருந்து பெரிதும் மாறுபட்டது. நார்வீஜியர்கள்தான் உலகில் அதிகம் பீட்சா சாப்பிடுகிறவர்கள். அடுத்த இடம் ஜெர்மானியருக்கு. பீட்சாவில் அதிகம் வெண்ணெய் சேர்க்கப்படுகிறது. உப்பும் கூடுதலாகச் சேர்க்கிறார்கள். அது உடலுக்குக் கெடுதி என்கிறார்கள். ஆனால், பீட்சா சாப்பிடும் தலைமுறையின் காதுகளில் இக்குரல் கேட்கவேயில்லை.

இந்தியாவில் கடை விரித்துள்ள பீட்சா நிறுவனங்கள் தந்தூரி சிக்கன் மற்றும் பன்னீர் போன்ற பல இந்திய டாப்பிங்குகளுடன் பீட்சாவை தயாரித்து வழங்குகின்றனர். இத்தாலிய பீட்சாவோடு ஒப்பிடும்போது இந்திய பீட்சா கூடுதல் காரம் கொண்டது. 1996-இல் சென்னையில் பீட்சா கடை திறக்கப்பட்டது.

கொரிய வகை பீட்சா சற்று கடினமானது. அவை சோளம், உருளைக்கிழங்கு, சர்க்கரைவள்ளிக் கிழங்கு, இறால் அல்லது நண்டு போன்றவற்றைக் கொண்டிருக்கின்றன. அதை இளைஞர்கள் அதிகம் விரும்பி சாப்பிடுகிறார்கள். ஜப்பானிய பீட்சாக்களில் அதிகம் கடலுணவுகள் சேர்க்கப்படுகின்றன. பிரேசில் பீட்சாவில் பழங்கள் கூடுதலாக சேர்த்துக் கொள்கிறார்கள்.

பர்கர் என்பதும் இரண்டு ரொட்டிகளுக்கிடையே நன்றாக அரைத்த இறைச்சி பொதுவாக மாட்டிறைச்சி, பன்றி, கோழி இறைச்சி அல்லது கலவை வைக்கப்படுகிறது. உலகளவில் பீட்சா, பர்கர், நூடுல்ஸ் போன்ற விரைவு உணவுகளை உண்பதன் மூலம், நான்கு கோடி குழந்தைகள், அதிக எடை கொண்டவர்களாக இருப்பதாக உலக சுகாதார மையம் தெரிவித்துள்ளது. அத்துடன் பிரெட்டில் அதிக அளவில் சோடியம் இருப்பதால், இரத்த அழுத்தம் மற்றும் இதய நோய்கள் வர வாய்ப்புண்டு.

ஹாட் டாக் (சாஸேஜ்) எனப்படும் துரித உணவுவகை அமெரிக்கா போலவே இந்தியாவிலும் பிரபலமாகி வருகிறது. ஹாட் டாக் ஜெர்மனியில் அறிமுகமான போதும் அது அமெரிக்காவில்தான் அதிகம் விரும்பி உண்ணப்படுகிறது.

18-ஆம் நூற்றாண்டின் பிற்பகுதியில் அமெரிக்காவுக்கு வந்த ஐரோப்பியர்கள் மூலம் இந்த உணவு அறிமுகமானது என்கிறார்கள். குறிப்பாக பேஸ்பால் போட்டிகளின் போது ரசிகர்கள் விரும்பி சாப்பிடுகிற உணவாக மாறியதால் ஹாட் டாக்குக்கு தனி மார்க்கெட் உருவானது. ஹாட் டாக் என்ற பெயர் கேலிக்கு சூட்டப்பட்ட ஒன்று. கேலிச்சித்திரம் ஒன்றில் குறிப்பிடப்பட்ட ஒரு வார்த்தையே இதன் பெயரானது என்றும் கூறுகிறார்கள்,

நீரிழிவு நோயாளிகளின் கார்போஹைட்ரேட் அளவை பீட்சா அதிகப்படுத்திவிடுகிறது. அதிக வெண்ணெய் மற்றும் இறைச்சி காரணமாக கொழுப்பு கூடுகிறது, இதனால் ஒவ்வாமை மற்றும் ரத்த அழுத்தம் ஏற்படுகிறது. சூப்பர் சைஸ் பீட்சா சாப்பிடுவதால் உடல் எடை அதிகரிக்கிறது என்று அறிவுரை கூறுகிறார்கள் மருத்துவர்கள். ஆனால், யாரும் அதை கவனம் கொள்வதில்லை. துரித உணவு என்ற பெயரில் துரித மரணத்தை விலைக்கு வாங்குகிறோம்.

35

பயணியின் உணவு

இருபத்தைந்து ஆண்டுகளுக்கும் மேலாக இந்திய ரயில்களில் தொடர்ந்து பயணம் செய்து கொண்டிருப்பவன் என்ற முறையிலும் இந்தியாவின் 16 ரயில்வே மண்டலங்களிலும் பயணம் செய்திருப்பவன் என்ற முறையிலும் நெடுநாட்களாக எனக்குள்ளே இருக்கும் தீராக்குறை, ரயிலில் தரப்படும் உணவு.

ரயில் பயணிகளுக்கு என்றே மோசமான உணவுகளைத் தயாரிக்கிறார்கள் போலும். இட்லி வாங்கினால் ஒன்றைவிட்டு ஒன்றைப் பிரிக்க முடியாது. சட்னி, ஒரே உப்பாக இருக்கும். நாற்றம் அடிக்கும். தோசை என்றால் அது வளைந்து நெளிந்து உருண்டை போலாகியிருக்கும். காகிதம் போல சுவையே இல்லாமலிருக்கும். பூரியைப் பிய்த்துத் தின்பதை உடற்பயிற்சியாக மேற்கொள்ள வேண்டும். சாப்பாடு என்றால் அதற்கு தரப்படும் சோறு, சாம்பார், கூட்டுபொறியல் வகைகள் வாயில் வைக்க முடியாது.

இவ்வளவு ஏன் ஒரு தேநீர் கூட சர்க்கரை பாகு போன்ற ஒன்றைத்தான் தருவார்கள். இத்தனை லட்சம் மக்கள் பயணம் செய்யும் ரயிலில் இவ்வளவு மோசமான உணவு தரப்படுவது ஏன்? ஒவ்வொரு

முறையும் யாரோ சிலர் புகார் செய்யத்தான் செய்கிறார்கள், நடவடிக்கை எடுக்கப்படுவதாக ரயில்வே சொல்கிறது. ஆனால், ரயில்வே உணவின் தரம் ஆண்டுக்கு ஆண்டு மோசமாகிக் கொண்டுதான் போகிறது.

ரயிலில் தரப்படும் உணவு வகைகளைக் கண்காணிப்பதற்கு என சுகாதார அதிகாரிகள் இருக்கிறார்கள். ஆனால், அவர்கள் என்ன நடவடிக்கை எடுத்தார்கள் என்று இதுவரை யாருக்கும் தெரியாது.

உங்கள் வாழ்க்கையில் என்றைக்காவது ஏதாவது ஒரு ரயிலில் மதிய உணவில் என்ன காய்கறிகள் தரப்படும், என்ன உணவு வகைகள், எப்போது தயாரிக்கப்பட்டன என்ற பட்டியல் தரப்பட்டிருக்கிறதா? ரயிலில் யார் சமைக்கிறார்கள் என்று எப்போதாவது பார்த்திருக்கிறோமா? என்ன மாவு பயன்படுத்துகிறார்கள், என்ன எண்ணெய் பயன்படுத்து கிறார்கள் என ஏதாவது தெரியுமா?

உணவு விநியோகம் செய்யும் ஊழியர்கள் வாயில்தான் உணவு வகைகளை சொல்கிறார்கள். விலையும் அவர்கள் சொல்வது தான். பழைய காகிதம் ஒன்றில் உணவை பேக் செய்து, கொண்டுவந்து நீட்டுகிறார்கள். அல்லது நசுங்கிப்போன அலுமினியம் ஃபாயிலில் அடைத்துத் தருகிறார்கள்.

பேன்டரி கார் உள்ள ரயிலில் 20 நிமிஷங்களுக்கு ஒருமுறை ஏதாவது ஓர் உணவுப் பொருளை விற்கக் கொண்டு வருகிறார்கள். அந்த உணவாவது சூடாக இருக்க வேண்டும் அல்லவா? நாமே கிச்சனுக்குப் போய் ஏன் இப்படி உணவு சவசவத்துப் போயிருக்கிறது; சட்னி சரியில்லை; சாம்பார் சரியில்லை எனப் புகார் சொன்னால் அதை யாரும் காது கொடுத்துக் கேட்பது இல்லை.

இவ்வளவுக்கும் பல ஊர்களில் ரயில் நிலையங்களில் உள்ள கேன்டீன்களில் மிகச் சிறந்த சைவ உணவு வகைகள் கிடைப்பதை நான் ருசித்திருக்கிறேன். ரயில் நிலைய கேன்டீன்களில் தரமான உணவு கிடைக்கும் போது பயணிகளுக்கு மட்டும் ஏன் இந்தக் கொடுமை!

'அந்நியன்' படத்தில் உணவு சரியில்லை என கான்ட்ராக்டரை கதாநாயகன் அடித்துக் கொல்லுவான். அந்தக் காட்சிக்கு

எஸ். ராமகிருஷ்ணன் ❋ 213

தியேட்டரில் கிடைத்த கைதட்டு ரயில்வே மீது மக்கள் கொண்டுள்ள ஆதங்கத்தின் வெளிப்பாடே.

ஜூலை 23-ம் தேதி கொல்கத்தா ராஜ்தானி எக்ஸ்பிரஸ் ரயிலில் நடத்தப்பட்ட சோதனையில் உணவில் கரப்பான் பூச்சி இருந்தது கண்டறியப்பட்டது. இதை அடுத்து, ஐ.ஆர்.சி.டி.சி நிறுவனத்துக்கு ரூ. ஒரு லட்சம் அபராதம் விதிக்கப்பட்டது. ஆனால், சாப்பிட்டவர்கள் கதி? அப்பாவி மக்களுக்கு ஒரு நியாயமும் கிடையாது.

பஸ்ஸிம் எக்ஸ்பிரஸ், புஷ்பக் எக்ஸ்பிரஸ், மோதிஹரி எக்ஸ்பிரஸ், ஷிவ் கங்கா எக்ஸ்பிரஸ், கோல்டன் டெம்ப்பிள் மெயில், நேத்ராவதி எக்ஸ்பிரஸ், பஞ்சாப் மெயில், ஹௌரா அமிர்தசரஸ் மெயில், சண்டிகர் சதாப்தி எக்ஸ்பிரஸ் உள்ளிட்ட ரயில்களில் சோதனை நடத்தப்பட்டு... தரமற்ற, கெட்டுப்போன, சுகாதாரமற்ற உணவுகள் வழங்கப்பட்டது கண்டறியப்பட்டது. அதற்காக ஒவ்வொரு நிறுவனத்துக்கும் ரூ.50 ஆயிரம் முதல் ஒரு லட்சம் வரை அபராதம் விதிக்கப் பட்டுள்ளது. இதே தவறு தொடர்ந்து ஐந்து முறை கண்டு பிடிக்கப்பட்டால் அந்த நிறுவனத்தின் கேட்டரிங் உரிமத்தை ரத்து செய்ய நடவடிக்கை எடுக்கப்படும் என ரயில்வே அறிவித்திருக்கிறது.)

இந்தநாள் வரை மோசமான உணவைச் சாப்பிட்ட மக்களுக்கு என்ன நஷ்டஈடு தரப் போகிறார்கள்? ஐந்து முறை மோசமான உணவு பரிமாறப்படும் வரை கேட்டரிங் செய்பவர்களை எதற்காக அனுமதிக்க வேண்டும்? நஷ்டஈடாக பணம் அபராதம் விதிப்பதால் அவர்கள் செய்த தவறு சரியாகி விடுமா? இது அப்பட்டமான கண்துடைப்பு நாடகம்.

எனது பயணத்தில் இதுவரை ஒருமுறை கூட உணவு பரிசோதகர் ரயிலுக்கு வந்து உணவின் தரம் எப்படியிருக்கிறது என பயணிகளிடம் கேட்டது இல்லை. உணவு வகைகளை ருசி பார்த்ததில்லை. ஒரு பயணி குறைந்தபட்சம் ரயில் பயணத்தில் இருநூறு ரூபாய் உணவுக்குச் செலவு செய்கிறான். ஆனால், அதற்கான தகுதி அந்த உணவுக்கு கிடையாது. இதை நாம் சகித்துக்கொண்டு போவதுதான் ரயில்வே உணவின் தரம் மோசமானதற்கு முக்கியக் காரணம்.

1915-ஆம் ஆண்டு பெங்கால் நாக்பூர் ரயில்வே முதன்முறையாக மேற்கத்திய வகை உணவை ரயிலில் பயணிகளுக்காக வழங்க முன்வந்தது. அதற்கு முக்கியக் காரணம் வெள்ளைக்காரர்கள் ரயிலில் பயணம் செய்தது. அதுவே ரயிலில் உணவு வழங்குவதன் முதற்படி. அதைத் தொடர்ந்து 1920-களில் தென்னக ரயில்வே ரயில் பயணிகளுக்காக உணவு வழங்கும் முறையை அறிமுகப்படுத்தியது, 1954-இல் மத்திய அரசு அழகேசன் கமிட்டி என்ற குழுவை அமைத்து உணவின் தரம் மற்றும் விலை குறித்து பரிசீலனை செய்து புதிய நடைமுறையை உருவாக்கியது. அதைத் தொடர்ந்து 1967-ஆம் ஆண்டு ரயில்வே துறை கேட்டரிங் கமிட்டி ஒன்றை உருவாக்கி அதற்கு ஒரு சேர்மனையும் நியமித்தது.

1979-இல் இந்த உணவு வழங்கும் துறை தனி அமைப்பாக செயல்படும் என அறிவித்தது ரயில்வே. அதை ஒரு நபர் கமிட்டி வழிநடத்தும் என்றார்கள். அதன்படி தனியார்களுக்கு கான்ட்ராக்ட் விடப்பட்டு உணவு வழங்குவது நடைமுறைக்கு வந்தது.

ரயில்வேயின் உணவுகுறித்த மக்களின் கருத்துக்கணிப்பில் குறிப்பிடப்படும் முக்கியப் பிரச்னைகள் ஐந்து. முதலாவது உணவு தரமாக இல்லை; இரண்டாவது சரியான நேரத்தில் உணவு வழங்கப்படுவது இல்லை; மூன்றாவது உணவு சூடாக இல்லை; நான்காவது பேக்கேஜிங் சரி இல்லை; ஐந்தாவது உணவு வழங்கும் பணியாளர்களின் அலட்சியப்போக்கு. இந்திய ரயில்வே உலகிலே பெரிய நிறுவனம் என தன்னை பெருமை சொல்லிக் கொள்கிறது. உணவு வழங்குவதில் அதுதான் உலகின் மிக மோசமான நிறுவனம். ஜப்பானிய ரயில்களில் அவர்கள் தரும் உணவும் அதன் தரமும் இணையற்றது.

ஜப்பானிய ரயில் நிலையங்களிலும் ரயில்களிலும் பென்டோ எனப்படும் வெளியில் சாப்பிடும் உணவு வகைகள் விற்பனை செய்யப்படுகின்றன. ரயிலில் விற்கப்படும் எகி பென் எனப்படும் உணவுப் பொட்டலங்களை விதவிதமான அளவுகளில், உணவு வகைகளில் அட்டைப் பெட்டிகளில் சூடு தாங்கும் காகிதம் சுற்றி அழகாக பேக் செய்திருக்கிறார்கள். அதில் எப்போது அந்த உணவு தயாரிக்கப்பட்டது என்ற

நேரம் அச்சிடப்பட்டிருக்கும். எத்தனை மணி வரை அதைச் சாப்பிடலாம் என்பதும் குறிப்பிடப்பட்டிருக்கிறது. அதன் ருசியும் தரமும் நிகரற்றது. விலையும் குறைவு. நேரம் கடந்துபோனால் அந்த உணவு பேக்குகளை விற்பனை செய்ய மாட்டார்கள். கழிவுத் தொட்டியில் போட்டுவிடுகிறார்கள்.

ஐரோப்பிய ரயில்களில் வீட்டிலிருந்து கொண்டுவரப்படும் ரொட்டிகளையும் பழங்களையும் கேக் வகைகளையும்தான் பயணிகள் அதிகம் சாப்பிடுகிறார்கள். ரயிலில் விற்கப்படும் உணவின் விலை அதிகம் என்பது ஒரு காரணம்.

ரயில்களில் உள்ள உணவே தேவலை என சொல்ல வைப்பவை விமானத்தில் தரப்படும் உணவு வகைகள். இவ்வளவுக்கும் அவை நட்சத்திர உணவகங்களில் தயாரிக்கப்படுபவை. இரவு பனிரெண்டரை மணிக்குக் கிளம்பும் இந்திய விமானங்களில் சூடாக உப்புமாவும் பிய்க்க முடியாத வடையும் தருவார்கள். நள்ளிரவில் யார் உப்புமா சாப்பிடுவார்கள்? யாருக்கு இந்த யோசனை வந்தது? காலை பசியோடு விமானத்தில் ஏறினால் ரொட்டியும் சாம்பார் சாதமும் கொடுப்பார்கள். யார் இந்த உணவு வகைகளை தேர்வு செய்கிறார்கள், எதன் அடிப்படையில் தருகிறார்கள், ஒருவரும் கேட்டுக் கொள்வது இல்லை. குறைந்த கட்டண விமானங்களில் தண்ணீர் தருவதோடு சரி. வேறு எல்லாமும் காசுக்குத்தான். அவர்கள் பயணிகளின் பசியைப் பற்றிக் கண்டு கொள்வதே இல்லை.

36

பரோட்டாவும் சமோசாவும்!

பயணம் செய்கிறவர்கள் முந்தைய காலங்களில் தாங்களே கட்டுச்சோற்றை கையில் எடுத்துக்கொண்டு போவார்கள். ஒருமுறை புளியோதரை செய்து கொண்டு போனால் ஒருவாரம் வரை வைத்து சாப்பிடுவார்கள். இதுபோலத்தான் வடஇந்தியர்கள் தங்கள் பயணத்தில் ரொட்டியைச் சுட்டு, துணியில் மூடிவைத்து நாள்கணக்கில் சாப்பிடுவார்கள். இன்று பயணத்தில் உணவு கொண்டு வருபவர்களின் எண்ணிக்கை மிகவும் குறைவு. குடும்பத்துடன் சுற்றுலா போகிற நாளில் தான் உணவை கையில் கொண்டு போகிறார்கள், அதுவும் ஒருவேளை உணவுதான்.

தமிழகத்தைத் தவிர பிற மாநிலங்களில் சாலைகளில் பயணம் செய்யும்போது தரமான உணவகங்கள், அதுவும் குறைந்த விலையில் கிடைப்பதைக் கண்டிருக்கிறேன். கர்நாடகாவில் நான்கு பேர் பயணம் செய்தோம். காலை உணவுக்கு உடுப்பி அருகில் உள்ள ஒரு ஹோட்டலுக்குச் சென்றோம். தோசை, அடை, பொங்கல், வடை என சாப்பிட்டோம். நான்கு பேர்கள் சாப்பிட்ட மொத்த பில் 96 ரூபாய்.

ஓர் ஆளுக்கு காலை உணவுக்கு இருபத்தைந்து ரூபாய்கூட செலவில்லை. இதே உணவை சென்னையில் சாப்பிட்டிருந்தால் குறைந்த பட்சம் 600 ரூபாய் பில் வந்திருக்கும். இதே நிலைதான் வட இந்தியாவிலும். காலை உணவுக்கு அதிகபட்சம் முப்பது ரூபாய்க்கு மேல் ஒரு நாளும் செலவானதில்லை . அதே சமயம், வடமாநிலங்களில் உள்ள தென்னிந்திய உணவகங்களில் சாப்பிடப் போய்விட்டால் தமிழகத்தைப்போல இரண்டு மடங்கு வசூல் செய்து விடுகிறார்கள். டெல்லியில் உள்ள பிரபல தென்னிந்திய உணவகத்தில் ஒரு தோசை விலை ரூ.300. அதற்கும் காத்துக் கிடக்க வேண்டும். உணவை விற்பதில் ஏன் இந்த பேதம், ஏமாற்றுத்தனம்.

தமிழக சாலையோரக் கடைகளில் தரமான உணவும் கிடைப்பதில்லை, விலையும் மிக அதிகம். குடும்பத்துடன் பயணம் செய்கிறவர்கள் சென்னையில் இருந்து மதுரை போய் சேருவதற்குள் 1500 ரூபாய் உணவுக்கு செலவிட வேண்டிய நிலை உள்ளது. பகல் பயணத்தில் உணவு கிடைப்பது ஒருவித கொள்ளை என்றால் இரவு பயணத்தில் கேள்வியே கிடையாது. அதுவும் புறவழிச் சாலைகளில் சைவ உணவகங்கள் இரவு பத்து மணியோடு மூடப்பட்டுவிடுகின்றன என்பதால், சாலையோர அசைவ உணவகங்களில் கொள்ளை விலையில் உணவை விற்கிறார்கள். அந்த உணவு சாப்பிட்ட அரைமணி நேரத்தில் வயிற்று வலியை உண்டாக்கக்கூடியது. குழந்தைகளால் அவற்றைச் சாப்பிடவே முடியாது.

இரவு பயணத்தில் சாலையோர பரோட்டாக்களைப் போல மனிதர்களை தண்டிக்கக் கூடிய உணவு எதுவுமில்லை. ஆனால், எதைப்பற்றியும் கவலையில்லாமல் மக்கள் பின்னிரவு மூன்று மணிக்கும் பரோட்டாவை பிய்த்துப்போட்டு கருஞ் சிவப்பு சால்னாவை ஊற்றி அள்ளி அப்புகிறார்கள். பசிதான் அதற்குக் காரணம் எனச் சொல்ல முடியாது.

ஒரு ஜாண் வயிறே இல்லாட்டா...

இந்த உலகில் ஏது கலாட்டா?

உணவுப் பஞ்சமே வராட்டா...

நம்ம உயிரை வாங்குமா பரோட்டா?

என்ற பாடலை 1951–ல் வெளியான 'சிங்காரி' படத்தில் காக்கா ராதாகிருஷ்ணன் – ராகினி ஜோடி ஆடிப்பாடுவார்கள். பாடலை எழுதியவர் தஞ்சை ராமையாதாஸ்.

இரண்டாம் உலகப்போருக்குப் பின்பாக ஏற்பட்ட உணவுப் பஞ்சத்தில் தமிழகத்துக்கு மைதா மாவு அரசாங்கத்தால் அறிமுகம் செய்யப்பட்டு அதிலிருந்து பரோட்டா சாப்பிடும் பழக்கம் உருவானது என்கிறார்கள். இன்றைக்கு தமிழகத்தில் ஒருநாள் பரோட்டா கிடைப்பது நின்று போனால் பெரிய போராட்டங்களும் கொந்தளிப்புகளும் உருவாகிவிடும். எந்த ஊருக்குப் போனாலும் இரவு உணவகக் கடைகளில் பரோட்டா சக்கைப்போடு போடுகிறது. தமிழர்களின் முக்கிய இரவு உணவு இன்று பரோட்டாதான். நல்லவேளை அதை வீட்டில் தயாரிக்க இன்னமும் பழகவில்லை .

இந்தியா மட்டுமின்றி வங்காள தேசம், மலேசியா, சிங்கப்பூர், இந்தோனேஷியா என எங்கும் பரோட்டா சாப்பிடும் பழக்கமிருக்கிறது. பரோட்டா சாப்பிட்டால், உடல் நலத்துக்குக் கேடு. சர்க்கரை, ரத்தக்கொதிப்பு என நோய்கள் வரக்கூடும் என்கிறார்கள் டயட்டீஷியன்கள். காரணம் பரோட்டா, முழுக்க முழுக்க மைதாவால் செய்யப்படும் உணவு. அத்துடன் அதற்குத் தொட்டுக்கொள்ளும் சால்னா போன்ற கிரேவிகளில் அதிக காரம் மற்றும் மசாலா சேர்க்கப்படுகின்றன.

பொதுவாக, உடல் உழைப்பு அதிகம் இருப்பவர்கள் பரோட்டா சாப்பிடும்போது, எளிதில் ஜீரணமாகிவிடும். ஆனால், அறிவு உழைப்பாளிகளுக்கு பரோட்டா நல்லதல்ல. ஆசைக்காக எப்போதாவது சாப்பிடலாம். தொடர்ந்து சாப்பிடுவது ஆரோக்கியத்துக்கு ஏற்றதன்று என்கிறார்கள். மைதா எப்படி உருவாக்கப்படுகிறது தெரியுமா? நன்றாக மாவாக அரைக்கப்பட்டக் கோதுமை மாவு மஞ்சள் நிறத்தில் இருக்கும். அதை 'பென்சாயில் பெரோசிடே' என்னும் ரசாயனம் கொண்டு வெண்மையாக்குகிறார்கள். இதுதவிர, 'அலாக்சின்' என்னும் ரசாயனம் மாவை மிருதுவாக்க கலக்கப்படுகிறது. மேலும் செயற்கை நிறமூட்டிகளும் சேர்க்கப்படுகிறது. அலாக்சின், சோதனைக்கூடத்தில் எலிகளுக்குத் தரப்படும்

பரிசோதனை ரசாயனமாகும். மைதாவில் நார்ச்சத்து கிடையாது. ஆகவே, அதில் செய்த உணவை சாப்பிடுவது நமது ஜீரண சக்தியைக் குறைத்துவிடும்.

இதுபோலவே பயணத்தில் சாப்பிடக்கூடாத இன்னொரு உணவு சமோசா. எந்த எண்ணெய்யில் செய்திருக்கிறார்கள், எப்போது செய்தார்கள், சமோசாவுக்குள் எந்தப் பொருட்களைத் திணித்து வைத்திருக்கிறார்கள் என எதுவும் தெரியாது. இதை நாக்கு கண்டுபிடித்துவிடாமலிருக்க புதினா சட்னி கொடுத்து விடுவார்கள். வட இந்தியாவில் தயாரிக்கப்படும் சமோசாவும் தமிழகத்தில் தயாரிக்கப்படும் சமோசாவுக்கும் பெயரும் வடிவமும் மட்டும்தான் ஒன்றுபோலிருக்கின்றன. சுவையும் தரமும் ஒப்பிடவே முடியாது. சமோசா மத்திய கிழக்கு நாடுகளில் இருந்து அறிமுகமான உணவு. டெல்லியை ஆண்ட மொகலாயர்கள் காலத்தில் அறிமுகமாகியிருக்கிறது. தெற்காசிய நாடுகளில் பிரபலமான சிறு தீனியாக சமோசா உண்ணப்படுகிறது. அரபு உலகில் சமோசா விருப்பமான உணவாகும். 14–ஆம் நூற்றாண்டுக்குப் பிறகே இந்தியாவில் அறிமுகமாகியிருக்கிறது. கவி அமீர் குஸ்ரு சமோசா பற்றி ஒரு குறிப்பை எழுதியிருக்கிறார். இதுபோலவே துக்ளக் ஆட்சியில் வந்த பயணியான இபின் பதூதாவும் சமோசாவில் மசித்த இறைச்சி வைக்கப்பட்டிருந்ததைக் குறிப்பிடுகிறார்.

அக்பர் காலத்தில் சமோசா விருப்ப உணவாக அரண்மனையில் இருந்திருக்கிறது என்பதை அயினி அக்பரி குறிப்பிடுகிறது. கோவாவில் வசித்த போர்த்துக்கீசியர்கள் சமோசாவில் சிக்கன், மாட்டு இறைச்சி, பன்றி இறைச்சி போன்றவற்றைச் சேர்த்து உருவாக்கியிருக்கிறார்கள். அதன் பெயர் ‘சமுகாஸ்’.

‘குட்டி சமோசா’ ஹைதராபாத்தில் அறிமுகம் செய்யப்பட்டது. இது ஈரானிய உணவகங்களில் மட்டுமே ஆரம்ப காலங்களில் தயாரிக்கப்பட்டிருக்கிறது. இந்தியா மட்டுமின்றி பாகிஸ்தான், வங்களாதேசம், பர்மா, மலேசியா என ஆசிய நாடுகளில் சமோசா விதவிதமான சுவைகளில் கிடைக்கின்றன. உகாண்டா, கென்யா போன்ற ஆப்பிரிக்க நாடுகளிலும் சமோசா பிரபலமானது. உணவு வேளைகளுக்கு இடையில் ஏற் படும் பசியை போக்கிக் கொள்ள உழைப்பாளிகள் பலரும்

சமோசாவைத்தான் முக்கிய உணவாகக் கருதுகிறார்கள். ஆனால், அதன் தரம் மற்றும் பயன்படுத்தப்படும் எண்ணெய் முதலியன மோசமான பின்விளைவுகளை உருவாக்குவதாக இருக்கிறது.

உணவுப் பண்பாட்டில் நாம் பழங்குடி மக்களை பின்தங்கியவர்களாக நினைக்கிறோம். ஆனால், அவர்களிடம் துரித உணவுப் பழக்கமோ, இதுபோல சமோசா, பஜ்ஜி, நூடுல்ஸ் சாப்பிடும் பழக்கமோ கிடையாது. நான் மத்தியப் பிரதேச பைகா பழங்குடி மக்களில் சிலரை அறிவேன். ஒருமுறை அவர்களோடு இணைந்து போபாலில் நடைபெற்ற ஒரு கருத்தரங்கில் கலந்துகொள்ள பயணம் செய்ய நேர்ந்தது. அந்தப் பயணத்தில் நான் அவர்களிடமிருந்த உணவுக் கட்டுப்பாட்டினைக் கண்டு வியந்து போனேன். பயண வழியில் தென்படும் எந்த உணவுப் பொருள்களையும் சாப்பிட அவர்கள் ஆசை கொள்வதேயில்லை. ஒருவேளை ஏதாவது ஓர் உணவை வாங்கிக் கொடுத்தால்கூட சாப்பிட மறுத்து விடுகிறார்கள். சரியாக மதிய உணவை 12 மணிக்கு எடுத்துக் கொள்கிறார்கள். மாலை சூரிய அஸ்தமனத்துக்குள் இரவு உணவை முடித்துவிடுகிறார்கள். இரவு 12 மணிக்கு மேல் சிக்கன் நூடுல்ஸ் சாப்பிடுகிற ஓர் ஆதிவாசியை எங்கும் காண முடியாது. அது போலவே உணவைச் சாப்பிடும் போதும் அவசரப்படுத்துவதில்லை. மெதுவாக, நன்றாக அரைத்து மென்று விழுங்குகிறார்கள். சாப்பிடும்போது வேறு எந்த யோசனையுமில்லை, பேசிக்கொள்வதுமில்லை. வயிற்றில் கொஞ்சம் பசியிருக்கும்படியாக பார்த்துக் கொள்கிறார்கள். விழா நாட்களில் மட்டுமே முழுவயிறு சாப்பாடு. இவர்களின் உணவுக்கட்டுப்பாடும் பழக்கமும் ஏன் நமக்கு வராமல் போய் விட்டது.

இன்று நீண்டதூரப் பயணங்களுக்காகச் சாலைகள் மேம்படுத்தப்படுகின்றன. அதிவேக ரயில்கள், பேருந்துகள் என முன்னேற்றம் காணப்படுகிறது. ஆனால், பயணிகளுக்கான உணவைப் பொறுத்தவரை அதே மோசமான நிலைதான். கூச்சம் பார்க்காமல் உடல் நலத்தில் அக்கறையுள்ளவர்கள் இனி வீட்டிலிருந்தே தேவையான உணவை கொண்டு போக வேண்டியதுதான். முதியவர்கள், குழந்தைகள், நோயாளிகள்

என ஒரு நாளில் பல்லாயிரம் பேர் ரயிலில் பேருந்தில் பயணம் செய்கிறார்கள். அவர்கள் அத்தனை பேரின் ஒரே புகாராக இருப்பது உணவு சரியில்லை என்பதுதான். ஆனால், இந்தக் குரல் யாரை எட்ட வேண்டுமோ அவர்களுக்குக் கேட்பதேயில்லை. ஒருவேளை அதிகாரிகள், அரசியல்வாதிகளுக்கு என ரயில்வேயில் தனி உணவு அளிக்கப்படுகிறதா என்ன? ஒரேயொரு நாள் அவர்கள் ரயிலில் வழங்கப்படும் உணவை அல்லது நெடுஞ்சாலையோர உணவுகளை சாப்பிட்டுப் பார்க்கட்டும். அப்போது தெரியும் மக்களின் அவல நிலை.

37
மொகஞ்சதாரோவில் என்ன சாப்பிட்டார்கள்?

மேற்கத்திய உணவு வகைகளின் வருகையால் இந்திய உணவுப் பண்பாடு சீர்கெட்டுப் போய்விட்டது என்று சொல்கிறீர்களே, மொகஞ்சதாரோ, ஹரப்பாவில் என்ன சாப்பிட்டார்கள், சங்ககாலத் தமிழ் மக்கள் என்ன உணவு வகைகளை உட்கொண்டார்கள், அதைப்பற்றிச் சொல்லுங்கள் என்று ஒரு வாசகர் தொலைபேசியில் கேட்டார்.

அதைத் தெரிந்து கொள்வதில் ஏன் இத்தனை ஆர்வம்? என்றேன்.

"நான் படித்த வரலாற்றுப் புத்தகங்கள் எதிலும் எந்த மன்னரும் என்ன சாப்பிட்டார் எனக் குறிப்பிடப்படவில்லை. யுத்தகளத்தில் எப்படி உணவு சமைத்தார்கள், அக்பர் காலத்தில் அன்றாட உணவாக என்ன சாப்பிட்டார்... அசோகனின் காலை உணவு என்ன... அலெக்சாண்டர் இந்தியப் படை எடுப்பின்போது கிரேக்க உணவுகளைத்தான் சாப்பிட்டாரா... என எதுவும் தெரியாது. இவ்வளவு ஏன் தாஜ் மகாலை கட்டிய வேலையாட்கள் என்ன சாப்பிட்டார்கள், அவர்களுக்கு யார் சமைத்தவர்

இப்படி எனக்குள் நிறைய கேள்விகள் இருக்கின்றன. பதில் தேடியும் கிடைக்கவில்லை" என்றார்.

உணவின் வரலாற்றை அறிந்துகொள்வதில் அவருக்கிருந்த ஆர்வம் எனக்கு சந்தோஷம் அளித்தது. பசிக்கு உணவு கிடைத்தால்போதும் என்ற நிலையில் இருந்து உணவின் அடிப்படை அம்சங்கள் குறித்தும், அதன் பண்பாட்டு வரலாறு குறித்து சிந்திப்பதும் அறிந்துகொள்ள நினைப்பதும் விழிப்புணர்வின் முதல் அடையாளங்கள் என்றே சொல்வேன்.

இந்திய சமூகம் உணவை ஒரு போதும் உடலை வளர்ப்பதற்கான காரணியாக மட்டும் கருதவில்லை. மாறாக உணவு இங்கே அன்பாக, அறமாக, அந்தஸ்தாக, அதிகாரமாக, அரசியலாக, புனிதமாக, சாதி, மத, இன அடையாளங்களாக என பல்வேறு படிநிலைகளில் அறியப்பட்டிருந்தன. உணவை யார் எப்போது எப்படி எதை சாப்பிட வேண்டும் என்ற கட்டுப்பாடுகள், நியதிகள், ஒடுக்குமுறைகள் இருந்தன. ஆண்களுக்கும் பெண்களுக்கும் ஒன்று போல உணவு தரப்படவில்லை. எந்த உணவுகளைப் பெண்கள் விலக்கவேண்டும் என்ற கட்டுப்பாடுகள் இருந்தன.

உணவில் விஷம் கலந்து தருவது, உணவைப் பறிப்பது, உணவு தரமறுப்பது தண்டனையாகக் கருதப்பட்டது. நோன்பிருத்தல், ருசிமிக்க உணவுகளை விலக்குதல், யாசித்து உணவு பெறுதல் முதலியன துறவிகளின் அடையாளமாகக் கருதப்பட்டன. நோயாளிகள், பிரசவித்த பெண்கள், தூரதேசம் போகிறவர்கள், குற்றவாளிகளுக்கு எனத் தனித்த உணவு வகைகள் வழங்கப்பட்டிருக்கின்றன. இந்திய உணவின் பண்பாடு அதன் சமூகக் கட்டமைப்புடன் பின்னிப்பிணைந்த ஒன்றாகும்.

சிந்துவெளிப் பகுதிகளில் வாழ்ந்த மக்கள் எந்த இனத்தைச் சேர்ந்தவர்கள் என்பது பற்றி உறுதியாக அறிந்துகொள்வதற்கான சான்றுகள் இன்றுவரை கிடைக்கவில்லை.

1922-ஆம் ஆண்டுவரை, வேத கால நாகரிகமே 'இந்தியாவின் தொல் பழங்கால நாகரிகம்' எனக் கூறப்பெற்று வந்தது. ஆனால், 1922-ஆம் ஆண்டு இந்தியத் தொல்லியல்

துறையினர் சிந்து மாநிலத்தில் மொகஞ்சதாரோ என்னும் இடத்தில் அகழ்வாராய்ச்சி நிகழ்த்தினர். அதன் வாயிலாக, புதையுண்டிருந்த நகரம் கண்டுபிடிக்கப்பட்டது.

அதேபோல் மேற்குப் பஞ்சாப் மாநிலத்தில், 'ஹரப்பா' என்னும் நகரம் புதைந்து கிடப்பதும் கண்டுபிடிக்கப்பட்டது. இப்புதையுண்ட நகரங்களைப் பற்றிய செய்திகளை ஜான் மார்ஷல், சர். மார்டிமர் வீலர் போன்ற தொல்லியல் அறிஞர்கள் தொடர் ஆய்வுகள் மேற்கொண்டு சிந்துசமவெளி நாகரிகம் பற்றிய உண்மைகளை உலகம் அறியச் செய்தனர். ஐராவதம் மகாதேவன், அஸ்கோ பர்போலோ போன்ற அறிஞர்கள் சிந்து சமவெளி பற்றிய அறியப்படாத உண்மைகளைத் தொடர்ந்து ஆய்வு செய்து வருகிறார்கள்.

சிந்துவெளியில் காணப்படும் வீடுகளில் தனி சமையல் அறை, படுக்கை அறை, குளியல் அறை முதலியன இடம் பெற்றிருந்தன. மொகஞ்சதாரோ, ஹரப்பா இரண்டிலும் மிகப்பெரிய தானிய சேமிப்புக் கூடங்கள் இருந்திருக்கின்றன, காற்றோட்டமான 27 தானிய சேமிப்புக் கிடங்குகள் மொகஞ்சதாரோவில் இருந்ததாகக் கூறுகிறார்கள்,

தானியங்களை ஏற்றிவந்த வண்டிகள் நேரடியாக சேமிப்புக் கூடங்களில் தானியங்களை கொட்டுவதற்கான மேடை போன்ற வசதிகளும் இருந்திருக்கின்றன. விளைச்சலின்போது தானியங்களை சேகரித்து வைத்துக்கொண்டு பின்னாளில் விநியோகம் செய்யும் முறை நடைமுறையில் இருந்திருக்கிறது. என்பது வியக்கத்தக்க ஒன்றே.

இது போலவே ஹரப்பா நாகரிகத்தின் கடைசி அத்தியாயமாகக் கருதப்படும் லோத்தல் துறைமுகத்திலும் தானிய சேமிப்புக் கிடங்குகளும் காப்பறைகளும் இருந்திருக்கின்றன. அளவில் மிகப் பெரியதாக இருந்த இந்தக் கிடங்குகள் தீப்பற்றி எரிந்து போன தன் மீதமான அடையாளங்களை ஆய்வாளர்கள் கண்டறிந்திருக்கிறார்கள்.

இதுபோலவே தானியங்களை அரைக்கும் கல்திருகைகள் மொகஞ்சதாரோவில் கண்டறியப்பட்டுள்ளன. லோத்தலில் தந்தூரி அடுப்பு போன்ற சுடு அடுப்புகள் காணப்படுகின்றன. கலிம்பாங் பகுதியில் உள்ள விளைநிலங்களை ஆராயும்போது

முதன்முதலாக இந்தியாவில் நிலத்தை உழுது விவசாயம் செய்திருப்பதை அறியமுடிகிறது.

மொகஞ்சதாரோவில், இன்று கிடைத்துள்ள சான்றுகளை வைத்துப்பார்க்கும்போது ஆடு, மாடு, மீன், கோழி, ஆமை, பறவை, ஆற்று நண்டு ஆகியவை உண்ணப்பட்டிருக்கின்றன.

கோதுமையும் பார்லியும் முக்கிய தானியங்களாக இருந்திருக்கின்றன, அரிசி லோத்தல் மற்றும் குஜராத்தின் சில இடங்களில் விளைவிக்கப்பட்டிருப்பதைக் காணமுடிகிறது. தினையும் சோளமும் குதிரைவாலியும் சில இடங்களில் விளைவிக்கப் பட்டிருக்கின்றன. பாசிப்பருப்பும் உளுந்தும் உணவுப் பொருள்களாக இருந்திருக்கின்றன. தாவர எண்ணெய்களும் மிருகங்களின் கொழுப்பில் இருந்து எடுக்கப்பட்ட எண்ணெய்களும் பயன்படுத்தப்பட்டிருக்கின்றன. பழங்களும் காய்கறிகளும் உணவில் அதிகம் சேர்க்கப்பட்டிருக்கின்றன. மொகஞ்சதாரோவில் நல்லெண்ணெய் மற்றும் கடுகு எண்ணெய்கள் பயன்படுத்தப்பட்டதாக உணவியல் அறிஞர் கே.டி. ஆசயா குறிப்பிடுகிறார்.

ஹரப்பாவில் மண் பாத்திரங்கள் சமைப்பதற்குப் பயன்படுத்தப் பட்டிருக்கின்றன. வசதியானவர்கள் உலோகப் பாத்திரங்களை பயன்படுத்தியிருக்கிறார்கள். அறுவடைக்கான விவசாயக் கருவிகள் சில அகழ்வாய்வில் கண்டறியப் பட்டுள்ளன. மொகஞ்சதாரோ, ஹரப்பாவுக்கு அந்நிய நாடுகளுடன் வணிகரீதியான உறவு இருந்த காரணத்தால் கிரேக்கம் மற்றும் மத்திய கிழக்கு நாடுகளில் இருந்தும் உணவுப் பொருட்கள் அறிமுகமாகியிருக்கின்றன. சுமேரியாவுக்கு இந்தியாவில் இருந்து எள் கொண்டுபோகப் பட்டிருக்கிறது.

பார்லி உலகில் ஐந்தாவது அதிகம் பயிரிடப்படும் தாவரமாகும். அதிக குளிர் தாங்கும் சக்தி இதற்கு உண்டு. நூறு கிராம் பார்லியில் 54.4 சதவிகிதம் நார்ச்சத்து உள்ளது. ரத்தத்தில் உள்ள கொழுப்பின் அளவைக் கட்டுப்பாட்டில் வைக்க இது உதவும். பார்லியில் உள்ள 'பீட்டா குளுகான்' எனும் நார்ப் பொருள், உடலில் உள்ள கெட்ட கொழுப்புகளைப் பித்த நீருடன் கலந்து, கழிவுப் பொருட்களுடன் சேர்த்து அகற்றிவிடுகிறது. இந்தியாவில் பார்லி இன்று வரை முக்கிய

உணவுப் பொருளாகவே இருந்து வருகிறது.

'ராகி' எனப்படும் கேழ்வரகின் தாயகம் உகாண்டா. ஆப்பிரிக்காவில் இருந்து மனித இடப்பெயர்வின்போது ராகியை இந்தியாவுக்குக் கொண்டுவந்திருக்கக் கூடும் என்கிறார்கள். கி.மு 1800–இல் ராகி இந்தியாவில் உணவு தானியமாக இருந்திருப்பதை அகழ்வாய்வுகள் நிரூபணம் செய்கின்றன.

மொகஞ்சதாரோவில் கிடைத்துள்ள எலும்புக்கூடுகளின் பற்களைப் பரிசோதனை செய்து பார்க்கும் போது ஆண்களைவிடப் பெண்கள் மிகக் குறைவாக உணவு உட்கொண்டிருக்கிறார்கள் என்பதைத் தெரிந்து கொள்ள முடிகிறது.

உணவுப் பண்பாடு என்ற கட்டுரையில் தமிழ் அறிஞர் அ.கா. பெருமாள் ஹரப்பா நாகரிக காலகட்ட உணவு வகைகள் பற்றித் தெளிவாக விளக்கிக் கூறியிருக்கிறார். இந்தியாவின் தொன்மையான ஹரப்பா நாகரிக காலத்திலிருந்தே உணவு பதப்படுத்தும் முறை ஆரம்பித்துவிட்டது. ஹரப்பா அகழாய்வில் களிமண் கருவிகளும் தானியங்களை அரைக்கும் கல் இயந்திரங்களும் அம்மி போன்ற அமைப்புடைய கல்கருவியும் கிடைத்துள்ளன. இந்தக் காலத்தில் மாதுளம்பழம் வழக்கத்தில் வந்துவிட்டது. ஆமை, மீன் போன்றவற்றையும் மாட்டிறைச்சியையும் உண்டிருக்கின்றனர். ஹரப்பாவின் ஆரம்பகால நாகரிகத்தை அடுத்த காலகட்டத்தில் பார்லி தானியம் பழக்கத்தில் வந்துவிட்டது. குஜராத்தில் நடந்த அகழ்வாராய்ச்சியில் கி.மு. 1000–த்தில் அரிசி பயன்பாட்டுக்கு வந்துவிட்டது.

கர்நாடகா பிரம்மபுரிப் பகுதியில் உணவு தயாரிப்பதற்குரிய கருவிகள் கிடைத்துள்ளன. கி.மு 2000 அளவில் நாகார்ஜுனா பகுதியில் பால் பதப்படுத்தப்பட்டு உண்டதையும் இறைச்சி சமைக்கப்பட்டு உண்டதையும் அகழாய்வு ஆராய்ச்சியாளர்கள் முடிவு செய்துள்ளனர்.

'ஆரம்ப காலத்தில் அரைகுறையாகச் சமைக்கப்பட்ட உணவுகள் ஊட்டச்சத்து மிக்கவை என்ற நம்பிக்கை இருந்தது. பிற்காலத்தி இதைக் குறிப்பதற்கான 'சிக்கா' என்ற சொல்லும்

முழுதும் சமைக்கப்பட்டது என்பதைக் குறிக்க 'பக்கா' என்ற சொல்லும் பயன்பட்டன' எனக் கூறுகிறார்.

தமிழர் உணவுப் பண்பாடு பற்றி கூறும் தமிழறிஞர் தொ. பரமசிவன், "சங்க இலக்கியத்தில் மிளகு, நெய், புளி, கீரை, இறைச்சி, கும்மாயம் பற்றிய உணவுக் குறிப்புகள் காணக் கிடைக்கின்றன. பக்தி இயக்கத்தின் எழுச்சியோடு தமிழர் உணவு வகையில் பெரிய மாற்றம் நிகழ்ந்திருக்கிறது. லட்டு, எள் உருண்டை, அப்பம் போன்றவற்றைப் பெரியாழ்வார் தம் பாடலில் குறிப்பிடுகிறார். சோழர் காலக் கல்வெட்டுக்களில் சர்க்கரைப் பொங்கல், பணியாரம் ஆகிய உணவு வகைகள் பேசப்படுகின்றன.

'காய்கறி' என்ற சொல் காய்களையும் மிளகையும் சேர்த்துக் குறிக்கும். அது வரை தமிழர் சமையலில் உறைப்புச் சுவைக்காகக் கறுப்பு மிளகினை மட்டுமே பயன்படுத்தி வந்தனர். இறைச்சி உணவுக்கு அதிகமாகக் கறியினைப் பயன்படுத்தியதால் இறைச்சியே 'கறி' எனப் பின்னர் வழங்கப்பட்டது.

நாயக்க மன்னர்களின் காலத்தில் அவர்களால் தமிழ்நாட்டுக்கு அழைத்து வரப்பட்ட இந்தி பேசும் மக்கள் புதிய இனிப்பு வகைகளை தமிழகத்துக்கு அறிமுகப்படுத்தினர். அதன் அடையாளமாகவே லாலா, மிட்டாய் என்ற சொற்களை காணமுடிகிறது" என்கிறார்.

அ. தட்சிணாமூர்த்தி தனது 'தமிழர் நாகரிகமும் பண்பாடும்' என்ற நூலில் 'பண்டைய தமிழரின் உணவு பற்றி விரிவாக எழுதியிருக்கிறார். பண்டைய தமிழகத்தில் ஊன் சோறு, கொழுஞ்சோறு, செஞ்சோறு, நெய்ச்சோறு, புளிச்சோறு, பாற்சோறு, வெண் சோறு என பலவிதமாக சோறு உண்ணப்பட்டிருக்கிறது.

நெல் அரிசி, வரகு அரிசி, தினை அரிசி, புல் அரிசி, மூங்கில் அரிசி ஆகியவை உணவுக்காகப் பயன்படுத்தப்பட்டன. உடும்புக்கறி, விறால் மீன் குழம்பு, கோழி இறைச்சி, பன்றி இறைச்சி, மாதுளங்காய், மிளகுப்பொடி, கறிவேப்பிலை பொரியல், ஊறுகாய் எனப் பலதரப்பட்ட உணவு வகைகள் இருந்ததை இலக்கிய சான்றுகளோடு அ. தட்சிணாமூர்த்தி விவரிக்கிறார்.

38

தமிழர்கள் என்ன சாப்பிட்டார்கள்?

மருத நிலத்தில், உலக்கையால் தீட்டிய வெண்ணெல் சோற்றினை, சுவையான நண்டுக்கறியுடன் பரிமாறி இருக்கிறார்கள். கைக்குத்தல் அரிசியால் சோறாக்கி வயல்களில் பிடித்த நண்டையும், பீர்க்கங்காயையும் சேர்த்துச் சமைப்பார்கள். வரகரிசிச் சோற்றை, அவரைப் பருப்புடன் கலந்து உழவர்கள் உண்டு வந்தனர்.

இதுபோலவே குறிஞ்சி நிலத்தில் சிவப்பரிசிச் சோறும் உடும்புக்கறிப் பொரியலும் உணவாக அளிக்கப் பட்டிருக்கின்றன. 'வெந்தது வேவிறைச்சி' என்றும், 'சுட்டது சூட்டிறைச்சி' என்றும் வழங்கப்பட்டது.

முல்லை நில மக்கள் வரகரிசிச் சோற்றுடன், பருப்பு கலந்து உண்டிருக்கிறார்கள். தினை அரிசிச் சோறும் பாலும் சேர்த்த பால்சோற்றினையும் சாப்பிட்டிருக் கிறார்கள்.

நெய்தலில் மீனும் நண்டும் சோறுடன் சாப்பிடப்பட்டது. சுட்ட கருவாடும், ஆமை இறைச்சியும் சமைப்பதும் உண்டு. பாலையில் மான்கறியும், உடும்பும், புளியும், பசுமோரும் சோற்றுடன் தருவார்கள்.

சம்பா அரிசியில் சமைத்த சோறுடன் வெண்ணெய்யில் மிளகுத்தூளும் கறிவேப்பிலையும் சேர்த்து வதக்கிய காய்கறிப் பொரியலையும், ஊறுகாயுடன் உண்டு மகிழலாம் என சங்க இலக்கியப் பாடல் தெரிவிக்கிறது.

அகநானூற்றில் கொள்ளும் பாலும் கலந்து வைத்த கஞ்சி பற்றிக் குறிப்பு வருகிறது. உளுத்தஞ்சோறு சங்க காலத்தில் மங்கல நிகழ்ச்சிகளில் பரிமாறப்பட்டது.

பெரும்பாணாற்றுப்படை ‘கும்மாயம்’ என்னும் பலகாரத்தைப் பற்றிக் கூறுகிறது. இது அவித்த பயறுடன் நாட்டுச் சர்க்கரை சேர்த்துத் தயாரிக்கப்படும் உணவாகும். இது போலவே மதுரைக் காஞ்சி, ‘மெல்லடை’ என்னும் அரிசி உணவைப் பற்றிக் கூறுகிறது. மேலும் இரவு நேரத்தில்கூட சிற்றுண்டிகள் விற்கும் கடைகள் மதுரை நகரில் இருந்தன என்பதையும் அறிந்துகொள்ள முடிகிறது.

தொல்காப்பியத்தில் வரும் ‘உணா’ என்ற சொல் உணவைக் குறிப்பதாகும். இது போலவே புகா, மிசை என்னும் சொற்களும் உணவைக் குறிக்கப் பயன்பட்டிருக்கின்றன என்கிறார். உணவைப் பகுத்துண்டு வாழ்வது பண்டையத் தமிழர்களின் அறமாக இருந்தது.

தொல்காப்பியர் ‘மெய் திரி வகையின் எண்வகை உணவில் செய்தியும் உரையார்’ என்று குறிப்பிடுகிறார். உணவை ஐவகை உணவாகக் கூறுவது ஒரு மரபு. உண்பன, தின்பன, கொறிப்பன, நக்குவன, பருகுவன என்று வகை பிரிக்கிறார்கள்.

ஒவ்வோர் இனத்துக்கும் அதன் நிலம் சார்ந்தே உணவுப் பழக்கவழக்கம் உருவாகிறது. குறிப்பாக வாழ்விடத்தின் சூழல், அங்கேயுள்ள இயற்கைவளம் மற்றும் உழைப்பு சார்ந்தே உணவு தேர்வு செய்யப்படுகிறது.

குளிர்ச்சி அல்லது சூடு இந்த இரண்டு அம்சங்களே உணவின் முக்கியக்கூறுகளாக உள்ளன. நாம் சூடான உணவையே எப்போதும் விரும்புகிறோம். ஆறிப் போய்விட்டால் உணவின் ருசி போய்விடுகிறது. உஷ்ணமாக நிலப்பரப்பில் வாழும் போதும் உணவு சூடாக இருக்க வேண்டும் என்றே நினைக்கிறோம். ஐரோப்பியர்களுக்கு சூடான உணவை

விடவும் குளிர்ந்த உணவு வகைகள் பிடித்தமானவை. நமக்குக் குளிர்ந்த உணவு என்பது பானங்கள் மட்டுமே.

சமைக்கும் முறை, பரிமாறுதல், உண்ணும் விதம் என ஒவ்வொரு சமூகக் குழுவுக்கும் தனித்துவங்களும் விருப்பங்களும் கட்டுப்பாடுகளும் உள்ளன.

தமிழ்ப் பண்பாட்டில் இருந்த சமையற்கலன்களைப்பற்றி 'நாட்டுப்புறத்தில் வீட்டுப் பயன்பாட்டுப் பொருட்கள்' என்ற கட்டுரையில் எழிலவன் நிறைய தகவல்களைத் தருகிறார்.

"கிராமங்களில் அடுக்குப் பானைகள் ஏறத்தாழ எல்லா வீடுகளிலும் இருந்தன. அடுக்குப் பானைகள் இல்லாவிட்டால் விருத்தியம்சம் வராது என்பது கிராம மக்களின் எண்ணம். தரையில் ஒரு வைக்கோல் பிரிமணையில் பெரிய அளவுள்ள பானையும் அடுத்து ஒன்றன் மேல் ஒன்றாக அளவில் சிறிய பானைகளும் அமைந்திருக்கும். பானைகள் விழுந்து விடாதிருக்க சுவரில் அணைத்தவாறு இருக்கும்.

ஒரு வரிசையில் ஏறக்குறைய எட்டு பானைகளாக 10 வரிசை வரை காணப்படும். இந்தப் பானைகளில் தானியங்கள், மளிகைச் சாமான்கள் ஆகியவை வைக்கப்பட்டிருக்கும். பானை வரிசையின் உச்சியில் சட்டிகளும், மூடியுடன் இடம் பெறுவதுண்டு. அடிக்கடி எடுக்கப்படும் பொருட்கள் மேல் பானை களிலும், எப்போதாவது எடுக்க வேண்டிய பொருட்கள் அடிப்பானைகளிலும் வைக்கப்பட்டிருக்கும்.

பானையிலுள்ள பொருட்களின் இருப்பை முட்டி விரலால் தட்டியே அறிந்து கொள்வர். அடுக்குப் பானைகளில் பானை, குடம், தோண்டி, கலயம், மொந்தை, மரவை என பலவகை உண்டு.

இதுபோலவே வரகு திரிக்கும் எந்திரம் 'வரவேந்திரம்' என்று அழைக்கப்படும். அடிப்பக்கம் தட்டையாகவும், மேல்பக்கம் உருளையாகவும் உள்ள அரை வட்ட வடிவப் பாறாங்கல் நடுவில் பெரியதுளையுடன், இருக்குமாறு அரைக்கப்படும். சாணமிட்டுச் சொரசொரப்பாக மெழுகிய மண்தரையில் ஒரு மரத்தாலான முளையடிக்கப்பட்டிருக்கும். பெரும்பாலும் வீட்டின் திண்ணையில் ஓர் ஓரத்தில் இது அமையும்.

மேற்குறிப்பிட்ட கருங்கல் உருளையைத் தரையிலுள்ள முளையில் சொருகி வரகினை ஒருகையால் அள்ளி நடுவிலுள்ள துளையில் போட்டபடி இன்னொரு கையால் எந்திரத்தைச் சுற்றுவர்.

இதற்கு ஏதுவாய் எந்திரக் கல்லின் கைப்பிடியாக ஒரு சிறிய முளை சாய்வாக அடிக்கப்பட்டிருக்கும். இப்போது வரகு தரையில் இறங்கிச் சுழற்சிக்குள்ளாகி மஞ்சள் நிறத்தில் கடுகு அளவில் அரிசியும் உமியுமாக நாலாப் பக்கங்களிலும் வெளியேறும். இன்றைக்கு இந்த இயந்திரங்கள் காணாமல் போய்விட்டன.

கிராமப்புறங்களில் ‘தாங்கல்’ என்று அழைக்கப்படும் சோறு ஆற வைக்கும் ஓலை உபகரணமும் ஒன்றிருந்தது. பனை ஓலை அல்லது ஈச்சம் ஓலையால் சுமார் 2 அடி நீளம், 2 அடி அகலம், அரை அடி உயரத்தில் சதுரமாகப் பின்னப்படும் தாங்கல் நவீன வாழ்வின் பாத்திரங்களால் தற்போது ஓரங்கட்டப்பட்டு விட்டன.

சம்பு குச்சிகளைத் துடைப்பம் மாதிரிக் கட்டி சோறு வடிப்பதற்குப் பயன்படுத்துவது நாட்டுப்புறத்தில் வழக்கமாக இருந்தது. உலோக அல்லது மண் வடிதட்டினால் நெல் சோறு மட்டும்தான் வடிக்க முடியும். வரகுச் சோறு வடிப்பதற்கென்றே ஆரம்பத்தில் பயன்பட்ட சம்பு, பின்பு அரிசிச் சோறு வடிக்கவும் பயன்படுத்தபட்டது.

கம்பு, கேழ்வரகு, முந்திரிக்கொட்டை இவற்றைப் பெரிய அளவில் சேமித்து வைக்கப் பயன்படும் தொம்பையினை ‘குதிர்’ என்றும் அழைப்பர். மண் தொம்பைகள், மரத்தொம்பைகள் என இருவகைத் தொம்பைகள் உண்டு. மண் தொம்பைகள் சேறு, வைக்கோல் ஆகியவற்றைக் கொண்டு வட்ட பலகைகளால் கோர்க்கப்பட்டுச் செவ்வக வடிவில், திறக்கும் வகையில் மூடியுடன் காட்சியளிக்கும்.

ஒரு தொம்பையில் 5 கிண்ணங்கள் முதல் 7 கிண்ணங்கள் வரை இருக்கும். ஒரு கிண்ணம் என்பது ஏறக்குறைய 1 1/2 அடி உயரம், ஆறு அடி நீளம், நான்கு அடி அகலம் கொண்டது. தொம்பை செய்வதைத் ‘தொம்பை கடாசுதல்’ என்று கூறுவர். ஒரு தொம்பையில் 25 மூட்டைகள் வரை தானியங்களைக்

கொட்டி வைக்க முடியும். அடிக் கிண்ணத்தின் நடுவில் சிறிய திறப்பொன்று இருக்கும். தேவைப்படும்போது அதன் வழியே தொம்பையிலுள்ளவற்றை வெளியே சரித்து எடுத்துக் கொள்வர்.

'வரவோடு' என்பது கழுத்துடன் பாதி உடைந்த நிலையிலுள்ள மண்பானையாகும். கொள்ளு, பயறு, உளுந்து, மணிலாக் கொட்டை, மிளகாய் ஆகியவற்றை எண்ணெயில்லாமல் வறுப்பதற்குப் பயன்படுகிறது. 'வறுக்கும் ஓடு' என்பதால் வரவோடு ஆயிற்று.

இதுபோலவே சாப்பிடப் பயன்படுத்தப்பட்ட வெண்கல கிண்ணி, திருவோடு வடிவில் உணவு உண்ணும் பாத்திரமாக இருந்தது. இன்று யாரும் வெண்கலக் கும்பாவில் சாப்பிடுவது இல்லை .

இதுபோல் தமிழர் உணவுப் பண்பாட்டிலிருந்த வீட்டு உபயோகப் பொருட்கள் பற்றி விரிவான ஆய்வுகள் மேற்கொள்ளப்பட்டால் நமது உணவுப் பண்பாட்டின் சிறப்பியல்புகளை அறிந்து கொள்ள முடியும்" என்கிறார் எழிலவன்.

பிரிட்டிஷ் வருகையின் முன்பு வரை இந்திய உணவுப் பண்பாட்டில் பல்வேறு கலப்புகள் நடந்துள்ள போதும் ஆதார அம்சங்கள் மாறாமலேதானிருந்தன. ஆனால், பிரிட்டிஷ் ஆட்சியில்தான் விவசாயம் என்பது முற்றிலும் வணிக உற்பத்தியாகக் கருதப்பட்டதுடன் விவசாயம் சார்ந்த அறங்கள், விழுமியங்கள் கைவிடப்படும் சூழ்நிலையும் உருவாக்கப்பட்டது.

செயற்கையாக பிரிட்டிஷ் உருவாக்கிய உணவுப் பஞ்சங்களும் அதன் விளைவுகளும் இந்திய உணவுப் பண்பாட்டு மாற்றத்துக்கான முக்கியக் காரணிகளாக மாறின.

சுதந்திரத்துக்குப் பிறகான 50 ஆண்டுகளில் உலகமயமாக்கம் இந்திய உணவுப் பண்பாட்டின் வேர்களை அசைத்துப் பிடுங்கியதுடன் முற்றிலும் பொருந்தாத ஒரு வணிகப் பண்பாட்டினை அறிமுகம் செய்துவேரூன்றவும் செய்துவிட்டது. அதன் அடுத்தகட்டமே இன்றைய பன்னாட்டு உணவகங்களும் அதன் துரித உணவுகளும்.

சமீபமாக இயற்கை விவசாயம் சார்ந்தும் இயற்கை உணவுகள் சார்ந்தும் புதிய விழிப்புணர்வு உருவாகி வருவது ஒருபுறம் சந்தோஷம் தந்தாலும் இதையும் தங்களின் வணிக நோக்கமாக மாற்றிக் கொள்ள பல பன்னாட்டு நிறுவனங்கள், முதலாளிகள், அவசர அவசரமாக ஆடம்பரமான இயற்கை உணவகங்கள், தானிய அங்காடிகள் திறப்பதும், போலியான இயற்கைதானியங்களை விற்பனை செய்வதும் கவலை அளிக்கவே செய்கிறது.

பள்ளிக்கல்வியிலே உணவுப் பண்பாடு பற்றியும் உணவின் வரலாறு பற்றியும் நாம் கற்றுக் கொடுக்கத் தவறிவிடுவதே இதுபோன்ற தொடரும் ஆபத்துக்கான முக்கியக் காரணம்.

நாம் செய்யவேண்டியது கல்விச் சூழலில் உணவு குறித்த விழிப்புணர்வை ஏற்படுத்த வேண்டும் என்பதே. அதற்கு ஊடகங்களும், கல்வியாளர்களும், ஆய்வாளர்களும், எழுத்தாளர்களும் துணை நிற்க வேண்டும்.

உணவுதானே என அலட்சியமாக நடந்து கொள்வோம் என்றால் அதன் விளைவு அடுத்த தலைமுறையினை 20 வயதுக்குள் நோயாளியாக முடக்கிவிடும் என்பதே நிஜம்.

39

உணவுப் பொய்கள்

உணவு குறித்து ஒவ்வொரு நாளும் புதிது புதிதாக அறிவுரைகள், ஆலோசனைகள், பயமுறுத்தும் எச்சரிக்கைகளை மக்கள் கேட்டுக் கொண்டிருக்கிறார்கள். இதில் எது உண்மை, எது பொய் என அவர்களால் வேறுபடுத்திக் காண முடியவில்லை.

'காலை எழுந்தவுடன் காபி குடிக்கக் கூடாது, வேண்டுமானால் க்ரீன் டீ குடியுங்கள்' என ஒருவர் ஆலோசனை சொல்கிறார். மற்றவர், 'க்ரீன் டீயை விடவும் 'சாமோமிலா' அல்லது 'கிரான்பெரி டீ' குடியுங்கள், அதுதான் நல்லது' என்கிறார்.

'இரண்டும் விலை அதிகம். ஆகவே, வெந்நீரில் தேன் கலந்து எலுமிச்சை சாறுவிட்டுக் குடியுங்கள், அதுதான் உடல் ஆரோக்கியத்துக்கு உகந்தது' என்கிறார் மூன்றாம் நபர்.

'இவற்றைவிடவும் அருகம்புல் சாறு, கேரட் சாறு குடியுங்கள், அது உடல் நலத்தை மேம்படுத்தும்' என்கிறார் மற்றவர். இவை எல்லாவற்றையும்விட 'நீராகாரம் தான் உடல் சூட்டை தணிக்கும்' என்கிறார்கள் கிராமவாசிகள். 'இளநீர் குடிப்பதுதான்

எல்லாவற்றிலும் சிறந்தது' என்கிறது ஒரு கூட்டம். 'அதிகாலை ஒரு லிட்டர் தண்ணீர் குடியுங்கள் அதுவே சிறந்தது' என்கிறது இன்னொரு தரப்பு.

இவை எல்லாம் பழைய பழக்கங்கள்... காலை எழுந்தவுடன் 'ஐஸ் காபி அல்லது கூல் ட்ரிங்ஸ்' குடிப்பதுதான் புத்துணர்வு தருகிறது என்கிறார்கள் இளைஞர்கள். இந்தக் குழப்பத்துக்குள் என்ன குடிப்பது என முடிவு செய்ய முடியாமல் கிடைப்பதைக் குடித்துக் கொண்டு அன்றைய நாளை சந்திக்கத் தயாராகிறார்கள் பெருமளவு மக்கள்.

இப்படியாக விடிந்தது முதல் இரவு உறங்குவது வரை நாள் முழுவதும் உணவு சார்ந்த பயமுறுத்துதல்கள் நம்மைக் குழப்பத்தில் ஆழ்த்துகின்றன. போன தலைமுறையில் இவ்வளவு உணவுச் சிக்கல்கள் உருவாகவில்லை.

உணவு குறித்து மட்டும் ஏன் இத்தனை இலவச ஆலோசனைகள், அறிவுரைகள், பொய்கள்... ஏன் இவற்றைக் கண்டு மக்கள் பயப்படுகிறார்கள்?

வீட்டு உணவைவிட ஹோட்டல் உணவுதான் ருசியானது என்ற எண்ணம் ஆழமாக வேரூன்றிவிட்டது. ஒரு நடுத்தர வர்க்க குடும்பம் முன்பு, வாரம் ஒருமுறை வெளியே சாப்பிடுவார்கள். இன்று சராசரியாக வாரம் நான்கு முறை வெளியே சென்று சாப்பிடுகிறார்கள். இதில் பன்னாட்டு உணவு நிறுவனங்கள் 'நாளைக்கு ஞாயிற்றுக்கிழமை ஆகவே வீட்டில் சமைக்க வேண்டாம், எங்கள் பீட்சாவை சாப்பிடுங்கள்' என்று குறுஞ்செய்தி வேறு அனுப்புகிறார்கள்.

முன்பு வீடுகளில் வயதானவர்கள் தங்கள் அனுபவத்திலிருந்து எதை எப்போது எப்படிச் சாப்பிட வேண்டும் என ஆலோசனை சொல்வார்கள். சில நேரம் மருத்துவர்கள் என்ன சாப்பிடலாம், எதைச் சாப்பிடக்கூடாது என அறிவுரை கூறுவார்கள்.

இன்று எல்லா ஊடகங்களிலும், விளம்பரங்களிலும் உணவு குறித்து விதவிதமான செய்திகள், எச்சரிக்கைகள், பொய்யான தகவல்கள் வெளியாகிக் கொண்டே இருக்கின்றன. ஏதேதோ விஷயங்களுக்குப் பொது நல வழக்குகள் தொடுக்கப்படுவது

போல் உணவுப் பொய்களைப் பரப்பும் விளம்பரங்கள் குறித்துப் பொது நல வழக்குகள் தொடுக்கப்படுகிறதா எனத் தெரியவில்லை.

இந்தப் பொய்களை உருவாக்குவதில் தொலைக்காட்சி விளம்பரங்களே முதலிடம் பெறுகின்றன. மக்கள் அறியாமையை முதலீடாக்கி பொய்களை விற்கிறார்கள். இப்படி ஏமாந்து போகிறவர்களில் பெருமளவு படித்தவர்கள் என்பதுதான் கசப்பான உண்மை.

பிரிட்டிஷ் பிரதமராக இருந்த பெஞ்சமின் டிஸ்ரேலி ஒரு முறை சொன்னார்: "மூன்றுவிதப் பொய்கள் இருக்கின்றன. ஒன்று சாதாரணப் பொய். அடுத்தது அண்டப்புளுகு. மூன்றாவது புள்ளிவிவரம்."

உணவுப் பொருட்களை விளம்பரப்படுத்தும் போது அவர்கள் தரும் புள்ளிவிவரங்கள்தான் பொய்களின் உச்சம். இந்தப் பொய்களை யாராவது என்றாவது ஆராய்ந்து சரி பார்த்திருக்கிறார்களா என்ன?

எங்கிருந்து இந்தப் பொய்கள் உற்பத்தியாகின்றன? பாரம்பர்யமாக நாம் உட்கொள்ளும் உணவுகளை இப்படிப் பொய் சொல்லி ஏமாற்ற முடியாது. ஆனால், வெளிநாட்டு உணவு வகைகளைப் பொறுத்தவரை அதன் விற்பனையை அதிகரிக்கப் பொய்களை அள்ளிவிடுகிறார்கள். அறிவியல் சொற்களைப் பயன்படுத்தி எதைச் சொன்னாலும் மக்கள் எளிதாக நம்பிவிடுவதுதான் இந்தப் பொய்களின் அடிப்படை,

'அமெரிக்காவின் பிரபலமான 10 உணவுப் பொய்கள்' என்ற பட்டியல் ஒன்றை இணையத்தில் வாசித்தேன்.

அவை ...

1. 'லோ கலோரி' என்ற பெயரில் விற்கப்படுகிற உணவில் கொழுப்பு நீக்கப்படுகிறது. ஆனால், சுவைக்காக ரசாயனப் பொருட்கள், சுவையூட்டிகள், அதிக இனிப்புச் சேர்க்கப்படுகிறது. இது உடலுக்குக் கெடுதல் தரக்கூடியது.

2. மல்டிகிரைன் அல்லது ஹோல்கிரைன் என விளம்பரப் படுத்தப்படுவதில் உண்மை இல்லை.

3. 'ஃப்ரூட் ஃபிளேவர்டு' எனக் கூறப்படுகிற குளிர்பானங்கள் நிஜமான பழச்சாறுகள் இல்லை. அவை சர்க்கரையும் பழத்தின் சுவையைப் போலவே ருசி தரும் ரசாயனங்களும் கொண்டவை.

4. 'ஜீரோ கலோரி' எனப்படும் குளிர் பானங்களில் செயற்கை சுவையூட்டிகள், சர்க்கரை சேர்க்கப்படுகின்றன.

5. சாக்லெட் சாப்பிட்டால் பாலுணர்வு தூண்டப்படும் என்பது ஒரு கற்பிதம்.

6. இயற்கையான தேன் என விற்கப்படுவதில் பாதிக்கும் மேல் செயற்கையாகத் தயாரிக்கப்படுகிறது, ஆனால், விளம்பரங்களில் அது சுட்டிக்காட்டப்படுவது இல்லை.

7. "ஊட்டசக்தி தரும் பானம் குடித்தால் ஞாபகசக்தி வளரும்" என விளம்பரம் சொல்வது பொய்.

8. விட்டமின்கள் அதிகம் எனக் கூறி விளம்பரப்படுத்தப்படும் உணவுப்பொருட்களில் அவை செயற்கையான ரசாயனப் பொருட்கள் என்பது மறைக்கப்படுகிறது.

9. இதயத்துக்கு வலுவூட்டக்கூடியது என விளம்பரப்படுத்தும் எண்ணெய்கள் உடல்நலத்துக்கு உகந்தவை இல்லை.

10. மருத்துவர்களால் பரிந்துரை செய்யப்படுகிறது எனக் கூறப்படும் உணவு விளம்பரங்களில் எந்த மருத்துவர், என்ன காரணத்துக்காக அதைப் பரிந்துரை செய்தார்? அதைப் பற்றி உண்மைகள் வெளியிடப்படுவது இல்லை.

இவை எளிமையான விளம்பர தந்திரங்கள் என்கிறது அந்த அறிக்கை.

ஆனால், இந்தியாவில் இதுபோல நூறாயிரம் பொய்கள் உலவுகின்றன. அவற்றை யார் எப்படி அடையாளப்படுத்துவது, விழிப்புணர்வு ஏற்படுத்துவது?

இந்திய ஊடகங்களில் மூன்று வகையான உணவுப் பொய்கள் உலவுகின்றன. ஒன்று குழந்தைகளையும் இளைஞர்களையும்

கவர்ந்து இழுப்பதற்காகச் சொல்லப்படும் பொய்கள். இவைதான் சாக்லெட் விளம்பரங்கள், நூடுல்ஸ், பீட்சா விளம்பரங்களில் பயன்படுத்தப்படுகின்றன.

சமீபமாக வெளியாகும் சாக்லெட் விளம்பரங்களைப் பாருங்கள். இதில் குழந்தைகளைவிடவும் இளம்பெண்கள் சாக்லெட் சாப்பிடுவதையே முதன்மைப்படுத்துகிறார்கள். ஏன் இளைஞர்களை நோக்கி சாக்லெட் நிறுவனங்கள் குறி வைக்கின்றன என்றால் பள்ளிகளிலும் கல்வி நிறுவனங்களிலும் தொடர்ச்சியாக மாணவர்கள் சாக்லெட் சாப்பிடக் கூடாது எனக் கட்டுப்பாடு விதிக்கப்பட்டிருப்பதும், குழந்தைகளின் ஆரோக்கியம் குறித்து மருத்துவர்கள் கூறும் அறிவுரையாலும் சிறார்கள் சாக்லெட் சாப்பிடுவது குறைந்திருப்பதும்தான்.

சாக்லெட்டை அறிமுகம் செய்தவர்கள் மாயன் இனமக்கள். அவர்கள் கோகோ மரம் சொர்க்கத்திலிருந்து பூமிக்குக் கொண்டுவரப்பட்டது என நம்பினார்கள். கோகோ கொட்டைகளை வெந்நீரில் போட்டுக் காய்ச்சிக் குடிப்பதை வழக்கமாகக் கொண்டிருந்தார்கள். அந்தப் பானத்துக்கு 'ஸோக்கால்டல்' என்று பெயர். அதன் அர்த்தம் 'கசப்பான பானம்' என்பதாகும். அதிலிருந்தே சாக்லெட்' என்ற பெயர் உருவானது.

மாயன்கள் காலத்தில் கோகோ மிக முக்கியமான வணிகப் பண்டம். அதைப் பண்டமாற்றாகப் பயன்படுத்தினார்கள். 1502-ம் ஆண்டு கொலம்பஸ் தனது கடல் பயணத்தின்போது மாயன்களிடமிருந்து கிடைத்த கோகோ கொட்டைகளை ஸ்பெயின் மன்னருக்குப் பரிசாகக் கொண்டு போய்த் தந்திருக்கிறார். ஆனால், 'ஹெர்னாந்தோ கோர்ட்டெஸ்' என்ற கடலோடியே கோகோவை ஸ்பானிய உலகில் அறிமுகப்படுத்திப் புகழ்பெறச் செய்தவர்.

அதன்பிறகே கோகோ வணிகப் பொருளாக மாறியது. 1674-இல்தான் கோகோ சாப்பிடும் விதமாக, சாக்லெட் வடிவமாக உருவாக்கப்பட்டது. 'ஜோசப் ரே' என்ற ஆங்கிலேயர் சாக்லெட்டின் முதல் வடிவை உருவாக்கினார். கோகோ, சர்க்கரை, வெண்ணெய் மூன்றையும் சேர்த்து பல்வேறு வடிவங்களில் சாப்பிடும் சாக்லெட்டுகளாக மாற்றினார்.

1861–இல் ரிச்சர்ட் காட்பரி சாக்லெட் விற்கும் கடையைத் தொடங்கினார். அது மிகுந்த வரவேற்பு பெற்றது. அதைத் தொடர்ந்தே சாக்லெட் ஃபேக்டரிகள் உலகெங்கும் உருவாகின. 1879–இல் டேனியல் பீட்டர் பால் கலந்த சாக்லெட்டை உருவாக்கினார். அதுவே 'மில்க் சாக்லெட்' எனப் புகழ் பெற்றது.

பெரும்பாலான நாடுகளில் செப்டம்பர் 4–ம் தேதி உலக சாக்லெட் தினம் கடைப்பிடிக்கப்படுகிறது. உலகம் முழுவதிலும் 30 லட்சம் டன் சாக்லெட்டுகள் ஆண்டுதோறும் விற்பனையாகின்றன.

சாக்லெட் தயாரிப்புக்குத் தேவையான கோகோ உற்பத்தி செய்யும் தோட்டங்களில் ஆப்பிரிக்கக் குழந்தைகள் கடத்தப்பட்டு வேலையில் அமர்த்தப்படுகின்றனர்.

18 லட்சத்துக்கும் மேற்பட்ட குழந்தைத் தொழிலாளர்கள் கோகோ தோட்டங்களில் உழைக்கிறார்கள். குறிப்பாக மேற்கு ஆப்பிரிக்காவின் ஐவரி கோஸ்ட்டுக்கு மாலியில் இருந்து குழந்தைகள் கடத்தப்பட்டுக் கொத்தடிமைகளாக வேலை பார்க்க அனுப்பி வைக்கப்படுவதை 'தி டார்க் சைடு ஆஃப் சாக்லெட்' என்ற ஆவணப்படம் விவரிக்கிறது. இப்படி சாக்லெட்டின் பின்பாகக் கசக்கும் உண்மைகள் பல புதையுண்டு இருக்கின்றன.

இவ்வாறு விளம்பரங்களின் வழியே கூறப்படும் பொய்கள் ஒருவிதம் என்றால், மறுபக்கம் டாக்டர்களே பரிந்துரைப்பது என்ற பெயரில் அறிமுகப்படுத்தப்படும் உணவுப் பொருட்கள். இந்த டாக்டர் யார், எதன் அடிப்படையில் அவர் பரிந்துரை செய்கிறார், அவர் சொல்வது உண்மை என்பதற்கு என்ன ஆதாரம் என ஒருவரும் கேட்பதே இல்லை. உண்மையில் இவை 'மருத்துவத்தின் பெயரால் நடைபெறும் மோசடிகள்' என்றே சொல்ல வேண்டும்.

மூன்றாவது விதமான பொய்கள், ஒமேகா3, லோ கலோரி, டயட் ஃப்ரீ, பேட் கொலஸ்ட்ரால் எனப் புதிய புதிய அறிவியல் சொற்களைக்கொண்டு புள்ளிவிவரங்களை அள்ளி வீசி சொல்லப்படும் உணவு நிறுவனங்களின் விளம்பரங்கள்.

உணவு மாற்றத்தால் மூன்று முக்கிய விளைவுகள் நம்மிடையே உருவாகியுள்ளன. ஒன்று, உடல் எடை அதிகரிப்பு, அதனால் உருவாகும் பாதிப்புகள். இரண்டு மாரடைப்பு, உயர் ரத்த அழுத்தம், சிறுநீரகப் பாதிப்பு, நீரிழிவு போன்ற நோய்கள் உருவாகக் காரணமாக உள்ள உணவுப் பழக்க வழக்கம். மூன்றாவது உணவு குறித்த குழப்பங்கள், பயங்கள் எச்சரிக்கை மூலமாக உருவாகும் மனப் பாதிப்புகள்.

40

டால்ஸ்டாய் சொன்ன கதை

உணவு வணிகர்கள், சந்தையைக் கைப்பற்ற எந்தவிதமான கீழான வழிமுறைகளையும் கடைபிடிக்கத் தயங்குவதே இல்லை. ஒவ்வொரு தேர்தலின்போதும் இந்த உணவுப் பொருள் வணிகர்கள் கட்சி பேதமின்றிப் பலருக்கும் நிதியை வாரி வழங்குகிறார்கள். அதன் பிரதிபலனாக அவர்களுக்கு சந்தை திறந்துவிடப்படுகிறது, அவர்கள் கொள்ளை லாபம் அடைய எந்த எதிர்ப்புமற்றுப் போகிறது.

இந்தியாவில் 11–16 வயது நிரம்பியவர்களின் உடல் எடை ஆண்டுக்கு ஆண்டு அதிகமாகி வருவதாக மருத்துவ அறிக்கை தெரிவிக்கிறது. இதற்கு அந்த அறிக்கைக் கூறும் முக்கியக் காரணம், "ஊடகங்களில் வெளியாகும் விளம்பரங்கள் மற்றும் முறையற்ற உணவுப் பழக்கம். குறிப்பாகக் குழந்தைகளின் சரிவிகித உணவு குறித்துப் பெற்றோர்களிடம் எந்தவிதமான அக்கறையும் காணப்படவில்லை" என்கிறது இந்த அறிக்கை.

அத்துடன் தனிமையில் ஒற்றைக் குழந்தையாக வளரும் பிள்ளைகளே அதிக எடை போட்டுவிடுகிறார்கள். காரணம், தனது பாதுகாப்பற்ற உணர்வை போக்கிக்

கொள்ள அவர்கள் உணவில் அதிக நாட்டம் கொள்கிறார்கள் என்கிறார்கள். உணவுப் பண்பாடு மிக வேகமாக உருமாறுவதற்கு மிக முக்கியக் காரணமாக இருந்தவை புதிதாக அறிமுகமான சமையற்கருவிகளும் கெட்டுப்போகாமல் உணவைப் பாதுகாக்கும் குளிர்சாதனப்பெட்டியும். இவை அடுப்படிக்குள் மூச்சுமுட்ட வேலை செய்த பெண்களுக்கு உதவி செய்வதற்காக உருவாக்கப்பட்டவை எனப் பாராட்ட வேண்டிய அதே சூழலில் இந்தக் கருவிகளின் வருகை உணவை சந்தைப்படுத்துவதிலும், விற்பனைப் பொருளாக மட்டுமே மாற்றியதிலும் முக்கியப் பங்கை வகித்திருக்கின்றன.

குறிப்பாக, அந்தக் காலங்களில் பெண்கள் விடிய விடிய ஆட்டு உரல்களில் இடுப்பு ஒடிய இட்லிக்கு மாவு அரைத்துக் கொண்டிருந்தார்கள். அதற்கு மாற்றாகக் கிரைண்டர்களின் வருகை இருந்தது. அம்மியில் இழுத்து அரைத்து மசாலா அரைக்க வேண்டிய வேலையையும் உலக்கையில் இடித்துப் பொடிக்க வேண்டிய மசாலாப் பொருட்களையும் மிக்ஸி எளிதாக மாற்றியது. கூடவே, குளிர்சாதனப்பெட்டி வந்து விடவே தோசை மாவு ஒரு வாரத்துக்குக் கெட்டுப் போகாமல் பாதுகாக்கப்பட நேர்ந்தது.

இதுபோலவே குக்கரின் வருகை, சாதத்தை வடித்துச் சமைக்க வேண்டிய முறையை மாற்றியது. இதனால் வடிகஞ்சி என்ற ஒன்றே இல்லாமல் போனது. அதன் ருசி இன்றைய தலைமுறை அறியாதது.

நான்ஸ்டிக் ஓவன், எலக்ட்ரிக் குக்கர், மைக்ரோ ஓவன், காபி மேக்கர், சாண்ட்விட்ச் மேக்கர் எனப் புதிது புதிதாக அறிமுகமான சமையல் கருவிகள் சமைப்பதற்கு உறுதுணை செய்வதற்காகவே உருவாக்கப்பட்டன. ஆனால், இது சமைப்பதை எளிதாக்கியதோடு துரித உணவு வகைகளின் பரவலுக்குக் காரணமாகவும் உருமாறின.

'தமிழர் நாகரிகம்' என்ற நடனகாசிநாதன் தொகுத்த நூலில் தமிழர்களின் மரபான அடுகலன்களும் பரிகலன்களும் பற்றி ஓர் அற்புதமான கட்டுரை வெளியாகியுள்ளது. முனைவர் வேதாசலமும் நாக. கணேசனும் கருணானந்தமும் இணைந்து

இந்தத் தகவல்களைத் தொகுத்திருக்கிறார்கள். அதை வாசிக்கும்போது அரிவாணம், ஒட்டுட்டி, கடையால், காரகம், முழிசி, சட்டுவம், கோரம், தவ்வி, தூங்கல், மந்திநி, மிடா, மூழை, வட்டு இலைத்தட்டு எனப் பல்வேறு உணவுக்கலன்கள் தமிழகத்தில் இருந்திருக்கின்றன.

குறிப்பாக சங்க காலத்தில் மண்கலன்களையே மக்கள் அதிகம் பயன்படுத்தியிருக்கிறார்கள். உட்புறம் கறுப்பாகவும் வெளிப்புறம் சிவப்பாகவும் உள்ள கலன்களே அதிகம் பயன்படுத்தப்பட்டிருக்கின்றன. இதுபோலவே ரோமானிய நாட்டிலிருந்து கொண்டுவரப்பட்ட அரிடைன், ரௌலட்டட் ஆம் போரா போன்ற உயர் வகை அடுகலன்களும் தமிழ்நாட்டில் பயன்படுத்தப்பட்டிருக்கின்றன. இதுபோலவே சீன பீங்கான் கலயங்களும் அடுமனைப் பொருட்களும் தமிழகத்தில் பயன்படுத்தப்பட்டிருக்கின்றன.

இன்றும்கூடச் சில உணவகங்களில் 'மண்பானைச் சமையல்' என விளம்பரம் செய்கிறார்கள். மண்பானையில் சமைக்கப்படும் உணவின் ருசி அலாதியானது. குறிப்பாக மண் சட்டிகளில் வைக்கப்படும் குழம்பு அதிக ருசி கொண்டிருக்கும். அலுமினிய பாத்திரங்களின் வருகை சமையலில் முக்கிய மாற்றத்தைத் தோற்றுவித்தது. இன்று அதன் அடுத்த நிலை 'நான்ஸ்டிக்' எனப்படும் ஒட்டாத, கரிப்பிடிக்காத பாத்திரங்கள், டெஃப்லான் கோட்டிங் செய்யப்பட்ட பாத்திரங்கள் என நவீன சமையல் கருவிகளின் வருகை, புதிய வணிகச் சந்தையை உருவாக்கியதோடு மரபாகக் கடைபிடிக்கப்பட்ட சமையல் முறைகளையும் மாற்றியமைத்திருக்கிறது.

உணவு விற்பனையில் இன்று காணாமல் போயிருக்கும் முக்கிய அம்சம் அக்கறையும் அறமும்தான். உணவை விற்பவர்கள் அதிக அளவில் லாபம் ஈட்ட வேண்டும் என்பதற்காக அதைப் புசிப்பவன் உடலைக் கெடுக்கிறோம் என அறிந்தே செய்வது மன்னிக்க முடியாத தவறு.

உணவில் மாற்றம் கொண்டுவர வேண்டியதற்கு வாழ்க்கை முறையை மாற்றிக்கொள்ள வேண்டியதே முதற்படி. மன அழுத்தமும், வேற்றுமையும் மிதமிஞ்சிய சுயநலமும் கொண்ட இன்றைய வாழ்க்கை முறையிலிருந்து நாம் விடுபட

வேண்டும். அத்தோடு பாரம்பரியமாக நாம் உட்கொண்டுவந்த சிறுதானியங்கள், கீரைகள், பழங்கள் போன்றவற்றை அதிகம் உணவில் சேர்த்துக்கொள்ள வேண்டும்.

தினையரிசிப் பொங்கல், கேழ்வரகு இட்லி, வெந்தயகளி, சோள தோசை, கைக்குத்தல் அரிசி சாதம், வரகரிசி உப்புமா, உளுந்தங்களி, உளுந்தஞ் சோறு, எள்ளுத் துவையல், பனங்கருப்பட்டி, நாட்டு வாழைப்பழம், பனங்கிழங்கு... என நாம் தேர்வு செய்து சாப்பிடத் தொடங்கினால் உடல்நலம் பெறுவதுடன் நமது விவசாயமும் புத்துணர்வு பெறும்.

தமிழகத்தின் மாறி வரும் உணவுப் பண்பாட்டினை பற்றி நினைக்கும்போது ரஷ்ய எழுத்தாளர் லியோ டால்ஸ்டாயின் குறுங்கதை ஒன்று நினைவுக்கு வருகிறது.

ஒருநாள் குழந்தைகள் வீதியில் விளையாடிக் கொண்டிருந்த போது அதிசயமான தானியம் ஒன்றைக் கண்டெடுத்தனர். கோழி முட்டை அளவில் இருந்த அந்தத் தானியம் மன்னரிடம் கொண்டுபோய்ச் சேர்க்கப்பட்டது. அரசர், இது என்ன தானியம் எனக் கேட்டபோது ஒருவருக்கும் தெரியவில்லை.

இதைப் பற்றி நாட்டிலுள்ள வயதான விவசாயியாரிடமாவது விசாரிக்குமாறு மன்னர் கட்டளையிட்டார்.

உடனே, ஒரு வயதான விவசாயியை அரண்மனைக்கு அழைத்து வந்தார்கள். அவர் தள்ளாடியபடியே நடந்துவந்தார். கண்பார்வையும் சற்று மங்கியிருந்தது. அவர் தானியத்தைத் தொட்டுப் பார்த்துவிட்டு இதை நான் பயிரிடவில்லை, எனது தந்தையைக் கேட்டால் ஒருவேளை தெரியக்கூடும் என்றார்.

உடனே வீட்டிலிருந்த அவரது தந்தை அழைத்து வரப்பட்டார். அவருக்கு உடல் தள்ளாடவில்லை. ஆனால், கால் தாங்கித் தாங்கி நடந்து வந்தார். அவர் தன்னிடம் காட்டப்பட்ட தானியத்தை உற்றுப் பார்த்துவிட்டு, "இது எங்கள் காலத்தில் விளைவிக்கப்பட்டது அல்ல. ஒருவேளை எனது தந்தையிடம் விசாரித்தால் தெரியும்" எனச் சொன்னார்.

உடனடியாக அவரது தந்தையும் அரண்மனைக்கு வரவழைக்கப்

பட்டார். அவர் நல்ல திடகாத்திரத்துடன் எந்தக் குறையுமின்றி ஒளிரும் கண்களுடன் உறுதியான கைகால்களுடன் மிடுக்காக நடந்து வந்து தானியத்தைப் பார்த்துவிட்டு ‘இது எங்கள் காலத்தில் விளைந்த கோதுமை’ எனச் சந்தோஷமாகச் சொன்னார்.

அரசர் வியப்போடு அவரிடம், ‘ஐயா தங்களது மகனும் பேரனும் இப்படித் தள்ளாடிய உடல் நிலையில், பார்வையிழந்து, நடக்க முடியாதவர்களாக இருக்கும்போது நீங்கள் மட்டும் எப்படி உறுதியான உடலுடன், சந்தோஷமான முகத்துடன் இருக்கிறீர்கள்?’ எனக் கேட்டார்.

அதற்கு அந்த முதியவர், “எங்கள் காலத்தில் சக மனிதர்களை நேசித்தோம். போட்டி பொறாமை இல்லை. அனைவரிடமும் உண்மையான அன்பு பாராட்டினோம். இயற்கையோடு இணைந்து வாழ்ந்தோம். இயற்கை எங்களுக்கு உதவியது. கடுமையாக உழைத்தோம். வாழ்க்கையைக் கொண்டாடி ரசித்து வாழ்ந்தோம். ஆனால், இன்றைக்கு உழைப்பதில் யாருக்கும் ஆர்வமில்லை. அடுத்தவர் சொத்தை அடைய முயற்சிக்கிறார்கள். சுயநலம் பெருகிவிட்டது. அதுதான் இந்த வீழ்ச்சிக்கு முக்கியக் காரணம்” என்றார் முதியவர்.

என்றோ டால்ஸ்டாய் சொன்ன ரஷ்யக் கதை தமிழ்ச் சமூகத்தின் இன்றைய நிலைக்கு அப்படியே பொருந்துவதாக உள்ளது. நாம் வளமான நமது விவசாய நிலங்களை இழந்து வருகிறோம். செழித்து விளைந்த நவதானியங்கள், காய்கறிகள், பழங்கள் கீரைகள் அத்தனையையும் கைவிட்டுவிட்டு பிளாஸ்டிக் பாக்கெட்டுகளிலும் டின்களிலும் அடைத்த உணவுகளை, ரசாயனம் கலந்த தானியங்களை வாங்கி உண்ணும் நிலைக்கு வந்திருக்கிறோம்.

தமிழகத்துக்கு என இருந்த தனித்தன்மையான உணவு வகைகள் கைவிடப்பட்டுவிட்டன. உலகெங்கும் ஒரே உணவு என்பது சந்தையை உருவாக்கும் சூழ்ச்சி. அது வேகமாக நம்மிடையே பரவிவருகிறது.

நமது பாரம்பரியம், உணவை மருந்தாகக் கொண்டிருந்தது. இன்று உணவின் பன்முகத் தன்மை வணிகர்களால் திட்ட மிட்டு அழிக்கப்படுவதோடு நமக்கான உணவு உற்பத்தியைத்

தடுத்து நிறுத்தி, அயல்நாடுகளில் நம்மைக் கையேந்த வைப்பதும் நடந்து வருகிறது.

துப்பாக்கிகள், பீரங்கிகளை வைத்துக்கொண்டு ஒரு நாட்டை கைப்பற்றுவதை விடவும் உணவு சந்தையைக் கைப்பற்றுவதன் வழியே ஒரு நாட்டை எளிதாக அடிமைப்படுத்தி விடலாம். இன்று இந்திய உணவுச் சந்தையிலும் அதுதான் நண்பர்களே நடந்துவருகிறது.

உணவு குறித்த விழிப்பு ணர்வு ஆரோக்கியத்துக்கான வழிகாட்டுதல் என்ற முறையிலும் அரசியல் ரீதியாக முக்கியமானது என்பதாலும் அதில் நாம் அதிகக் கவனம் கொள்ள வேண்டியிருக்கிறது.

நண்பர்களே, இன்று இந்தியாவெங்கும் நடப்பது உணவு அரசியல். இது பன்னாட்டு வணிகத்தின் சூழ்ச்சி, மோசடியான வலைப்பின்னல், இன்று உணவு வெறும் சாப்பாட்டு விஷயமில்லை. அது மாபெரும் சந்தை. கோடி கோடியாகப் பணம் புரளும் பன்னாட்டு விற்பனைக்களம்.

நாம் என்ன சாப்பிட வேண்டும் என்பதை வணிக நிறுவனங்கள் தீர்மானிக்கின்றன. நமது ஆரோக்கியத்தை உறிஞ்சி யாரோ கொள்ளை லாபம் அடிக்கிறார்கள். இதிலிருந்து நாம் விழித்துக்கொள்ளத் தவறினால் எதிர்காலம் நோயாளிகளின் தேசமாக மாறிவிடும் என்பது கவலைக்குரிய நிஜம்.

உதவிய நூல்கள்

1. Indian Food & K.T. Acharya
2. Food Politics & Marion Nestle
3. Your Food and You & K.T. Acharya
4. Food in History & Reay Tannahill
5. An Edible History of Humanity & Tom Standage
6. Encyclopedia of Junk Food
7. The Omnivore's Dilemma & Michael Pollan
8. Swindled: The Dark History of Food & Bee Wilson
9. The Slow Food Story & Geoff Andrews
10. Meals to Come & Warren Belasco
11. Food Rules & Michael Pollan
12. Food in World History & Jeffrey Pilcher
13. Oils and Fats in the Food Industry & Frank Gunstone
14. Bite Me & Fabio Parasecoli
15. Why Is Milk White? & Alexa Coelho
16. The Social Life of Coffee & Brian Cowen
17. The New Complete Book of Food & Carol Ann Rinzler
18. The End of Overeating & David Kessler
19. The Changing Chicken & Jane Dixon

20. The Botany of Desire & Michael Pollan
21. Safe Food & Marion Nestle
22. What to Eat? & Marion Nestle
23. Food in Medieval Times & Melitta Weiss Adamson
24. Consider the Fork: A History of How We Cook and Eat & Bee Wilson
25. Fifty Foods that changed the Course of History & Bill Price
26. Tea: The Drink that Changed the World & John Griffiths
27. Piza: A Global History & Carol Helstosky
28. Feasts and Fasts: A History of Food in India & Colleen Taylor Sen
29. Food as Medicine & Dharma Singh Khalsa
30. Food and Culture & Pamela Goyan Kittler
31. Food is Love: Advertising and Gender Roles & Katherine J. Parkin
32. Salt, Sugar, Fat: How the Food Giants Hooked Us & Michael Moss

33. தமிழர் உணவு – பக்தவத்சல பாரதி, காலச்சுவடு பதிப்பகம்

34. அறியப்படாத தமிழகம் – தொ.பரமசிவம்.

35. பதார்த்த குண சிந்தாமணி – தேரையர், சரஸ்வதி மகால் வெளியீடு.

தேசாந்திரி பதிப்பகம்

உபபாண்டவம்	ரூ.375
நெடுங்குருதி	525
யாமம்	400
துயில்	525
சஞ்சாரம்	340
இடக்கை	375
பதின்	235
கடவுளின் நாக்கு	350
உலக இலக்கியப் பேருரைகள்	325
எழுத்தே வாழ்க்கை	175
பதினெட்டாம் நூற்றாண்டின் மழை	230
தாவரங்களின் உரையாடல்	150
வெயிலைக் கொண்டு வாருங்கள்	140
விழித்திருப்பவனின் இரவு	225
காற்றில் யாரோ நடக்கிறார்கள்	325
கோடுகள் இல்லாத வரைபடம்	75
மலைகள் சப்தமிடுவதில்லை	250
வாசகபர்வம்	210
காண் என்றது இயற்கை	115
செகாவின் மீது பனி பெய்கிறது	150
கூழாங்கற்கள் பாடுகின்றன	75
எனதருமை டால்ஸ்டாய்	100

ரயிலேறிய கிராமம்	150
உலகை வாசிப்போம்	200
நாவலெனும் சிம்பொனி	140
இலக்கற்ற பயணி	175
செகாவ் வாழ்கிறார்	150
தனிமையின் வீட்டிற்கு நூறு ஜன்னல்கள்	150
காட்சிகளுக்கு அப்பால்	75
கால் முளைத்த கதைகள்	100
எலியின் பாஸ்வேர்டு	35
சிரிக்கும் வகுப்பறை	110
விலங்குகள் பொய் சொல்வதில்லை	225
கதாவிலாசம்	380
தேசாந்திரி	275
துணையெழுத்து	350
எனது இந்தியா	650
மறைக்கபட்ட இந்தியா	375
நிமித்தம்	450
நம் காலத்து நாவல்கள்	350
எஸ்.ராமகிருஷ்ணன் நேர்காணல்கள்	250
நகுலன் வீட்டில் யாருமில்லை	150
புத்தனாவது சுலபம்	
வெளியில் ஒருவன்	
காட்டின் உருவம்	
பால்ய நதி	
மழைமான்	
உறுபசி	
நீரிலும் நடக்கலாம்	
என்ன சொல்கிறாய் சுடரே	
இலைகளை வியக்கும் மரம்	
என்றார் போர்ஹே	

எஸ்.ராமகிருஷ்ணன் கதைகள்

ஆதலினால்
வாக்கியங்களின் சாலை
சித்திரங்களின் விசித்திரங்கள்
சிறிது வெளிச்சம்
குறத்திமுடுக்கின் கனவுகள்
குதிரைகள் பேச மறுக்கின்றன
காந்தியோடு பேசுவேன்
கலிலியோ மண்டியிடவில்லை
சாப்ளினுடன் பேசுங்கள்
பிகாசோவின் கோடுகள்
ஆயிரம் வண்ணங்கள்
பதேர் பாஞ்சாலி நிதர்சனத்தின் பதிவுகள்
அயல் சினிமா
உலக சினிமா
பேசத்தெரிந்த நிழல்கள்
இருள் இனிது ஒளி இனிது
பறவைக் கோணம்
சாமுராய்கள் காத்திருக்கிறார்கள்
ஏழு தலைநகரம்
கிறுகிறு வானம்
அக்கடா
நூறு சிறந்த சிறுகதைகள்
சைக்கிள் கமலத்தின் தங்கை
குற்றத்தின் கண்கள்
இந்தியவானம்
வீடில்லா புத்தகங்கள்
அப்போதும் கடல் பார்த்துக்கொண்டிருந்தது